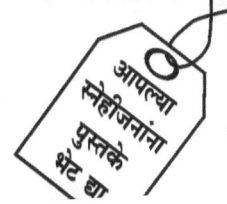

I0633088

चिनाब

(राज्य पुरस्कार प्राप्त १९७५-७६)

महादेव मोरे

मेहता पब्लिशिंग हाऊस

All rights reserved along with e-books & layout. No part of this publication may be reproduced, stored in a retrieval system or transmitted, in any form or by any means, without the prior written consent of the Publisher and the licence holder. Please contact us at **Mehta Publishing House**, 1941, Madiwale Colony, Sadashiv Peth, Pune 411030.

✆ +91 020-24476924 / 24460313

Email : info@mehtapublishinghouse.com
production@mehtapublishinghouse.com
sales@mehtapublishinghouse.com

Website : www.mehtapublishinghouse.com

♦ या पुस्तकातील लेखकाची मते, घटना, वर्णने ही त्या लेखकाची असून त्याच्याशी प्रकाशक सहमत असतीलच असे नाही.

CHITAK by MAHADEV MORE

चिताक : महादेव मोरे / कथासंग्रह

© अशोक महादेव मोरे

४०-४७, कामगार चौक, निपाणी, ता. चिकोडी,
जि. बेळगाव (कर्नाटक) ५९१ २३७.

मोबाइल : ९३७०६०७९००

प्रकाशक : सुनील अनिल मेहता, मेहता पब्लिशिंग हाऊस,
१९४१ सदाशिव पेठ, माडीवाले कॉलनी, पुणे – ३०.

मुखपृष्ठ : चंद्रमोहन कुलकर्णी

प्रथमावृत्ती : १४ जानेवारी १९७५/ दुसरी सुधारित आवृत्ती जानेवारी, २००९ /
पुनर्मुद्रण : जुलै, २०१६

P Book ISBN 9788190779128
E Book ISBN 9789386175427

E Books available on : play.google.com/store/books
www.amazon.in

साखरवाडीवरील माझ्या वाडकरांच्या आजीस –
आजोळी केवळ तुझ्या ओढीने
हा 'रामा' धावायचा
तू गेल्यावर आता केवळ आठवणीच.
तू वात्सल्याने खाऊ घालायचीस
त्या गरम गरम भाकऱ्या,
दाट साय धरलेल्या दुधाच्या,
न् परड्यातील पांढऱ्या चाफ्यांच्या

                                    – रामा

'चिताक' विषयी थोडेसे

सुशिक्षित पांढरपेशांच्या सुरक्षित टीचभर जगाबाहेरही, पदोपदीच्या अपमानांचं व दुःखांचं हलाहल पचवीत नियतीशी चिवटपणे झुंजत जगणाऱ्या शेतकरी, कामकरी, मजूर, ड्रायव्हर, क्लीनर, मेकॅनिक, जोगते, जोगतिणी, वारयोषिता आदी पददलित लोकांचं एक विशाल असं जग आहे. हेच जग श्री. महादेव मोरे यांच्या लेखनाची प्रेरणा व शक्ती.

समाजाच्या तळागाळातील हे जग... 'चिताक'मध्ये कथा आहेत त्या याच जगातील लोकांच्या... त्यांच्या ओढगस्तीच्या जगण्यातील रखरखीत व्यथांच्या व सुखाच्या थंडगार झुळकांच्याही...

या संग्रहास महाराष्ट्र शासनाचा १९७५-७६ सालचा राज्यपुरस्काराचा सन्मानही प्राप्त झाला आहे.

ग्रामीण महाराष्ट्रातील स्त्रिया आपल्या गळ्यात एक विशिष्ट प्रकारचा सोन्याचा दागिना वापरतात, त्याला 'चिताक' म्हणतात. कोल्हापूर-राधानगरी भागात हे 'चिताक' आजही आढळते.

अनुक्रमणिका

धंदा

घरापुढील चावीला सकाळचं सातला पाणी सुटे आणि अर्ध्या तासातच रोगडा आल्यागत ते बंद होई. तोवर गाडी धुऊन झळझळीत करायला हवी होती. म्हणून पुजारी भडाडा गाडीवर पाण्याच्या बारड्या मारू लागला, तशी ती छत्तीस मॉडेल व्ही. एट. फोर्ड कार न्हालेल्या बाईगत दिसू लागली. देखनेबल. बेस्ट. तिच्या ओपन टपाचं काळं कापड डोईवरील चंद्रकळेच्या पदरावानी दिसू लागलं आणि तिच्या निळ्या रंगावर एक ताजी तकाकी आली. खूष होऊन पुजाऱ्यानं हातातलं पिवळं फडकं पिळलं, अन् त्यानं काचा कोरड्या करू लागला... तोवर आपल्या घराकडनं तुक्या ड्रायव्हर आलाच. आल्या आल्या त्यानं मालकाच्या तेगाऱ्यात प्रश्न केला,

"झाली व्हय रे गाडी धुऊन?"

"झाली की!" स्वत: गाडीचा मालक असूनही नोकराची लाचारी पुजाऱ्याच्या आवाजात उमटली.

"चल तर लौकर. येरवाळी गेलाव तर येक ट्रीप तर माराय ईल!"

"हे काय, कापडं घालतो ते सुटूयाच!" आणि पुजारी घरात गेला. बायको चूल पेटवायच्या उसाभरीला लागली होती. धूर घोटमाळून सारं जेवणघरच घुमसल्यागत झालं होतं, त्यामुळं डोळ्यांत आपसूकच पाण्याचा पडदा उभा राहिला. तो बोटानं दूर करताकरता त्यानं विचारलं, "ऐकलीस का?"

"क्काय म्हंता!" तावदारूनच पुजारीन म्हणाली, "पैशाचं म्हंशीला, तर योक नवा पैसा दिकून माज्याकडं न्हाई..."

"कालचं बिड्या बांधल्यालं आलं न्हाईत?"

"ते आणि तुमच्या डोंबलावर घालून पोटाला काय काटंकवाळ भरावं? तुम्ही एक टळोऽ करून गाडीबरोबर फिरत ऱ्हावा नि हिकडं ह्या पोरांच्या तोंडात राळं वाळायला लागू द्यात की!"

"आगं पेट्रोलपुरतं तरी द्ये पाच-एक रुपय..."

"कितीबी मंगळलासा तरी मिळायचं न्हाईत! आनी दिलोच तर एकाच आट्टीवर

दीन. आनल्यालं पेटरूल गाडीवर वतायचं नि काडी लावायची! ही... ही सवत आणल्यापास्नं सगळ्या सौंसाराची इस्कोटवाडी व्हायला लागलीया...'' आणि बोलता बोलता तिला एक एक करून सगळं आठवू लागलं...

द्राक्षासव तयार करायच्या कारखान्यात दाल्ला कामाला हुता, तवा कसा सुतागत सरळ परपंच चालत हुता... आपुन बिड्या बांधत हुतो, त्येचा रोख गौना, झालं तर दाल्ल्याचा आठवड्याला येणारा पंधरा रुपय पगार... खाऊनपिऊन ढुंगणाला हात पुसून कसं मज्जात चालल्यालं. शेताला लावल्याला रैतबी लै न्हाई, थोडं तरी वर्साच्या वर्साला दिऽता... गावात एक घर हुतं, त्येचं म्हैन्याला धा रुपय भाडंबी येत्यालं, आसं सगळं चालल्यालं... ते देवाला बघावलं न्हाई... सरकारी फारमात श्यात गेलं. त्येची लुकसानभरपाई म्हणून बारा हज्जार मिळालं. ते मिळताच दाल्ल्याच्या डोळ्यांवर कोक्याच वाढल्या... सा हज्जारांची पिठाची गिरणच घेतली. दोन वरसं चालीवल्यावानी करून दोन हज्जारांला ती फुकून टाकली आन ही सवत घरात आणली... हिच्या नादानं परपंचाकडं जराबी ध्यान ऱ्हायलं न्हाई...

उत्तू जाणाऱ्या दुधागत बायकोचा राग क्षणात ओसरणारा, हे पुजारी जाणून होता. म्हणून तिला थोडा वेळ वटावटा करू देऊन पुन्हा त्यानं चिकाटीनं विचारलं,

''बरं, देतीस न्हवं पैसे?''

''काल ध्याऽभर गाडी फिरली, ते पैसे काय केलासा?''

''बाँड्रीवरच्या पोलिसास्नी इंट्री दिली...''

''इंट्री मंजे काय आनी?''

''सिटा वडवायचा ह्यो असला दारू गाळल्यावानी चोरटा धंदा. त्येचा हप्ता दिला म्हणायचा म्हैन्याचा, शिवाय म्हैसुरातनं म्हाराष्ट्रात गाडी जाऊ देतील व्हय ती बेनी? त्येंच्या मढ्यावर धा आवळलं... रिपेरीचं मेस्त्रीला पाच दिलं. दोन च्या-पान्याला उडालं, पंच्चर काढल्याबद्दल व्हलकनायूझिंगवाल्याला आठ आणे गेलं आनी... आनी...'' आणि पुढं पुजाऱ्याला काहीच आठवेना. पैसे किती आलं, किती गेलं कशाचाच काही ताळमेळ लागत नव्हता. हे रोजचंच होतं. बहुतेक वेळा घरी परतताना कडकाराम अवस्थाच असे...

''धिंदुक घिसरं चिंधुक इसरं, असलं सगळं काम हाय तुमचं. हंऽ घ्या हे, नि टळा हितनं...'' आणि तिनं उतरंडीच्या तळाच्या गाडग्यातील पाचची नोट त्याच्या हातावर टिकिवली...

धुरानं आतापर्यंत पुजाऱ्याचे प्राण कंठाशी आले होते. हातावर नोट पडताच तो झाट्कन बाहेर आला नि त्याच चलाखीनं त्यानं कपडे चढवले...

आतला सुखसंवाद ऐकत तुक्या स्टेअरिंगवर बसलेला होता. पुजारी बाहेर येताच त्यानं पायात पडलेलं हँडल म्होरं केलं. स्टाटर नावाची काही चीज असते,

ते गाडीलाही कित्येक दिवसांपासून माहीत नव्हतं, तिथे ड्रायव्हरचा तर प्रश्नच नव्हता.

पुजाऱ्यानं हँडल अडकविलं नि तुक्यानं स्विच दिली आणि पुजाऱ्यानं हँडलचे पाच-सहा राऊंड मारले; पण गाडी रुसलेल्या प्रेयसीगत, मुकीच. एकही स्टोक पडेना... परत पुजाऱ्यानं आनखी काही राऊंड मारले, तरीही फाड नाही की फीड नाही... हँडल मारून मारून पुजाऱ्याची आतडी गळ्यात आली आणि छाती लव्हाराच्या भात्यागत वर-खाली होऊ लागली, तसा तो माट्क्यान खालीच बसला आणि धापत तुक्याला म्हणाला,

"आयला, प्लग तरी काढ, गरम करून बघू या..."

"तुला तर त्येच्या भनं डोस्कंच कमी हाय! मघाशी फसासा बारड्या मारला असशील गाडीवर. डेल्कोक्याप, प्लग त्येनं भिजलं आसतील, आता बसा बोंबलत!"

बोलता बोलता पुढच्या गादीखाली असल्याला प्लग-पाना तुक्यानं काढला, आणि एका बाजूनं बॉनेट उचललं आणि पलीकडल्या बॉनेटच्या टप्परावर ते ठेवलं तसं ते घसरगुंडीवरच्या पोरागत पलीकडील मडगार्डवरून सरळ खालीच गेलं...

"घ्या! ह्या मधल्या सळीचं नाकाड आनी कवा मोडलं?"

"कालच की. सुरकलीजवळ पानी घालायला उघडलोतो तवाच."

"आता येल्डिंग करून घ्यायला पायजे! त्येच्या भनं, कुठल्या म्हुर्तावर गाडी घेटलाईस कुणाला दक्कल! एक काम केलं, की दुसरं निघतंय. दुसरं केलं, की तिसरं..." अशी भंकस करीतच तुक्या प्लग काढू लागला...

वाळलेल्या फडक्यानं डेल्कोवायरी नि कॅप कोरड्या केल्या. गरम केलेले प्लग आवळले आणि मग हँडलच्या एका हापक्यात गाडी सुरू झाली आणि हीव भरलेल्या माणसागत गाडीची सगळी बॉडी थरथरू लागली. तुक्या खाली उतरला. मघा खाली पडलेलं बॉनेट दोघांनी दोन्हीकडून उचललं नि इंजनवर ठेवलं. माणसाची अब्रू झाकावी तसं झालं आणि दोघं गाडीत बसले. क्लच दाबून तुक्यानं फस्ट टाकला, गाडी निघाली.

एसटी स्टँड आलं. कोकण्यांचा बैलगाडीअड्डा जवळच होता. त्या अड्ड्यात गाडी उभी करून दोघं स्टँडकडे आले.

"या माकडीच्यानू, लौकर आलासा?" दोघं जवळ येताच बाबालाल एजंटनं स्वागत केलं. स्टँडभोवती जे सिमेंटचं कंपाऊंड होतं, ते जणू आपल्या बानं आपल्याचसाठी बांधलंय, अशा तेगाऱ्यात बाबालाल त्यावर बसलेला असे. स्टँडवरील सिटा उस्कळून आणून तो गाड्यांत कोंबीत असे. गाडीपाठीमागे चार-आठ आणे मिळत. एखादा आर. टी. ओ. आला किंवा ट्रॅफिक इन्स्पेक्टरची पनोती अवस्थी उपटली, तर ज्या ज्या लायनीवर सिटा भरून गाड्या गेल्या असतील, त्या त्या

लायनीवर सायकली पिटाळून तो आगाऊ सूचना देत असे, त्यामुळे गावाबाहेर सिटा उतरून रिकाम्या गाड्या गावात येत नि कुणा अधिकाऱ्याच्या कचाट्यात गावत नसत.

बाबालालचं स्वागत ऐकून पुजारी बोलला,

"झाला येळ, काय करायचं? आयला, गाडीच सुरू हुईना लौकर!"

"सुरू हुईना तर खंदकात ढकलायची! गाव गाड्या घेतंय म्हणून ह्येनंबी घेटला खटारा! गप्पवानी देवळात पूजा करायची सोडून ह्यो भिकारचोट धंदा कोण सांगिटला तुला?"

"माणूस चुकून श्यान खातंय, त्येला कोण काय करायचं?" आणि पान पालटत पुजारी म्हणाला, "बरं, स्टँडवर जाऊन धा-बारा सिटा आण जा, पैला बॉनी तर करताव..."

"तुझ्या त्या डबड्यात कोण बसणार रे? गाडीला लांबनं बघूनच लोक म्हणाय लागल्यात, 'आयला, या गाडीत बसण्यापरास चालत गेलाव, तर लौकर गावाला पोचू!' कधी एक ट्रिप तर धडवानी जाऊन आलीया काय ही गाडी?"

"मालक धड असला, तर गाडी धड ऱ्हाईल!" तुक्या ड्रायव्हरनं मध्येच ढाक मारली. "जवाच्या तवा गाडीची कामं करून घ्यायची न्हाईत नि मग गाडी कशाला आई घालायला नीट चालंल!"

"कामं आनी कसली करून घ्याची रे बेन्या? सारखी दुरुस्तीच निघतीया हिच्या भनं. चांगला हज्जाराचा खड्डा पडला की आजपतोर!"

"त्या खड्ड्यात जाऊन पड, आम्ही माती सावडताव!"

बाबालालजवळ बसलेला नझऱ्या म्हणाला आणि सारेच खॉ: खॉ: करून हसायला लागले, त्यामुळे पुजाऱ्यालाही दात इचकावेच लागले... सगळ्यांचं हसू ओसरताच पुजाऱ्यानं परत पहिला ठेका लावला,

"थट्टामस्करी राहू दे. सिटा तेवढ्या बघून ये जा की..."

"सिटांचं बघू या रे. जात्यात कुठं मिट्यात! आनी गेल्या तरी दुसऱ्या चिक्कार. माणूसच बचबचून गेलंय दुनयात. सिटास्नी काय तोटा न्हाई पडत. पैला नास्टा दे चल आम्हास्नी!"

"पैसे न्हाईत गा बाबालाल; हाईत हे एवढंच पाच रुपय हैत पेट्रोलपुरतं!"

"पेट्रोलटाकीवर गाडीची स्टेपनी घाणवट ठेव म्हणंस पेट्रोल घेतावख्ती खरं आदी आम्हाला नास्टा दे चल..."

"एक ट्रिप मारून आल्यावर देतो. सकाळी आल्या आल्या खिशाला च्याट नको. हैत हेच, बायकुकडनं उसनं घेटल्यात!"

"मग बस बोंबलत! तू हैस, सिटा हैत, गाडी हाय! बीन नास्ट्याची ट्रिप मारायची मंजे काय! या घे किल्ल्या गाडीच्या!"

आणि तुक्यानं किल्ल्या मातीत फेकल्या. तुक्यानंच असा राजीनामा दिल्यावर गाडी उकिरड्यावर लावायची पाळी. असल्या गाडीच्या स्टेअरिंगवर बसण्यापूर्वी आधी विमा उतरायला हवा स्वत:चा. उगीच तुक्यासारखा ड्रायव्हर आहे, म्हणून तर गाडीची चाकं पळत्यात रस्त्यानं... नकटीच्या नवऱ्याला उठता बसता सांभाळून घ्यावं लागतंय, तसं याला घ्यायला हवं, असा विचार करून मातीत पडलेल्या किल्ल्या पुजाऱ्यानं उचलल्या व त्या तुक्याकडे देत म्हटलं,

"चला तुमच्या आयला, तुमच्या तर मढ्यावर घालतो! तुमच्या बाचं देणंच लागतोय न्हवं! तवा तुम्हासारख्याची भरती करायला पायजेच की!"

अशा शिव्यांचं मनाला काही वाटण्याच्या पलीकडील अवस्थेत बाबालाल गेलेला. सकाळच्या पारी नास्ट्याला आज कुणाला गंडवायचं, हा प्रश्न घराकडून स्टँडकडे येताना नेहमीसारखा पडलाच होता. चला, आज कचाट्यात पुजारी गावला. उद्या आणखी कुणाला तरी कापता येईल.

या सगळ्यात नझऱ्याचा काही संबंध नव्हता, तरी तो लटकुटक्यागत सर्वांच्या पाठोपाठ हाटेलात गेलाच. पुजारी आधीच चिंगटबोड्याचं, मनातल्या मनात तेल घेईना का हातावर! बोडल्याल्यात अशीच बोडायला शिकाय पाहिजे, तरच चार दिवस जात्यात माणसाचं...

या वेळी हाटेलात चपाती-भाजी-भजीचा गरमा गरम नास्टा. मघाच भज्याचा घाणा धोंडबा भट्टीवाल्यानं काढलेला. साऱ्या हाटेलभर खमंग वास दरवळत असलेला. यात भरीस भर म्हणजे धोंडबानं केलेली पातळ भाजी. मटणाच्या रस्स्याच्या थोबाडीत मारणारी. ही पातळ भाजी नास्ट्याच्या वेळी मुफ्तमध्ये लागेल तेवढी मिळे, म्हणून सगळ्यांनी दोन-दोन वेळा पातळ भाजी मागून घेतली, ओरपली... चहा पिऊन बाहेर पडताना गल्ल्याजवळ आल्यावर पुजाऱ्यानं काखा वर केल्या.

"मालक, पैसे ऱ्हावू द्यात. लिवून ठेवा. एवढी ट्रिप सारून येतो, ते आल्या आल्या चुकता करतो..."

आयला, या गावात उधारीशिवाय धंदा नाही! सिनेमा थियटरवाल्यालाही ही लोकं म्हणत असतील, 'आज सिनेमा बघतो नि पगार झाल्यावर पैसे देतो!' विचार करीतच गल्ल्यावरच्या बाजीराव मालकानं उधारी लिहायची पाटी पुढे ओढली. पहाटे पाचला हाटेल उघडल्यापासून आतापर्यंत निम्मीअधिक पाटी भरत आली होती, त्यात पुजाऱ्याचा उधारीचा आकडा लिहून आणखी भर घालीत बाजीराव म्हणाला,

"बघ, न्हाईतर टोलवाटोलवी करायला लागशील! तुम्हा मोटारवाल्यांचा काय भरोसा? न्हाईतर मी गाडीची चाकंच हालू देणार न्हाई बघ, पैसे दिल्याशिवाय!"

"देतो घ्या, कुठं हजार-पाचशेचं देणं हाय!" पुजाऱ्यानंच उलट बाजीरावाला चापलं. "कशाला उगंच वटावटा लावलाय सकाळच्या टायमाला! एवढी ट्रीप लगावून येतो तिठ्यापतोर ते एकमुरी फेडून टाकतो. रुपड्या-दोन रुपड्यांचा तर सवाल!"

आणि पुजारी बाहेर पडला. हाटेलबाहेर पानपट्टीचं दुकान. तिथल्या विड्या आणखी सगळ्यांनी उधार घेतलेल्या. तीही खार पुजाऱ्यालाच. तो वैतागला, 'आयलाऽ, मला घालता डबऱ्यात अश्यानं!' आणि त्यानं खिशातून पाचची नोट काढून नझ्ऱ्याकडे देत म्हटलं, "गाडीत मागच्या बाजूला क्यान हाय बघ, त्यातनं पेट्रोल आण जा पाच लिटर, कदमाच्या पंपावरनं!"

"आनी वरचं पैसे कदमानं मागितलं, तर त्येला काय माजी शेटं दिवू?" फुकट नास्टा दिला म्हणून काम सांगून करायला लागला वसुली लगेच, यामुळं फुकट नास्टा चापल्याची खुशीच नाहीशी झाली नि नझ्ऱ्याला तिडीकच उठली, "मी न्हाई बा जात पेट्रोल आणायला!"

"आरे माजं नाव सांग जा– एवढी ट्रिप लगावून आल्यावर बिल भागवायला येतोय म्हणावं."

"आनी त्येनं न्हाई दिला, तर तितनं यिऊ व्हय बोंबड्या मारत!"

"आर ये जा की. न्हाई दिलं तर झ्याटमारी. परत तर येशील का न्हाई? तुला एवढं आवघड तर कसलं वाटायला लागलंय? का त्यो तुला आवळून थानं दाबणार हाय तुझी?" मघाच्या नास्ट्याला स्मरून बाबलालनं खॅस मारली.

"पेट्रोलच आण, न्हाईतर मार्तंड्यागत खावडी करशील!" तुक्यानं अविश्वास दाखवला.

नझ्ऱ्यासारखाच मार्तंड्याही कुठं कोणाची स्टेपनी कर, कुणाची गाडी धुवायला जा, कुणाच्या गाडीला शॉईल कर अशी आडपझडप कामं करणारा. परवा पुजाऱ्यानं असंच त्याला पेट्रोल आणायला पाठवून दिलं होतं; पण त्यानं दिलेले पैसे खिशात घातले अन् पेट्रोलच्या कॅनमधून पाणी भरून आणलं. वाटेत कुठे पेट्रोल संपायला नको, म्हणून मार्तंड्या आल्याबरोबर पुजाऱ्यानं आख्खा कॅन टाकीत डब मारला. पाणी तळाला गेलं नि टाकीत पूर्वी असलेलं थोडं पेट्रोल त्या पाण्यावर तरंगू लागलं. ते संपूपर्यंत दोन-तीन मैल गाडी पळाली आणि मग एसीपंपमधून कार्बोरेटरमध्ये पाणी जाताच बंद पडली. सिटास्नी पैसे परत द्यावं लागलं. ट्रिप बुडाली. बापू मेस्त्रीला आणून पेट्रोलटाकी, एसीपंप, कार्बोरेटर हे सगळंच काढून साफ करून घ्यावं लागलं आणि वर त्यांचं बिल व गलगल्याची कडक दारूही... चांगलाच गंडा बसलेला... त्यानंतर मार्तंड्या स्टँडवर दिसला नाही. बेळगावच्या मुजावर कंपनीच्या ट्रकवर क्लिनर आहे, एवढंच कानांवर येत होतं... आणि अशा ट्रकमधून पळणाऱ्या पाखराला गाठनं पुजाऱ्याच्या कुवतीबाहेरचं होतं...

“मला स्टँडवरच व्हायचं हाय, मार्तंड्यावानी नौ-दो-ग्यारा करायचं न्हाई,” आणि नझ्र्या म्हणाला, “इस्वासानं कामं करणाऱ्या माणसालाच उत्ताऱ्याला टाकल्यावानी उत्तरून टाकतासा तुम्ही! तुम्हाला मार्तंड्यावानीच पायजे पानी घालून मारणारा!”

नझ्र्या पेट्रोलटाकीकडे निघून गेला. पुजारी व तुक्या गाडीकडे आले. स्टँडवरून बाबालालनं आणलेल्या सिटा गाडीत बसवू लागले. हवेच्या मीटरवरील गेज तीस आकडा दाखवीपर्यंत स्टेपनीत हवा भरावी, तसं त्यांनी सिटांचा सोळा आकडा पूर्ण केला. आठच्या कारमध्ये सोळा सिटा कोंबल्यामुळं त्यांच्या अवयवांचे स्पेअरपार्ट्स होण्याचीच वेळ आली होती. “हांडेल मारा की गा, आंग आंबून गेलं आमचं! का आनी कोंबणार हैसा मान्सं?” सिटा कोकलू लागल्या, त्यामुळं तुक्या कावूनकदरून गेला आणि कॅन घेऊन नझ्र्या आल्यावर म्हणाला, “साल्या, लौकर येशील का न्हाई रे, का आपलं लौंडेको लौंडा हणमंत कौडा करत गेलास?”

“आयला काम करूनच्या करून वर हे पायतान व्हय? ती टाकी मंजे माज्या बाची, का म्युनसिपाल्टीची? पब्लिकचा माल, काक फिरवा की आणा? जायाच्या आदीच तीन गाड्या लागल्यात्या पंपावर, त्येंचं अवरूस्तोवर मंजे...”

“बरं, तुजी भंकस व्हावू दे आता; क्यान मार डब टाकीत. एकदा टळताव हितनं...” आणि तुक्यानं पुढलं दार उघडलं व स्टेअरिंगवर बसताच किल्ली स्वीचमध्ये सारली.

नझ्र्यानं रिकामा कॅन गाडीत आदळला, पुजाऱ्यानं बंपरच्या भोकातनं हँडल सारलं, तशी तुक्यानं स्वीच दिली. हँडलच्या एका हापक्यातच गाडी स्टार्ट झाली. तुक्या धरून पुढच्याच गादीवर पाच सिटा झाल्या होत्या. क्लिनर-साईडचं दार उघडून पुजारी आणखी आत टेकला. वरच्या टपाच्या पट्टीला धरून त्यानं कसंबसं दार बडवून घेतलं, तोवर क्लच दाबून फस्ट गेअर घालण्यासाठी दांडकं खाली ओढलं. “मेलोऽ मेलो, माझा पाय!” एक सीट इवळली. गेअरच्या दांडक्याभोवताली सिटांच्या पायांनी गर्दी केली होती, त्यामुळं गेअर घालणंही मुश्किलीचं झालं होतं. म्हणून स्थितप्रज्ञागत तुक्या म्हणाला, “थांब गा, एवढी टॉप वडतो ते मग बसा म्हणं घळघळीत!” आणि इंजननं मोसम पकडताच त्यानं सेकंड टाकली नि कासराभर अंतर कटताच टॉप ढकलली...

तेरा-चौदा मैलांवर गजबरवाडीचा तिट्ठा. तेथून फर्लांगभर अंतरावर गजबरवाडी. मधल्या रस्त्यात तीन-चार मैलांच्या अंतरावर एक एक गाव. प्रत्येक थांब्यावर माणसांची मुकरन. एक सीट उतरली, की त्या ठिकाणी दुसरी कोंबता येत होती. गाडी डमडम डिगा डिगा होती; पण तिचं इंजन तीन महिन्यांपूर्वीच ओव्हरऑयलिंग केल्यानं फुल्ल कॉंप्रेशनमदी होतं. समोर येणारी टेकाडं टापोटॉप गाडी पार करीत

होती. पुढल्या डाव्या अंगाच्या चाकामध्ये गेटर होतं, त्यामुळं ते चाक धडाक धडाक करीत होतं. गाडी फास्टमदी मारता येत नव्हती. नाहीतर तुक्यानं आक्सिलेटरचा चमचा तळाला टेकिवला असता.

पाच मैलांवरील बाँड्री आली. रोजच्यागत गेटवरचा पोलिस आला. त्याच्या हातावर आठ आणे एंट्री टिकवली आणि त्याच्या पुढंच भराऽरा सिटा गाडीवर चढल्या. काही ह्या, काही त्या बाजूच्या फुटपायरीवर, तर काही मागच्या बंपरवर उभ्या राहिल्या अन् दोन तर पुढल्या दोन्ही मडगार्डावरच बसल्या. बाँड्रीपासून आत तिरकस गेलेला हा नऊ-दहा मैलांचा रस्ता पुढल्या सह्याद्रीच्या फाट्याला जाऊन थडकला होता. आर. टी. ओ. चा व ट्रॅफिक इन्स्पेक्टरचा बाही कधी या आडवळणी रस्त्यावर फिरकत नव्हता, त्यामुळं निर्धास्तपणे हव्या तशा सिटा भरल्या, तरी कोण विचारायची टाप नव्हती. एसटीची वाट पाहत ताटकळत राहून आत जागा मिळेलच ह्याची निश्चिती नसायची, त्यामुळंच अशा सीट-सर्व्हिस करणाऱ्या गाड्यांबद्दल आपुलकी वाटायची. एखाद्या वेळी कनवटीला पाच-दहा पैसे कमी पडलं, तरी चालत असे. ह्याउलट एसटीतलं कंडेक्टर कुगरुमी, लगेच पानउतारा करून खाली उतरवायाचा रस्ता दाखवायचे.

गजबरवाडीचा तिठ्ठा आला. तिथल्या पिंपळाखाली इंगळ्याचं केंबळगती खोपटं होतं. तेच चहाचं हाटेल. यावेळी इंगळ्या भज्याचा घाणा काढीत असे. हाटेलबाहेर गाडी उभी केल्याबरोबर भज्याचा खमंग वास आपोआप पावलांना खोपटात खेचून नेत असे. पुजाऱ्यानं आणि तुक्यानं एक-एक प्लेट भजी हांदलली, वर चहा ढोसला आणि बिल चुकतं करून बाहेर आले. तोवर रिकाम्या झालेल्या गाडीत तिठ्ठ्याच्या सिटा बसल्या होत्या. त्यात आणखीन भर पडली. गाडी माणसांनी लहडून गेली...

समोर उतार होता. नूटल करताच धाऊ लागे गाडी अन् स्वीच देऊन गेअर टाकताच चालू होई... उतार संपतासंपता गाडी चालू झाली अन् ओढ्यातील उथळ पाण्याच्या चिळकांड्या उडवत टेकाला लागली, वावभर गेली आणि आपसूक घसरतीवरून वेगानं मागं-मागं जाऊ लागली... दोन-तीन पंप मारून तुक्यानं ब्रेकचं पायडेल दाबलं, तोवर गाडी पार तळाला पाण्यात जाऊन उभी राहिली होती... फस्ट टाकला तरी गाडी पुढे जाईना, की रिव्हर्स ओढला तरी मागे जाईना... इंजन नुसतंच रेस होत राहिलं... क्लचप्लेट गेली, का आक्सल बोंबडी मारला, तुक्याला समजेना! त्यानं सगळ्या सिटा खाली उतरवल्या अन् त्यानांच मागे गाडी ढकलायला लावली... ढकलत गाडी पूर्वीच्या जागी हाटेलपुढं आणली... गोंधळून गेलेल्या पुजाऱ्यानं विचारलं,

"आता काय करायचं?"

"बोंबलायचं हातावर त्याल घिऊन!" पहिल्या ट्रिपलाच हाटमुऱ्या रांडवानी

गाडीनं करावं, ह्याचा तुक्याला रागच आला होता, ‘‘जास्त भकू नकोस! ज्याक घे आदी मागच्या आंगाचा. बघू या चाक उचलून काय झालंय ते!’’

जॅक लावला, चाक उचललं. फिरवलं, तर ते गरागरा फिरू लागलं, गाडी गेअरमध्ये होती तरीही. तसा तुक्या बोलला, ‘‘आक्सल गेला!’’

‘‘आँ?’’

‘‘आक्सल तुटला! आनी तुटंना कशाला आयी घालायला ऱ्हाईल. तीस-तीस सिटा कोंबायच्च्या नि.’’ आणि तुक्या म्हणाला, ‘‘ऐकून आसा माटक्यान बसू नकोस. झाट्क्यान जा आताच्या एसटीनं नि बापू मेस्त्रीला फुडं घालूनच आण नि येतावख्ती आक्सलबी आण!’’

‘‘नवा?’’

‘‘नवा मिळू, जुना मिळू, एकदा आण तर खरं. आडकुया, गाडी चालू करू या! पैशाची तर बोंबच. ब्यांकेतनं शे-दोनशे आण, त्याशिवाय गाडी काय चालू होत न्हाई.’’

‘‘पैसा मिळवायचा न्हवं तर दवडायचा धंदा हाय ह्यो!’’ पुजारी स्वत:शीच बोलल्यागत बोलला.

‘‘एवढं समजतंय, तर गाडी कशाला उपडायला घेटलाईसं? आता घेटलाईस तर निस्तरनार कोण हे? माजा बा, का तुजा?’’

ऐकून खेटार मारल्यागत पुजारी गप्पच बसला. कच्च्या, मुरमाड रस्त्यावरील धुरळा उडवीत एसटी येत होती, तिच्याकडे पाहत राहिला...

पिंपळाच्या झाडाला मुरडा मारून एसटी हाटेलपुढं येऊन उभी राहिली, तसा पुजारी म्हणाला,

‘‘बरं, मी चलतो ह्या एसटीतनं.’’

‘‘तू जा नि मी बसतो हितं बोंबलबिक्यागत आल्या-गेल्याकडं काडीबिडी मागत.’’ असं उपरोधानं बोलून तुक्या म्हणाला, ‘‘आण हिकडं– दोन रुपय आण खर्चाला. तू यिस्तोवर तोंडातलं पानी मिळीमिळी गिळतच बसू?’’

मुकाट्यानं पुजाऱ्यानं दोनची नोट काढून तुक्याच्या हवाली केली.

‘‘आता जावू? का आणि काय ऱ्हायलं?’’

‘‘येतानं जेवान घिऊन ये मला, धोंडीखानच्या खानावळीतलं– खारकांडाचं!’’

‘‘साल्या, साधं चालत न्हाई, खारकांडाचंच पायजे व्हय!’’ असं विचारावं, असं क्षणभर पुजाऱ्याला वाटलं. पण उगीच वाडाचार कशाला लावा, म्हणून तो त्यावर काही न बोलता एसटीकडे निघाला...

गाव आलं. त्याच्या उतरलेल्या तोंडाकडे बघूनच बायकोनं काय ते ताडलं, आणि ती टुम्म होऊन बसली...

दुसऱ्या स्त्रीबरोबर पकडला गेल्यावानी पुजारी हेटावल्यागत झाला. थोडा वेळ त्यानं आतभाहीर घुळूमुळू केलं आणि समोरच्या भिंताडाशी बोलल्यागत म्हणाला,

"गाडीचा आक्सल तुटला– तिठ्ठ्याजवळ!"

"मग मी काय करू? का जाऊन बसवून गाडी चालू करून घिऊन यिऊ?" तिनं असा आतघुमसी ठोसला मारला आणि म्हणाली, "आनी पैशाचं म्हंशीला तर सकाळी पाच दिल्यात, आता आनी कुठलं आणू?"

"तसं न्हवं, तेवढं तुज्या ट्रंकात ब्यांकबुक हाय तेवढं दे नि..."

ऐकताच मांडीवरचं बिड्याचं सूप आदळून ती उठली नि तरातरा ट्रंकेजवळ गेली नि त्याच हिसक्यानं कुलूप काढून आपलं बँकबुक त्याच्यापुढं भिर्काटीत म्हणाली,

"जावा, काढा जावा सगळं पैसे नि उधळून मोकळं व्हा! म्हातारपनी चार दारं मागून जगू या म्हणं!"

"ह्या खेपी तेवढं काढतो, फुढंला हात न्हाई लावणार?"

"दर डाव हे आसंच बोलणं असतंय; धंद्यात यश न्हाई तर..."

बायकोच्या फिरकीतनं सुटायला म्हणून पुजारी तिथं थांबलाच नाही. त्यानं बाहेर जाण्यासाठी पाय उचलला.

"निघालासा? चार घास आरगून तरी जावा...?"

"आता न्हाई, आल्यावर... आल्यावर जेवीन म्हणं..."

बँकेतलं पैसे काढून पुजारी बापू मेस्त्रीच्या गॅरेजकडे आला. मेस्त्रीचं गॅरेज म्हणजे कदमाचा पेट्रोलपंप. पंपाच्या केबीनमध्ये मेस्त्री आपल्या हत्यारांची पेटी ठेवी. पंपावर येणाऱ्या ट्रकांची फिल्टर साफ कर, ऑईल चेंज कर, हवा, ग्रिसिंग कर, असली उडापी कामं तो करी. एखादी कार खोलायची झाली, तर पंपावरच खोले अन् काम नसेल तेव्हा पंपावरील गाड्यांची कामं करी. येणाऱ्या गाड्यांना पेट्रोल वा डिझल सोड, त्यांना ऑईल-पाणी दे, चाकांमध्ये हवा भरताना गेजपाईप धर अन् असंच...

पुजारी पंपावर आला, तेव्हा मेस्त्री एका ट्रकचा फिल्टर साफ करीत होता...

"काय झालं आनी?" पुजारी जवळ येताच त्यानं चौकशी केली.

"तिठ्ठ्याजवळ आक्सल गेला."

"गेला नि तू बघतच बसलास! जाताना धरायच्या हुतास त्येला! असा कसा यडप्यागत बघतच ऱ्हायलास रे?"

"मी मराय लागलोय नि तू कर थट्टा! बरं, चल बघू!"

"थांब. एवढं हातातलं काम आटपूया ते जाऊ याच."

ऑईल फिल्टर, डिझेल फिल्टर साफ करून मेस्त्रीनं बसवले. मग ऑईल चेंज केलं नि गाडी चालू करायला लावून फिल्टरमधील एअर सोडली अन् ड्रायव्हरनं

दिलेले तीन रुपय खिशात टाकले. काम खल्लास... हातातील वायीसने तेलकट-मळकट झालेली हत्यारं पुसत मग मेस्त्रीनं विचारलं,

"आक्सल नवा घालणार का जुना?"

"बघू या कसं जमंल तसं!"

"नव्याची एकशेतीस-चाळीसपतोर किंमत, शिवाय माल वॉर क्वॉलिटी, नो गॅरंटी. सगळा इंडियन माल. चालंलबी आनी न्हाईबी... म्हणून जुना एखांदा सेकंडह्यांड बघू या का? स्वस्तात, परतडमदी...?"

"बघू या... तुला काय दूम हाय का? कुणाकडं आसला तर...?"

"तसा हाय एकाकडं... बघून येतो. थांब तू तौकरा हितंच... मी येतोच झाट्टदिशी जाऊन."

मेस्त्री सरळ आपल्या घरी गेला आणि महिन्यापूर्वीच कोल्हापूरच्या जुन्या बाजारातून पंधरा रुपड्यांला आणलेला आक्सल घेऊन आला...

"ह्यो बघ आण्लो..." त्यानं पुजाऱ्यासमोर आक्सल टाकला.

"कुणाकडं मिळाला...?"

"मस्न्याकडं! तुला पसंत हाय का बघ!"

"आता मला काय समजतंय? तूच बघायचं. कुठं वेल्डिंगबिल्डिंग करून मिठाचं पानी मारलंयबिरलंय का काय ते!"

"मी बघूनच आणलाय. आक्सल तसा चांगला हाय. खरं किंमत सत्तर म्हंतोय... बघ, तुला परवडतंय का?"

"सत्तर जास्त होत न्हाईत? काय आनी कमीबिमी?"

"मी सांगिटल्यावर कमी करंल. लै ते करून धा रुपय, एवढंच, जास्त न्हाई!"

"ह्येच न्हवं! मग चल तर जाऊन बसवून गाडी घिऊन येऊ या!"

"जाऊ या की खरं, पैला पैसे तर दे आक्सलचं..."

"गाडी आणल्यावर देऊ या..."

"तसं चालायचं न्हाई; आधी द्यायला पायजे. त्येनं तसं सांगिटलंय..."

"बरं, हे घे. ये जा दिऊन..."

पुजाऱ्यानं दिलेल्या नोटा मेस्त्रीनं खिशात घातल्या नि म्हटलं,

"मी पैसे देऊन येतो, तवर तू ही हत्याराची पेटी नि आक्सल घेऊन स्टँडकडं चल!"

खांद्यावर गदा तोलून धरल्यागत तो आक्सल धरला अन् दुसऱ्या हाती मेस्त्रीची हत्याराची पेटी आणि हमाल बनून पुजारी स्टँडकडे निघाला...

सारं एसटी स्टँड माणसांनी फुललेलं. किड्या-मुंग्यांगत माणसं नुसती बचबचून गेली होती. म्हणजे सिटा सर्व्हिस करणाऱ्या गाड्यांचा आज धंदा तेजीत आणि

आपल्याच गाडीनं त्येच्या आयला वांदा काढावा! पुजाऱ्याच्या पोटात चावू लागलं... स्टँडवर एसटीसाठी नंबर लावून बसलो, तर आज गाडी तयार होण्याची बात नाही, तेव्हा बाहेर पाहावी-एखादी सिटा सर्व्हिस करणारी... बाहेर आला, तर अठ्ठेचाळीस मॉडेल व्ही. एट. फोर्डवाला सातवेकर अगदी सुटण्याच्याच बेतात होता... पळतच जाऊन त्याला गाठलं... हा आपल्या धंद्यातलाच माणूस, तेव्हा याला फुकटच न्यावा लागणार, ही नाराजी सातवेकराच्या तोंडावर उमटली.

"आक्सल बोंबलला वाटतं?" करावी म्हणून त्यानं चौकशी केली.

"व्हय," दम खात पुजारी म्हणाला.

"येणार?"

"तर!"

"मग चल तर..."

"अजून मेस्त्री यायचा हाय... चल, तर च्या घिऊन येवू या, तवर त्यो येतोयच."

फुकट न्यायाचा वजावटा चहात काढता येत असलेला पाहून सातवेकराला थोडं बरं वाटलं, नि तो चट्कन कबूल झाला... या वेळी हाटेलमध्ये गरमागरम मिरची भजी. आसक्या आसक्या मिरच्या घालून केलेली लांबोडी भजी नि त्याबरोबर पाव चापत दोघं बसले होते, तोवर अगदी ठरवल्यासारखा तिथे मेस्त्री येऊन टपकला. मग त्यालाही पावभजीची प्लेट मागवणं क्रमप्राप्तच होतं.

चहा घेऊन तिघं बाहेर पडले. गाडीतील मेंढरात सातवेकरानं ही आणखी दोन मेंढरं भरली अन् गाडी सुरू केली... तिठ्ठा आला. दोघं खाली उतरले. पाहातात तर गाडीजवळ तुक्या कुठे दिसेना. "इदरकल्याणी गेलं कुठं?" पुटपुटत पुजारी गाडीजवळ आला, तर मागच्या गादीवर तुक्यानं ताणून दिलेली! त्याला उठवायला जवळ गेला, तर तोंडाचा भस्स्‌दिशी वास आला. म्हणजे आपल्याकडून घेतलेल्या पैशाची त्यानं ही पोटपूजा केली तर– गावठी मारून! त्याला लडालडा हालविलं, तेव्हा "कोण त्यो सुक्काळीचा?" अशी फुलं उधळतच तो उठला, नि पुजारीला बघून म्हणाला,

"तू व्हय? मला वाटलं..."

"बरं, ऊठ आता. मेस्त्री आलाय. झाट्झाट्झाट् खोला बघू... आनमान नको!"

तुक्या खाली उतरला, तसा मेस्त्री म्हणाला,

"ज्याक नि व्हीलपाना काढा खाली आनी ठोकळंही पायजेत दोन. लव्हारी शाळेत जावून आणा जावा. दोन्हीकडं दोन चेसला लावायला पायजेत. दोन व्हंडं असलं तरी चालतील!"

पुजारी नि तुक्याला जॉला जुंपल्यागत झालं. दोघं फापलत निघाले. लव्हारी

शाळा गावाच्या मावळतीकडं होती. तुक्या आधीच बोलगाभणा. त्यानं लव्हाराला बोलूनच गाभणा केलं नि मिळाल्याले दोन व्हंडे खांद्यावर घेऊन दोघं परतले...

गाडीजवळ आल्यावर खांद्यावरील व्हंडा व्हलपाटून देत तुक्यानं जाहीर केलं,

"मी जेवणार बा आता. पोटात कावळं बोंबलाय लागल्यात!" आणि पुजाऱ्याला त्यानं विचारलं, "जेवाण आणलाईस न्हवं माजं? जायच्या आदी बोल्लोतो तुला!"

तसा पुजाऱ्याच्या डोस्क्यात पाकदिशी उजेड पडला. आयला! पैसे, आक्सल, मेस्त्री या साऱ्या झंझाटात हे तर तरकंतच ऱ्हायलं न्हाई आपल्या! त्यानं कबुली दिली,

"आणलं न्हाई. इसरलो!"

"आक्सलचा कसा इसर पडला न्हाई तुला, आनी जेवणाचाच पडला व्हय? जा, आण जा जेवाण माजं!"

"कढ काढ की रे तवर. गाडी तयार झाली, की जाऊ याच आता सगळी जेवायला. मी तरी कुठं जेवलोय आजून!"

"ते जेव जा, न्हाईतर हाळहिरीत पड जा उपाशी! खरं माजं तरी जेवाण आणशील का न्हाई रे? आनी हे आक्सल बसवायचं काम काय सादं वाटलं तुला? आता तयार हुईल म्हणतोस? सांज खाईल हे काम. काय मेस्त्री?"

"व्हय, सांजपतोर लागणारच कंप्लीट व्हायला!"

मेस्त्रीनं अशी पुस्टी दिल्यावर तुक्याला आणखीन जोर चढला.

"जा तर, आण जा जेवाण आदी. सातवेकर हाय बग आजून. जा त्या गाडीतनं!"

ह्यावर पुजारी काय मिष्ट्यात बोलतोय? एडताकपट्टी काढल्यागत झालं त्याला... निघाला. तसा मेस्त्री म्हणाला,

"हे बघ पुजारी, येतानं श्याईल आणायचं इसरलंच. डिफरन्सलमदी घालायला श्याईल पायजे एक लिटर नि पॅकिंगसाठी कार्कसीटचा न्हाईतर आईलपेपरचा आरधा तुकडा आण!"

"बरं!" म्हणून पुजारी परत निघाला कावड काढलेल्या बैलागत, लंबे लंबे करीत...

सातवेकराच्या गाडीतनं परत गावी आला...

भुका सपाटून लागलेल्या. घरी येऊन पाटावर बसला. बायकोनं त्याच्या पुढ्यात ताट वाढून ठेवलं अन् बिनपाण्यानं सुरू केली.

"व्हय हो, डायवरच्या जेवणासाठनं तितनं हितवर आलासा!" असं त्याला खुळ्यात काढून ती म्हणाली, "त्यो भाड्या तुमच्या हाताखाली हाय का तुम्ही त्येच्या हाताखाली हैसा?"

"सगळं उलटं शास्त्र झालंय खरं..." नाराजगीनं पुजारी म्हणाला अन् त्याला गाडी घेतल्यापासूनचं एक एक आठवू लागलं. तुक्या कोण परका नव्हं, तर लांबचा पाव्हणाच. म्हणून त्याला ड्रायव्हर ठेवला, तर त्यानंच कुरघोडी केली! कुणी दुसरं ठेवावं, तर चार-सहा दिवसांत गाडीला कंटाळून निघून जातं. मग पुन्हा तुक्याचे पाय धरायची वेळ! आपल्याशिवाय गाडीला सत्‌गत नाही, हे समजताच तुक्याचा नांगा ताठ... त्याच्या कलानं घेतलं तर बरं नि जर का टुरबूर कराय लागलं, तर गनिमीकाव्यानं लढाई द्यायला सुरू... आपण हँडेल मारायला गेल्यावर हळूच इंजन-स्वीच बंद करील नि तिकडे हँडल मारूनमारून आपली आतडी गळ्याशी येतील! जवळ कोठे हिर-ओढा नसलेला पाहून रस्त्यातच गाडी थांबवील नि म्हणेल, "टाकी बॉइल व्हाय लागलीया, गरम हून इंजन फुटंल. जा, पानी आण जा! " अन् पाण्याचा कॅन देऊन ताणपट्टी काढील... स्वत: गाडी शिकल्याशिवाय काही खरं नाही, असा विचार करून मध्ये ड्रायव्हिंग शिकायचाही प्रयत्न केला, तर गेअर घालताना डब्बल गेअर पडून इंजन जाम झालं. खोलून पाहिलं तर काँटरव्हिलच्या दातऱ्या उडालेल्या नि ते कंडम झालेलं. नवीन काँटरगेअर घातला. रेपेअरीसकट तीनशेला च्याट बसली, तेव्हा कुठं गाडी रस्त्यानं पळू लागली... त्यावेळेपासून जी धास्ती घेतली ते ड्रायव्हिंगचं नाव काढलं नाही... आता सगळा तुक्यावरच भरोसा... गाडीला एकदा गिऱ्हाईक आलं नि फुकून टाकलो– ईल त्या किमतीत, की झालो रिकामा... तोवर गाडी तुक्याच्याच ताबेदारीत. जणू तो मालक नि आपुन नोकर...

विचार करीत पुजारी जेवत होता. बायको भकत होती; पण त्याचं तिकडं लक्ष नव्हतं... जेवून तो उठला. तुक्यानं जेवण बांधून घेतलं आणि बाहेर पडला...

स्टँडवर आला, तर सिटा वडीवणाऱ्या गाड्यांवर रोगडा पडलेला. एकही जाग्यावर नव्हती. सगळे साले कुठे कुठे गेलेले. आता झक्कत एसटीनं जायची वेळ... स्टँडवर अर्धा तास उडाला, तेव्हा कुठे एसटी गावली, मग ती सुरू होऊन रस्त्याला लागायला आणि वेळ...

एकदाचा तिठ्ठा आला. शॅईलचा डबा, कार्कसीट नि जेवणाचं गठरं सावरीत पुजारी खाली उतरला, गाडीजवळ आला. बघतोय तर दोघं डोस्क्याला डोस्कं लावून बसल्याले! मागची दोन्ही चाकं काढून टाकल्याली. गाडी व्हंड्यावर, निम्मं हौसिंग खोलल्यालं, क्राऊल पिनेल नि आक्सलचं मढं भाहीर काढलेलं अन् नवा आक्सल बसवायचं काम तसंच बोंबलत पडलेलं...

"तुमच्या आयलाऽ, काम हे आसंच रडत पडायचं? गाडी कवा व्हायची तयार आता?"

पुजारी पिसाळून गेला, पण त्याचा परिणाम होण्याच्या पलीकडे दोघं पोहोचले होते. त्याच्या हातातील भाकरीच्या गठऱ्यावर झडप घालीत तुक्या म्हणाला, "करू

या घे शिस्तीत आता. काय गडबड हाय एवढी? आधी जेवून तर घेताव. पोटात आगा पडल्यात!''

''मी गेल्यापास्नं प्यायची रिप्पीच लावलाइसा वाटतं दोघांनी? त्येच्या आयला, काय मान्सं तरी हैसा?''

''येऽ उगंच बोंबलू नकोस! तुझं काम तटलं आसलं, तर जोड्यानं मार आम्हास्नी; खरं वाळळ्यारानी भकू नकोस असा!''

बोलता बोलता तुक्यानं जेवणाचं गठरं सोडलं. पाहिलं तर आत नुस्त्या तीन-चार भाकरी नि तव्यात गरगटलेला घट्ट झुणका, एवढंच जेवण बघून तुक्या खवळून उठला, ''तुज्या आयला तुज्या, हे काय जेवान म्हणायचं?'' बोलता बोलता त्यानं बेसावध उभ्या असलेल्या पुजाऱ्याच्या कानफड्यात एक ठेवून दिली!

भेलकांडत जाऊन पुजारी बंपरवर अडमडलं...

या अनपेक्षित प्रकारानं झिंगणाऱ्या मेस्त्रीची नशा निम्म्यावर आली. पुजाऱ्याला सावरावं का तुक्याला आधी आवरावं, त्याला समजेना!

तुक्या पुन्हा पुजाऱ्याच्या अंगावर झेपावला... तसा मेस्त्री चाट्दिशी जागचा हालला. त्यानं तुक्याला थोपविलं. तशी तुक्यानं वट लावली,

''सोड त्येच्या आयला, लै दनकदार मालक बघिटलाय असला! च्या भनं, आमी किती आशेनं बसलाताव दारूबिरू पिवून हितं, आता ह्यो मटनाचं जेवान आणणार हाय म्हणून! तर ह्येनं आणला भरडा! अरे, डायवर म्हंजे काय समजलास तू? डायवरची जात आस्सल–आस्सल खाना खाती, समजलं! असला भरडा खाऊन तुझ्यासारखी मान्सं जगत्यात, डायवर न्हवं!!''

–'सत्यकथा', फेब्रुवारी, १९७३

■

बळी

तिच्या तोंडी सतत हेच असायचं. 'मी मरणार, विष पिऊन मरणं माझ्या कपाळीच लिहिलंय. मला घरी त्रास आहे...'

घरी तिची विधवा आजी, परित्यक्ता मावशी, धाकटा मावळा व मावसभाऊ अशी मंडळी. तसा काही कामाचा त्रास नव्हता. भांडण, शिव्या वगैरेही काही नव्हतं... मग तिला त्रास तरी कसला होता?

त्यानं सतत पिच्छा पुरवला आणि तिचं टालमटोल सुरू झालं... तोंडी आत्महत्येची भाषा कायमच. सातवीची परीक्षा संपली. गावी आईकडे जाण्यापूर्वी ती म्हणाली, ''माझं दुःख तुला सांगून दुःखी कशाला करून जाऊ? माझं दुःख माझ्याजवळच राहू दे...'' झालं. संपलं. एवढंच आणि निघूनही गेली...

आई एका गावी. बाप दुसऱ्या. वैयक्तिक भांडणामुळे विभक्तपणा आलेला. सहा भाऊ, थोडे इकडे, थोडे तिकडे...

तीन महिने ती आईकडे होती. या अवधीत काही पत्रंही तिच्याकडून आली. 'मला तुझी फार आठवण येते, त्या वेळी मी तुझा फोटो पाहत बसते...' आणि असंच असायचं त्यात.

उरूसाच्या निमित्तानं ती परत आली आणि सोबत आलेल्या आईसह थोरल्या मावळ्याच्या घरी राहू लागली. दोन आठवड्यांनंतर पूर्वीसारखी आजीच्या घरी, धाकट्याकडे, ती राहायला आली... त्यानंतर तिची आई गावी निघून गेली...

तिच्या-त्याच्या नावाचा गवगवा झालेला. तिला एकटं बाहेर पडायचीही बंदी. बोलणं, भेटणं तर दूरच. फक्त चिठ्ठ्यांतून मन व्यक्त व्हायचं. त्यात तिची वैयक्तिक दुःखं असायची आणि आत्महत्येचं तुणतुणं.

'सटवाईनं माझ्या कपाळी विषाची बाटली पिऊन मरून जाणं लिहिलंय...' वगैरे.

असं काही वाचून तो हबकून जायचा. मग अख्ख्या दिवसावर निराशेची अभ्रं चढायची... सगळं जगच खिन्न, उदास दिसू लागायचं...

त्यानं पूर्वीसारखाच पिच्छा पुरवला. सतत. एकसारखा. न कंटाळता.

"सांग रत्ना, तू असं का म्हणतेस? मला कारण सांग, काहीतरी मार्ग शोधू. मला सांग..."

आणि तिनं सांगायचं कबूल केलं; पण अटीही घातल्या, "मी कारण सांगते, मात्र तू हे कुणाला सांगायचं नाही आणि भांडणही काढायचं नाही. तसं काही झालं तर त्यात माझीच अब्रू जाऊन पुढं लग्न होणं कठीण होऊन बसेल..."

त्या अटी पाळण्याचं त्यानं कबूल केलं, तेव्हा कुठं तिनं सर्व लिहून कळविलं.

लहानपणापासून ती येथे आजोळी वाढलेली. थोरल्या मामाची तिच्यावर पापी नजर. ती वयात यावयाच्या आधीपासूनच हाताला धरून ओढणं वगैरे प्रकार चालू झालेले. थोरला विवाहित. गावातच वेगळा राहिलेला. तिच्या नादानं वरचेवर घरी यावयाचा. तिला पैसे द्यावयाचा. केव्हा लाडू, चिवडा, पेढेही... अशी ती मिंधी. तरीही अब्रूसाठी तिनं झगडा केलेला, पण होऊ नये ते घडलं अन् मग घडतच गेलं... इथं हे असं, त्यामुळे सातवीची परीक्षा संपल्यावर गावाकडे जाण्याचा तिनं हट्टच धरला... गावाकडे गेली. आईची गरिबी. पोटासाठी रोजगार. घरी ही एकटी. ते पाहून गावातले भले लोक सांगू लागले, "बाई गं, तू अशी ही पोटासाठी रोजगाराला जाणार. घरात ही एकटी. हे गाव डँबीस लोकांचं. तेव्हा तू तिला पूर्वीसारखी तुझ्या भावाकडेच ठेव कशी. तेच चांगलं." वडील शिक्षक. त्यांच्या गावी ती भेटावयास गेली. आपली पोर कोणत्या परिस्थितीत सापडून भेटावयास आली आहे, याचा विचारही न करता त्यांनी सुनावलं, "तू लहानाची मोठी झालीस, तिथंच राहा. इथं माझ्याजवळ नको. हवं तर मी तुझ्या लग्नाला पैसे देईन..." निराश होऊन ती परत आईकडे आली. या अवधीत थोरला पाच-सहा वेळा येऊन गेला होता. 'भाचीला नेतो' म्हणत होता. 'उरूसाला तरी या' असे आमंत्रण घेऊन आला होता. त्या निमित्तानं आईनं परत तिला इकडे आणलं व ती थोरल्याजवळ राहू लागली. तिच्या आश्रयाचा प्रश्न पुन्हा निघाला. भवती न् भवती झाली अन् ती पुन्हा पूर्वीसारखी आजीजवळ राहू लागली. थोरल्याच्या घरी ती पंधरा दिवस होती. मध्यंतरी तीन दिवस तिची आई आपल्या बहिणीला भेटावयास मुरगूडला गेली होती. त्यावेळी थोरल्यानं पुन्हा दोन वेळा डाव साधला. तेव्हा त्याची बायको जवळच जागी होती; पण मध्ये पडून त्या अजाण पोरीची तिनं सुटका केली नाही, तर गप्प बसून उलट नवऱ्याच्या पापकर्मास मदतच केली. पंधरवड्यानंतर आजीकडे राहू लागल्यावर तिला वाटलं, आतातरी परिस्थितीत काही सुधारणा होईल; पण तो भ्रमच ठरला. थोरल्याचा नीचपणा तिनं आईलाही सांगितला, तर ती म्हणाली, "थोरला आहे नि तू आहेस. दोघं तळ्यात जाऊन पडा. मला काही सांगू नकोस!" आणि ती माऊली लेकीला येथेच सोडून आपल्या गावी निघून गेली... थोरला तर दिवसातून पाच-सहा

वेळा घरी येऊन अंगावर हात टाकायचा प्रयत्न करायचा... तिचं तर डोकंच फिरल्यागत झालं. बाहेर कुठं आसरा नाही. इथं मावळ्याच्यात आहे तो हा असा. अब्रूनं जगायचं तरी कसं? आपणाला दिवस गेले तर? आणि असं काही झालं तर मामा बाजूलाच राहून आपणावर प्रेम करणाऱ्या त्या बिचाऱ्या रामूवर आळ येणार... आपल्यामुळे तो जन्मातून उठायला नको. त्यापेक्षा आपणच मरून गेलेलं बरं... आणि एकदा बाजारात गेल्यावर तिनं ढेकणाच्या औषधाची विषारी बाटली आणून ठेवली. ती पिऊन आत्महत्या करायची, असं ठरवून...

दुःख आणि संताप... संताप आणि दुःख... एक डोकंच फिरायचं तेवढं राहिलं. आपण जिच्यावर जिवापाड प्रेम केलं, ती अशी निघावी? रक्त उकळू लागलं... तिच्याशी तो बोलतो, सवरतो म्हणून थोरला जाब विचारायला गेल्या वर्षी आला होता व त्याच्याच हातचा मार खाऊन गेला होता... आताही वाटलं, घरात शिरताना थोरल्याला ओढावं नि गटारीत घालून कचाकच तुडवावं. मग मनात आलं– आपण असं काही केलं, तर आपला राग शांत होईल; पण मधल्यामध्ये तिची बेअब्रू होईल... मग काय करायला हवं? पहिलं काम, तिच्या पाठीशी खंबीरपणे उभं राहून तिला धीर द्यायला हवा. तिच्या निराश मनात जगण्याची उमेद निर्माण करायला हवी... त्यानं हे सर्व केलं. तिच्याभोवती पहारा. दोन शब्दही बोलणं कठीण. तरीही त्यानं शेकडो पत्रं लिहिली. तिच्या हाती पडतील, अशी व्यवस्था केली. त्या पत्रात तिला धीर दिलेला असायचा. उपदेश केलेला असायचा. घरच्या लोकांचे डावपेच समजावून सांगितलेले असायचे. त्या पत्राच्या संजीवनीनं ती जगली... असंच दुसरंही महत्त्वाचं काम. थोरल्याला जरब बसविली, ''बायकोच्या कपाळावरचं कुंकू पुसून ठेव'' म्हटलं. थोरला घरी यावयाचा बंद झाला. यासाठी मानहानी, अपमान, सारं त्यानं सहन केलं.

एवढं सर्व झाल्यावर शांतपणे तो विचार करू लागला, तेव्हा काही भयानक सत्याचा शोध लागला. तिच्यावर तिच्या मामानं अनेक वेळा बलात्कार केले आहेत, हा तिच्या पत्रावरून झालेला भ्रम. पण तो एक राजीखुषीचा सौदा होता. मामानं पद्धतशीरपणे तिला बिघडविलं आणि तीही बिघडली. कदाचित् त्या चोरट्या सुखाची तिलाही चटक लागली असेल... थोरल्यानं अनेकवेळा झडप घातलेली, तरीही उरूसाला आल्यावर ती पंधरा दिवस त्याच्या घरी राहिली, म्हणजे या संबंधात तिचेही हात स्वच्छ नव्हते. हा धक्का जबर होता. जिच्यावर अंतःकरणपूर्वक प्रेम केलं, ती एक व्यभिचारिणी निघावी आणि हे सर्व तिच्याचकडून आपणाला कळून यावयाचं नशिबी यावं, केवढं मोठं दुर्दैव हे! सुरुवातीच्या काळातील तिच्या पत्रांतील ती वाक्ये 'रामू तुझ्यावर माझं फार फार प्रेम आहे...' ते सर्व खोटंच? मग तिच्या त्या मूक कटाक्षांचा अर्थ काय? घरी काही चांगलंचुंगलं केलं, की स्मरणपूर्वक ते

आपल्याकडे पाठवून द्यायची, त्यामागे हेतू तरी काय? की प्रेम एकावर नि शरीर दुसऱ्याला, अशी तिची स्थिती झाली होती? की आपल्या भीषण भवितव्याची कल्पना येऊ लागताच भांबावून जाऊन आत्महत्येचे विचार तिच्या मनात येऊ लागले? की, आपणावर प्रेम करणाऱ्या रामूला तर आपली सर्व कर्मकहाणी सांगावी, यातून तो तरी काही मार्ग सुचवेल– असं तिला वाटलं का? विचार करील तसे प्रश्नांमागून प्रश्न. अनेक. त्यातून शेवटी आत्मक्लेश. बाकी काही नाही. तेरा-चौदा वर्षांची एक कोवळी पोर अशी दुहेरी व दुटप्पी वागू शकते? मनाला पटवून घ्यायला फार प्रयास पडत होते. म्हणजे, मामा-भाचीचा हा अनैतिक संबंध ऐन रंगात आलेला असताना आपण तिच्या आयुष्यात आलो? अनेक वेळा अनेक प्रकारे किती आपुलकीनं मदत केली! त्यामुळे ती आपणाकडे आकर्षली गेली, की आपल्या व्यक्तिमत्त्वाच्या प्रभावामुळे? त्या वेळेपासून स्वत:च्या पापाचरणाचा तिला पश्चात्ताप होऊ लागला असेल? अन् म्हणून तिनं सर्व काही आपणाला सांगितलं? आपली ओळख होण्याआधीच ती पापकर्दमात गळ्यापर्यंत रुतली होती. तिनं आपणाला फक्त स्वत:ची परिस्थिती मोकळ्या मनानं सांगितली; पण मदतीची याचना केली नाही की अपेक्षा बाळगली नाही. उलट 'मला मदत करू नकोस त्यात तुझीच बेअब्रू होईल; मला माझ्या मरणानं मरू दे.' म्हणून सांगितलं. तिच्या दु:खाचं गाऱ्हाणं घेऊन आपण तिच्या घरातील सर्वांना भेटत होतो, तेव्हा तिनं कळवलं, 'तू कोणाला काही भेटू नकोस. त्याचा काही उपयोग होणार नाही. पैशासाठी घरच्या मुलींना धंद्यावर बसविण्यासही ही माणसं कमी करणार नाहीत! केवळ तुझ्याकडे पाहून डोळ्यांत जीव आणून मी जगते आहे. नाहीतर मला मरायला वेळ लागायचा नाही. मला माझ्याच आयुष्याचा वीट आला आहे...' ती स्वत:च्या आयुष्यातील एकेक गोष्ट कळवीत होती आणि आपल्या श्रद्धा, मांगल्याच्या कल्पना, माणसांच्या नात्यानात्यातील पावित्र्य– यांच्या चिंध्या चिंध्या होत होत्या. एक वृद्धा अशी होती, जी स्वत:च्या अजाण नातीला स्वत:च्या मुलाची बटीक करून पोट जाळत होती. एक मामा असाही होता, ज्यानं स्वत:च्या मुलीच्या वयाच्या भाचीला फार पद्धतशीरपणे बिघडवून टाकली होती– अश्लील पुस्तके व त्यातील चित्रे जबरदस्तीनं पाहायला लावून, काही वेळा गुरासारखी मारूनही. एक तरुण असाही होता, जो स्वत:च्याच भाचीला स्वत:च्या थोरल्या भावाच्या वासनेला बळी देऊन स्वत:चं पोट जाळत होता... आणि ती मावशी, तो मावसभाऊ... सगळेच भाड खायला सोकावलेली... संगनमतानं काही माणसांनी आपल्याच घरातील एका कोवळ्या मुलीला अशी आयुष्यातून उठविली होती. या अपराधाबद्दल कोणी जाब विचारणारं नव्हतं. आईनं पाठ फिरविली होती, बापानं दरवाजा बंद करून घेतला होता आणि आर्मीत नोकरी करणारा थोरला भाऊ आपलंच गाऱ्हाणं गाऊन गेला होता... आई, बाप, भाऊ हे

असे. तिला धीराचा एखादा शब्दही पुरेसा होता, तोही त्यांच्या तोंडून निघाला नव्हता. तिच्या पाठीशी खंबीरपणे उभं राहून तिला धीर देणारे केवळ एक नि एकटे आपणच होतो जगात. त्या सर्व भाडखाऊंचे डाव तिच्या पोरबुद्धीला समजत नव्हते; पण आपणाला कल्पना येत होती. तिला आपण सावध करायचो. डावाला प्रतिडाव कसा टाकावा, ते कळवायचो. त्यासाठी असंख्य पत्रं. रोज एक वा दोन. असं वर्षभर चाललेलं. पोटासाठी करावा लागणारा उद्योग, त्यात मन व शरीर आंबून जायचं, तरीही आपण मरगळलेल्या वृत्तीवर उसना उत्साह शिंपडून तिला लिहायचो. लिहिता लिहिता केव्हा बोटं दुखू लागायची, नको हे, वाटायचं. या सर्व धडपडीचा आपणास काहीच बरा-वाईट लाभ नव्हता, तरीही हे सर्व का व कशासाठी? तिचं सगळं चारित्र्य कळून आल्यावर तिच्याबद्दल घृणा वाटत होती. द्वेषही. आपणाला तिनं माणसातून उठविलं होतं. तिचं दु:खं, तिची व्यथा आपण फार फार जिवाला लावून घेतली होती, त्यामुळे आपणास धडपणे झोप येत नव्हती, की पोटभर जेवण जात नव्हतं. जगण्याचं चैतन्यच हरपलं होतं. तिच्यावर प्रेम केलं हाच काय तो आपला गुन्हा नि त्याची ही केवढी भयंकर शिक्षा! आपण क्षणाक्षणानं झिजत होतो. आपली प्रकृती झपाट्यानं खालावत होती. केवळ तिच्यामुळे हे सगळं... पण त्याबद्दल तिचा सूड घ्यावा, असं आपल्या स्वप्नातही येत नव्हतं. तिचे सर्व अपराध आपण पोटात घातले होते, तरी पण तिचा स्वीकार करता येत नव्हता. सात-आठ महिन्यांपूर्वीच आपलं लग्न ठरलं होतं अन् येत्या वैशाखात ते होणार होतं. आपले हात बांधलेले नसते, तरीही तिचा स्वीकार करावयास मन तयार झालं असतं का? अस्पर्श असं बासं फूल व हुंगलेलं फूल, केवढं अंतर...

हत्तरगीच्या स्थळाला ती पसंत पडली. निरोप आला, 'येत्या सोमवारी आम्ही साखरपुड्यास येतो. तयारीत असावं, हे कळवून तिनं लिहिलं, 'तू नको म्हणत असलास, तर मी हे लग्न करून घेत नाही. मी जन्मभर तशीच तुझ्याजवळ राहायला तयार आहे.' अर्थात हे काही नवीन नव्हतं. यापूर्वीही दोन-तीन वेळा तिनं अशी सूचना केली होती. त्या वेळी त्यानं कळविलं होतं, 'कायद्याच्या दृष्टीनं तू अल्पवयीन आहेस, त्यामुळे दोघांना एकत्र राहणं दूरच. उलट, माझी तुरुंगात रवानगी होईल.' आताही त्यानं समजूत घातली, 'माझी परिस्थिती तुला माहीतच आहे. तुझा स्वीकार केल्यानं तुझं, माझं व माझ्या वाग्दत्त वधूचं– असं तिघांचंही नुकसान होणार आहे. म्हणून रत्ना, तू लग्न करून घेऊन त्या नरकातून सुटका करून घे. हाच उत्तम पर्याय आहे. रत्ना, तुझीही काही स्वप्नं होती ना? तशीच माझीही काही होती, तर आपण ती आता विसरायची आणि वास्तवाचा स्वीकार करायचा...' आणि असं बरंच काही आपण लिहिलं होतं...

सोमवारी साखरपुडा झाला. रात्री गोड्या जेवणाचा बेत. संकेश्वरचा मावळाही आलेला. घरजावई झालेला व चार पैसे बाळगून असलेला हा मावळा तिच्या लग्नाला

पैसे खर्च करणार होता. रत्नाच्या बापानं घोर निराशा केल्यावर त्यानं त्याच मावळ्याकडे प्रयत्न केले होते. रत्ना येथे कोणत्या विचित्र परिस्थितीत सापडली आहे, हे सर्व लिहून संकेश्वरला तरी घेऊन जा, असं त्यानं पत्र लिहिलं होतं. पोस्टानं पत्र धाडावं, तर पत्ता माहीत नव्हता. तेथला एक शिक्षक मित्र होता, त्याच्याकरवी त्यानं टपाल पाठविलं होतं. मावळ्याचा पत्ता शोधत शिक्षक मित्र गेला. भेटला. त्यानं दिलेलं टपाल उलट त्याच्या अंगावर भिरकावीत संकेश्वरवाला म्हणाला, "आमच्या घरची तो का उचापत करतो? त्याच्या बापाचे मिंधे आहोत का आम्ही?" शिक्षक मित्रानं हे सांगताच आपण म्हणालो, "सुरेश, कधी भेटला तो हरामखोर, तर सांग त्याला रामूच्या बापाचं नव्हे, तर रामूचं खाऊन तुझ्या घरची सगळी मिंधी आहेत. माझ्या या किराणा दुकानातून नेलेली उधारी वर्ष होऊन गेलं तरी फिटेना नि हा मिंधेपणाच्या गोष्टी सांगतो! रामूनं आता केवळ तुझ्या घरातल्यांची मुंडकीच धरली आहेत. त्याच्या बापाचं खाऊन मिंधे असता, तर मुंडक्यावरचा हात नरड्यावर आला असता! साल्या, रामूनं तुझ्या या भाचीची उचापत केली, म्हणून तर ती अजून जिवंत आहे, नाहीतर..."

मध्ये एकदा रत्नाची आई आली होती. हुक्केरीला जाताना मध्येच ती संकेश्वरला थांबली. भावाला भेटली. त्याच्यापुढं कचाकच डोकं आपटून घेत म्हणाली, "तुमच्या घरात माझी पोर अन्नाला पडली, म्हणून तुम्ही तिचं असं वाटोळं केलासा? आता तुझी पोर घेऊन जा म्हणतात. तिला कशी नेऊ, तिचं लग्न कसं करू? आणि गावातली माणसं दहा तोंडानं बोलायला लागल्यावर त्यांना उत्तर काय देऊ? आजवर ही तिकडे आजोळी वाढली, आताच इकडे का? तिथं हिनं काही गुण उधळले का? असा गावगोंधळ होऊन बसला, तर पोरीचं पुढं कसं?"

तसा संकेश्वरवाला म्हणाला, "अक्का, तू काही काळजी करू नकोस. रत्नाला मी माझीच पोर समजतो आणि धडाक्यानं तिचं लग्न करून टाकतो. तू अगदी निर्धास्त मनानं गावी जा!"

असा हा संकेश्वरवाला. साखरपुड्याच्या रात्री जे गोड जेवण झालं, त्या जेवणाला यानंच थोरल्याला बोलावून आणलं. ज्यानं अनेक वेळा रत्नाची अब्रू लुटली, तोच बदमाष साखरपुड्याच्या जेवणाला हजर. त्याला बोलावून आणणाऱ्यांना लाज नाही व घरात घेणाऱ्यांनाही! त्या वेळी रत्ना तरी कशी गप्प बसली? 'याला जर असंच बोलावून आणणार असाल, तर मलाही हे लग्न नको. आधी मारून टाका मला नि मग याला बोलावून आणा!' असं बाणेदार उत्तर तिनं का दिलं नाही? तिची व्यथा ती आपली समजून आपण तिच्या भल्यासाठी इतकं धडपडलो आणि अखेर तीही... तीही त्या भाडखाऊंना सामील व्हावी? अखेर त्यांचे ते एकच झाले आणि आपण मात्र सर्वांचे शत्रू झालो! या संकेश्वरवाल्याला रत्नाचा पुळका आलाय म्हणून

नव्हे, तर थोरल्याच्या पापकर्मावर सारवासारवी करण्यासाठी हा पैसा खर्च करायला तयार झाला आहे. तो पैसा म्हणजे थोरल्याशी शैय्यासोबत केल्याबद्दल दिला गेलेला मोबदला! आणि रत्ना कळविते, 'रामू, माझ्या लग्नाला हजर राहा.' पण ते लग्न म्हणजेच एक तमाशा. ज्यांनी तिच्या माथी बटकीचं जिणं मारून आत्महत्या करण्यापर्यंत तिच्यावर वेळ आणली होती, तीच चांडाळ माणसं साळसूदपणानं लग्नात मिरविणार आणि अक्षता पडल्यावर त्याच पापी माणसांचे पाय धरून रत्ना शुभाशीर्वाद मागणार!

साखरपुड्याला रत्नाची आई गावाहून आली होती, अन् अजूनही येथेच राहिली होती. त्यानंतर थोरलाही एक-दोन वेळा घरी येऊन गेला होता. हे पाहून मस्तकात तिडीक उठली. वाटलं, घरातून बाहेर पडताच साल्याला ओढावं आणि... पण मोठ्या संयमानं संताप दाबून टाकत त्यानं ठरविलं, की तिच्या आईला भेटावं नि सांगावं, "बाई गं, तुझ्या भावाचा पराक्रम माहीतच आहे तुला. आजवर त्याला घरी यावयाचं बंद केलं होतं मी. साखरपुड्याच्या जेवणाला तुम्हीच त्याला बोलावून आणलंत. तेवढ्याशा निमित्तानं तो पुन्हा घरी येऊ लागला आहे. लग्नाआधी पुन्हा एखादी संधी साधावी, असा पापी हेतू त्याच्या मनात आहे. तेव्हा तू त्याला ताकीद देऊन घरी यावयाचं बंद कर, नाहीतर मी..."

गल्लीतच वावभर अंतरावर रत्नाच्या नात्यातील यशोदाबाई राहत होती. तिच्या घरी सगळ्यांचं जाणं, येणं. रत्नाचं सर्व तिला माहीत. एके दिवशी रत्नाच तिच्या घरी जाऊन पोटभर रडली होती व आपली सर्व कहाणी तिला सांगून म्हणाली होती, "तो रामू एक धीर द्यायला आहे, नाहीतर मी केव्हाच मेले असते!"

त्याला वाटलं, यशोदाबाईच्या घरी जावं आणि तिच्याकरवी रत्नाच्या आईला तेथे बोलावून घ्यावं अन् सांगावं... असा विचार करून तो निघाला... यशोदाबाईच्या घरात शिरला, तर तेथे थोरला उभा– यशोदाबाईशी बोलत! म्हणजे, हा बदमाष पुन्हा गल्लीत आला तर! यशोदाबाईशी उगीच बोलल्यासारखं करून हा परत रत्नाच्या घरात शिरणार... संतापाची एक लाट सरसरत साऱ्या शरीरभर पसरत गेली... आणि काय करतो आहोत, हे कळायच्या आतच शरीरानं त्याच्यावर झेप घेतली... एक वर्षभर धुमसणारा संताप, एक वर्षभराचा संयम... कितीतरी दिवसांपासून हात शिवशिवत असलेले... त्याचं नरडं कसं धरलं, तो धाडकन् मागं केव्हा पडला नि त्याच्या नरड्यावर पाय रोवून त्याच पायातील चप्पलनं त्याच्या तोंडावर फाडफाड मारण्यास कशी सुरुवात केली, समजलंच नाही! एक कैफ, एक जोष, एक धुंदी... तो बेभान झाला होता... विड्या बांधत बसलेली यशोदा चटकन् जागची उठली आणि त्याच्या दंडाला धरून, "सोड रामू, सोड बघू, सोड म्हणते ना," म्हणू लागली अन् ते प्रयत्न अयशस्वी झाल्याचं व खाली पडलेल्या थोरल्याचेही डोळे

पांढरे झाल्याचं पाहून छाती बडवून घेत बाहेर पळाली. नरड्यावर पायाचा दाब होताच; पण हातातील बाटाच्या चप्पलचे वाद तुटले, चप्पल खाली टाकून डोळे भिरभिरले. जवळच्या भिंतीशी काटवट उभी केलेली. ती उचलली आणि दोन-तीन दणके चेहऱ्यावर लगावले. काटवटीचे तुकडे उडाले. पडलेला तुकडा उचलतोय तोच यशोदाबाईनं बोलावून आणलेली माणसं भसासा आत घुसली आणि त्याला त्यांनी बाजूस केलं... थोरल्याच्या नाकातोंडातून रक्त येत होतं...

तोवर लोकांची बाहेर खूप गर्दी. त्याला कुणीकुणी दंडाला धरून दुकानाकडे चालविलं, कळलंच नाही. चालताना त्याला दिसलं– मार खाल्लेला थोरला परत रत्नाच्या घरात शिरतो आहे... आपला राग तो रत्नावर काढणार... परत ठिणगी पडली. तोंडातून तडातड शिव्या बाहेर पडल्या आणि त्यानं उसळी मारली. दंडाला धरलेल्यांची पक्कड आणखीन आवळ झाली. त्याला दुकानात आणलं गेलं. पाठोपाठ यशोदाबाईही. म्हणाली,

"शांत हो रामू, शांत हो बघू!"

"तो हरामखोर पुन्हा घरात शिरलाय, त्याला आधी बाहेर काढ!" तो गरजला.

"ते आमचं आम्ही बघतो, तू शांत हो बघू आधी!"

"तुझं तू काय बघतेस? त्याला आधी बाहेर काढ!" तो उसळून म्हणाला. "नाहीतर परिणाम चांगला होणार नाही."

तशी यशोदाबाई लगबगीनं निघून गेली... तिनं थोरल्याला बाहेर काढलं... गल्लीतून थोरला निघून जाताना त्यानं आणखीन शिव्या हासडल्या, त्या ऐकून घेत थोरला चोरासारखा निघून गेला...

तसे बघे दुकानाजवळ जमा झाले. विचारू लागले, "काय झालं? काय घडलं? कशाबद्दल भांडण-मारामारी?"

"काही नाही... काही... नाही" तो उत्तर देत होता...

एवढ्यात समोरच्या लंगड्याच्या पोराकडे त्याचं लक्ष गेलं. त्याचा संताप पुन्हा उफाळला. गेल्या वर्षीचा एक एप्रिलचा दिवस. वेळ सकाळची. रत्नानं आपल्या मैत्रिणीकरवी त्याला बाहेर बोलावून घेऊन 'एप्रिल फूल' केलं होतं आणि त्यावर तो हसू लागला होता... ते पाहून लंगडा आपल्या दारातूनच बोंबलत राहिला होता. याच लंगड्यानं त्याच्या चहाड्या थोरल्याला सांगून कान फुंकले होते. ते सर्व ऐकून मोठ्या आवेशानं थोरला त्याला जाब विचारायला आला होता अन् स्वतःच मार खाऊन गेला होता. लंगड्याची नटरंगी पोर फुली, लग्नाआधी अनेक थेरं केलेली. तिच्या प्राप्तीसाठी लाडू, चिवडा किंवा दहा नवे पैसेही पुरेसे होत. तिच्या यजमानांपैकी थोरलाही एक होता आणि दोघांचा संबंध रत्नानं प्रत्यक्ष आपल्या घरात स्वतः पाहिलेला. तेव्हा रत्ना लहान होती...

रत्नानं त्याला सांगितलेलं हे सगळं त्याला आठवलं. एका अनामिक उसळीनं त्याच्या तोंडून शिव्या बाहेर पडू लागल्या–

"याच सुकाळीच्याचा बाप त्या हरामखोराला चहाड्या सांगणार! त्याच्या फुलीला गाव पुरं होत नव्हतं, तेव्हा हा काय लोक मोजत बसला होता? आणि आता दुसऱ्यांची मापं काढतो..." अन् असं बरंच...

आणि पुन्हा भांडण पेटलं! लंगड्याचं कार्टं घराकडे पळत गेलं नि भावांना बोलावून आणलं. काठ्या घेऊन आलेले भाऊ दुरूनच नाचू लागले. फुली आपल्या नवऱ्यासह नजीकच राहत होती. लग्नानंतर तर ती सती सावित्रीच झाली होती. तीही आली व तोंड करू लागली, "सांग मला– तू कुठं कुठं पकडला आहेस?" नि असंच...

"अगं त्याच घरात त्या थोरल्याबरोबर. दिवसही पुरा होत नव्हता तुला! लग्नापूर्वीचे तुझे धंदे विसरलीस वाटतं?"

तोवर कुठूनसा फुलीच्या थोरल्या बाहिणीचा नवरा आला नि त्याची गळपट पकडून ओरडला,

"चल, खरं-खोटं करून दे, चल ये!"

तशी त्यानं घुबडासारख्या दिसणाऱ्या त्या काळ्याची गळपट पकडली व त्याला आपल्याकडे खेचत म्हटलं,

"बोलावून आण तुझ्या मेहुणीच्या यजमानाला– आताच्या आता खरं-खोटं करून देतो!"

पुन्हा वादावादी, झोंबाझोंबी... एव्हाना त्याचेही भाऊ आले...

तोवर गल्लीतील एक प्रतिष्ठित लक्षाधीश शहाडेअण्णा आले नि म्हणाले, "काय रे हे तुमचं? तुमचे वडील कसे देवासारखे आणि तुम्ही काय ही पोरं... गप्प जावा घरी!"

आणि भांडण थंडावलं... लोक पांगू लागले...

घरी आल्यावर वडिलांनी फैलावर घेतलं, तशी त्यानं सर्व परिस्थिती सांगितली. तसे ते संतापून म्हणाले, "अरे पोटासाठी स्वतःच्या मुली धंद्यावरही बसवितात काही लोकं, म्हणून का तू त्यांच्या खासगी गोष्टीत भाग घेणार? तुला एवढं काय कारण होतं त्या मुलीची बाजू घेऊन भांडण काढायचं?" आणि जवळच बसलेल्या आईकडे मान वळवून ते म्हणाले, "हाच तिच्या नादी लागला होता! सगळी गल्ली सांगत्येय असं... निदान एका माणसानं तरी याच्या बाजूनं बोलायला हवं होतं!"

"गल्लीतील कुणालाच हे माहीत नाही. तसं असतं, तर त्या पोरीचं लग्नही ठरलं नसतं!"

"तिथे गल्लीत हेरगिरी करण्यासाठी तुझी नेमणूक केली होती की काय कुणी? तुला कशाला हवी होती दुसऱ्यांच्या घरची नस्ती उसाभर? तुझा व्यवसाय सांभाळत

दुकानातच बसून राहता येत नव्हतं? चूक प्रथम तुझीच आहे. दुसऱ्यांना कशाला बोल लावतोस?''

त्याची बाजू समजावून घेणारं कुणीच नव्हतं. बाहेरच्या लोकांप्रमाणे घरचीही विरुद्ध. भाऊही. अरे, तुमच्यासाठी आजवर राब राब राबलो ढोरासारखा आणि तुम्हीही...? लंगड्याची कार्टी अंगावर धावून आली होती, त्या वेळी त्यांची नरडी पकडाल, की भावालाच पकडून धराल? कसले शेणा-मेणाचे जन्मलात. तुम्हाला जरातरी राग...? अरे, तुमच्यासाठीच तर ही हलकीसलकी कामं करीत राहिलो... कुठंही चांगली नोकरी करून केवळ स्वत:चं सुख पाहता आलं असतं, तितकं शिक्षणही झालेलं... पण स्वत:आधी घरच्या लोकांचा विचार, आपल्या भावंडांची काळजी... अरे, हमाल बनलो, राबलो, घाम गाळला आपण. गावातील होलसेल व्यापाऱ्याकडून स्वत:च्या डोईवरून माल आणून हे किराणा दुकान चालविलं, वाढविलं, भरभराटीस आणलं... अन् हे सर्व आपण या आपल्या घरच्यांसाठी, या भावासाठी केलं आणि आपणावर वेळ येताच या सर्वांनी पाठी फिरविल्या! नि साक्षी-सोबतीला गल्लीतील माणसं! ती गल्ली न् ती माणसं... जिथं भांडण-भानगडीशिवाय दिवस उगवत नाही नि मावळत नाही... कोण किती चिखलात उभा होता नि कोणाचे किती हात स्वच्छ होते? अन् अशा गल्लीतील लोकांनी ठपका घ्यावा? काय माहीत होतं त्यांना?

अखेर वडिलांनी निर्णय दिला.

''तू उद्यापासून दुकानाकडे जायचं नाही, आम्ही दुकान सांभाळतो. तू तिकडची काहीही उसाभर करायची नाही यापुढं.'' आणि सुनावलं, ''उद्यापासून तू मळ्याकडं जायचं. तिथली व्यवस्था पाहायची!''

काही अपराधाविना ही शिक्षा होती. आपल्याच घरच्या माणसांनी आपणाला असं बेअब्रू करून सोडावं? लोकांच्या दृष्टीनं आपण एक बदमाष ठरलो. सगळ्यांचाच समज होणार– पाहा, एका गरीब घराण्यातील मुलीवर यानं वाईट नजर ठेवली. तिचं लग्न ठरल्यावर तिच्याच मामाला मारून तिची बेअब्रू करून यानं लग्न मोडण्याचा प्रयत्न केला, असा नीच माणूस आहे हा! वस्तुस्थिती काय होती, काय आहे, कुणाला सांगायचं? कसं सांगायचं?

त्या रात्री जेवताना घशाखाली घासही उतरेना... रत्नाची तिकडे काय परिस्थिती झाली असेल? घास घशातच फिरू लागला. उठला. अंथरुणावर जाऊन पडला, झोप नव्हतीच. विचार मात्र अनेक, वेडेवाकडे, वाईटसाईट... आपल्या हातून आतताईपणा झाला. भांडण काढायला नको होतं. चुकलंच एकंदरीत... बेअब्रूच्या भयानं आज रात्रीच रत्नानं ती ढेकणाच्या औषधाची विषारी बाटली पिऊन टाकली तर? खंबीर मनानं या वाईट विचारापासून ती परावृत्त झाली, तरी या भांडणाची वार्ता

वरपक्षाच्या मंडळींना लागली तर? शंका-कुशंका उपस्थित करून ठरलेलं लग्न त्यांनी मोडलं तर? आपण हे काय केलं नू काय झालं? तिच्याच घरच्या माणसांविरुद्ध आपण एकाकी झुंज दिली, ती तिच्याच अब्रूरक्षणासाठी आणि शेवटी तिचीच अशी बेअब्रू होऊन तिला माणसातून उठविण्यासाठी अभावितपणे आपण कारण ठरलो का? आपल्याच हातून अशी अजाणता तिच्या गळ्यावरून सुरी फिरली नि आपण तिचा हा असा बळी घेतला का? तिच्या आयुष्यात आपली निश्चित भूमिका कोणती? आणि आपल्या आयुष्यात तिची? तिच्यामुळे आपल्याला सुखापेक्षा दु:खच जास्त भोगावं लागलं, तिचा तो संकेश्वरवाला मामा तिकडूनच भटजीला घेऊन आला होता. धार्मिक विधीसाठी, कशाला? तर मंगळाच्या शांतीसाठी. तिला मंगळ होता, हे तेव्हा समजलं. भविष्यावर विश्वास नव्हता, तरीही वाटलं, त्या मंगळानंच आपल्या अब्रूचा बळी घेतला... ती आपल्या आयुष्यातून जाईपर्यंत केवळ दु:ख नि मनस्ताप भोगावा लागणार... हे इतकंच, की पुढं आणखी काही वाढून ठेवलं आहे?

ते काहीही असो, काहीही होवो, पण ती मरता कामा नये... ती जगायला हवी... जगायला हवी ती... परमेश्वरा, आजची रात्र सुरळीतपणे जाऊ दे... आत्महत्या... बाटली... तसं होऊ नये... इडापिडा टळू दे... सगळं काही सुरळीत... उठला. भरभर लिहू लागला... डोक्यातील वादळ कागदावर उतरू लागलं.

'रत्ना, आकाश फाटू दे, धरणी दुभंगू दे, तू मात्र स्थिर राहा... काहीही होवो, तू मरायचं नाहीस, तर जगायचं... भांबावून जाऊ नको रत्ना, मी पाठीशी आहे... सगळ्या जगानं माझ्याकडे पाठ फिरवली, मला त्याचं काही वाटत नाही; पण रत्ना तू तरी शेवटपर्यंत माझ्या बाजूनं राहा... जग काहीही म्हणो; पण तू तरी जाणतेसच, हे सर्व काही मी तुझ्याच भल्यासाठी, कल्याणासाठी केलंय... यात माझा काहीही फायदा नाही, हेतूही नव्हता. रत्ना, तू जगावीस, अब्रूनं जगावीस, म्हणून आजवर मी धडपडलो, त्यासाठी मी माझ्या व्यवसायाची पर्वा केली नाही की प्राणाची क्षीती बाळगली नाही... तेव्हा रत्ना माझी ही धडपड तू व्यर्थ ठरवून नकोस गं, तर तू जग... जे काही झालं त्यानं हात-पाय गाळून बसू नकोस किंवा आत्महत्येचा विचार मनात आणू नकोस...'

सकाळी लवकरच तो उठला, बाहेर पडला. लिहिलेली चिठ्ठी रत्नाला पोहोचण्याची त्यानं व्यवस्था केली.

ती वाचून तिनंही एका बाईकडून त्वरित कळविलं, "जे झालं ते माझ्या मनाप्रमाणे झालं आहे. मी या भाडखाऊंच्या बाजूची नाही, तर जिवात जीव आहे तोवर तुझ्याच बाजूची आहे. या पुढेही मी तुझीच बाजू मांडणार आहे, मग परिणाम काहीही होवो! माझ्या मनात आत्महत्येचा विचार नाही. तू काळजी करू नकोस; मात्र तू सावध राहा. तुला मारायला टपलेले आहेत. तुझ्या अंगाला धक्का लागला, तर

तो माझ्या जिवाला धक्का लागला, असं समजते...''

ऐकून त्यानंही निरोप पाठविला, ''रत्ना तू माझी मुळीच काळजी करू नकोस. मी सावध आहे. या रामूच्या अंगावर हात टाकणाऱ्याचं काळीज सुपाएवढं पाहिजे. तू निश्चिंत राहा! स्वत:ला सांभाळ, जास्त विचार करीत बसू नकोस...''

रत्ना अजूनही जिवंत होती, हीच सगळ्यात समाधानाची गोष्ट... गेल्या रात्री आत्मघाताचा आततायीपणा तिनं केला नव्हता तर...

मळा, खाली हिरवंगार शिवार, वर निळंभोर आभाळ. एक वेगळंच वातावरण. त्याचं विस्कळित झालेलं मन जुळायला लागलं होतं. विहिरीतील पाण्यावरील चमक आज प्रथमच कळत होती. पाटातून वाहणाऱ्या पाण्यावरील फेसफुलांचा जिवंतपणा व आभाळाच्या निळावटीचा गहिरेपणा आज नव्यानंच जाणवत होता... किती मोठं हे जग. त्यावरील असंख्य प्राण्यांपैकी कुणीतरी एक आपण. क्षुद्र. सामान्य... निसर्गाच्या सान्निध्यात त्याला स्वत:ची व्यथा किती खुजी वाटू लागली होती!

अशीच दुपार उलटली. संध्याकाळचे गारसर वारे सुरू झाले आणि यशोदाबाई मळ्यात आली. तिच्या अनपेक्षित आगमनाचं त्याला आश्चर्य वाटलं. या बयेनं इकडं वाकडी वाट का केली असावी? प्रश्न पडला.

''रामू हे काय करून बसलास बरं?''

आल्या आल्या ती बोलली, ''मी तुला किती दिवस थोपवून धरलं होतं? 'हिचं एकदा लग्न होऊ दे, मग काय लावायचा तो झेंडा लाव,' असं तुला सांगितलं होतं की नाही?''

''त्या हरामखोराला मारावं, म्हणून काय मी तुझ्या घरी आलो नव्हतो, तर...'' आणि त्या वेळचा आपला उद्देश त्यानं सांगून टाकला...

''तू भांडण काढलंस; पण माझ्या गळ्यातील एकसर तुटला, घरातील एक घागरही कुणी पळवून नेली...''

''आँ?'' ही तर त्या वेळी लोकांना बोलावून आणायला बाहेर निघून गेली आणि...?

पण त्या वेळी तिनं असा काही आवाज काढला होता, की त्या क्षणापुरतं तरी त्याला वाटलं– खरंच असेलही तसं... मग मनात आलं, पण हे कसं शक्य आहे?

''आता माझं नुकसान कोणी भरून द्यायचं बरं? चूक तुझीच आहे. तूच माझ्या घरात शिरून भांडण काढलंस, तेव्हा तूच नुकसानभरपाई द्यायला हवीस. नाहीतर मला कचेरीत जायची वेळ...''

''हे बघ यशोदाबाई, हे उगीच आता वाढवू नकोस. नाहीतर यात बिचाऱ्या रत्नाचं वाटोळं होईल. तुझी काय असेल ती नुकसानभरपाई मी देतो...''

यशोदाबाई तिथून गेली, तरी मनात हेच भणभणत राहिलं– हिनं असं का वागावं? हिच्याशी आपण किती आपुलकीनं वागत होतो, दुकानात हिला उधारी देत होतो. कडीनडीला उसने पैसेही. एकदा हिच्या मुली आजारी होत्या, तेव्हा आपण औषधही आणून दिलं होतं... पैशासाठी अनेकांपुढं देहाचा बिछाना करणारी ही कसबीण आपणावरही एक दिवस उलटेल, हे आपल्या ध्यानीमनीही नव्हतं.

दुसऱ्या दिवशी गुरुवार आणि रत्ना मळ्यात आली. हे पण अनपेक्षितच. एवढं मोठं भांडण झालं असताना तिच्या भोवतीचा पहारा सैलावेल व ती भेटण्यास इथवर येईल, हे किती अशक्य वाटत होतं! सोबत दहा-अकराच्या उमरीची एक परकरी पोरही.

"तुला केव्हा एकदा डोळे भरून पाहीन, असं मला झालं होतं बघ!" आणि तिनं अशा काही नजरेनं त्याच्याकडे पाहिलं...

तिच्यासाठी आजवर सहन केलेले अपमान, सोसलेले मनस्ताप व काढलेली भांडणं साऱ्याचं सार्थक झाल्यागत वाटलं.

"मलाही तसंच वाटलं होतं रत्ना! तू आलीस हे एक बरंच झालं म्हणेनास. नाहीतर माझं तर डोकंच ठिकाणावर नव्हतं."

"भांडणात तुला कुठं लागलं तर नाही ना?"

"हा बघ मी तुझ्या समोरच उभा आहे. कुठं कुणाचा मला ओरखडाही उठलेला नाही! ओढाताणीत माझ्या मॅनिलाचं एक बटन तुटलं, एवढंच. बाकी मला काहीही झालं नाही!"

"मला तुझी काळजी वाटतीय बघ. असं हसू नकोस. सगळ्याच गोष्टी चेष्टेवर घालवायची सवय आहे तुला; पण माझा जीव तिकडे वरखाली होतो! तुला मारायला टपले आहेत. जपून राहा. गल्लीत पुन्हा येऊ नकोस."

"गल्लीत म्हणशील, तर चल रत्ना, आताही येतो. कुणाची माय व्यालीय पाहू! रत्ना, माझ्या अंगावर हात टाकणारा अजून जन्मला नाही कुणी! तू काहीच काळजी करू नकोस माझी; पण मात्र स्वत:ला सांभाळून राहा. आता हा वनवास पत्करायचा तो केवळ तुझ्यासाठी रत्ना, केवळ तुझ्यासाठी. मी गल्लीत आलो, तर पुन्हा भांडण पेटेल आणि मधल्यामध्ये तुझी बेअब्रू होऊन ठरलेलं लग्न मोडेल. मला केवळ याच गोष्टींची भीती वाटते... तुझ्या आयुष्याची आजवर ससेहोलपट झाली तेवढी बस्स झाली. निदान यापुढं तरी काही चांगलं व्हावं असं मला वाटतं..."

"माझं काहीही होवो; पण तुझ्या पायाखाली कसली आग पेटली आहे बघ!"

"चालायचंच रत्ना, पुरुषांचा जन्म असाच खडतर असतो. अगदीच मिळमिळीत आयुष्यात तर काहीच चव नसते."

"यशोदाबाई एक मिटलेलं भांडण पुन्हा वाढवायला लागली आहे. तिचा एकसर वगैरे गेलेला नाही. उगीच खोटंच तिनं उठविलं आहे. पैसे मागायला आलीच, तर विशाळगडला जाऊन काय ते खरं-खोटं करू या, असं तू म्हण!"

"खुळी आहेस रत्ना तू. असं वाढविलं, तर फार काही वाढविता येतंय; पण मधल्यामध्ये तुझ्याच जन्माचं वाटोळं होऊन बसेल. म्हणून हे सर्व आता मिटवायला बघायचं... तू सांगत होतीस, यशोदाबाई माझी पाहुणी आहे. माझ्या बाजूची आहे. पडल्यानडल्या वेळेला तिला मदत करीत जा. आजवर तिला मदत केल्याचे चांगले उपकार फेडतेय ती. तिनं तरी असं विनाकारण वैर धरायला नको होतं... अमूक इतके पैसे हवेत, असं म्हणून तिनं मागून घेतले असते, तर वेगळी गोष्ट होती; पण असं कुभांड रचायला नको होतं. त्या वेसवेला फक्त पैसा दिसतोय रत्ना, तुझं वाटोळं होत असलेलं दिसत नाही. ती तुझ्या बाजूची असती, तर असले घाणेरडे उद्योग तिनं चालविले नसते!"

"ती माझ्या जिवावरच उठली असली तर?"

"तसंच आहे ते रत्ना, तसंच आहे. काल आली होती ती भेटावयास. आपली म्हणून जवळ केलेली माणसं क्षुद्र स्वार्थासाठी प्रसंगी कसा गळा कापायला उठतात बघ! आणि रत्ना, हेच शहाणपण शिकण्यासाठी पैसे मोजले, असं समजायचं व ती मागतेय तेवढे पैसे देऊन मोकळं व्हायचं..."

"माझ्या नशिबात मंगळ आहे. माझ्यामुळं तुला काहीच सुख मिळालं नाही. मला तर माझ्या आयुष्याचा कंटाळा येऊन गेलाय... मीच आपली मरून..."

"नाही रत्ना, पुन्हा अशा मरायच्या गोष्टी करायच्या नाहीत! तुझ्यापासून मला काही सुख मिळावं, अशी कधी मी अपेक्षाही केली नाही, तर मी फक्त तुझ्यावर प्रेम केलं... मनापासून प्रेम केलं आणि म्हणून तर अध:पाताच्या गर्तेतून तुला वर खेचून काढण्यासाठी मी धडपडलो! मी मघापासून फार बोलतोय नाही?"

"खूप दिवसांनी भेटल्यावर माणसाचं असंच होतंय बघ! वर्षभर आपण तिथं जवळ होतो; पण आपणाला कधी भेटता-बोलता आलं नाही, आपणाला एकमेकांकडे पाहायचीही चोरी तेथे! तू येथे आलास, निदान पोटभर बोलता तरी आलं आपणास..."

"रत्ना, तेवढ्या पहाऱ्यातून तू स्वत:ची सुटका करून घेऊन इथवर कशी आलीस? मला याच गोष्टीचं मघापासून आश्चर्य वाटतंय..."

"घरी फक्त आई होती. समोरच्या या 'कमीच्या घरी जाते' म्हणून बाहेर पडले, मग ही व मी यांच्या परड्याच्या दारातून बाहेर पडलो. सरळ इकडेच येणार होतो आम्ही; पण लंगड्याचं कार्टं पाळतीवर होतं. ते पाठलाग करू लागलं, तेव्हा दोघी दर्ग्याला गेलो. तिथं त्याला चुकवून इकडे आलो..."

“लंगड्याची कार्टी तुझ्यावर पाळत ठेवतात काय? त्यांची बहीण गावगन्ना करीत बेल घालीत फिरत होती, तेव्हा हे भडवे काय करीत होते? साल्यांना स्वतःच्या घरातील पोरी सांभाळायला येत नाहीत आणि दुसऱ्यांच्या पोरीवर पाळत ठेवतात काय?”

“माझा पाठलाग करू लागल्यावर त्याला मी शिव्या देऊ का?”

“नको रत्ना, उगीच चिखलात दगड कशाला मारायचा? तुझं लग्न एकदा सुरळीतपणे पार पडू दे...”

“लग्न मोडलं तर मोडू दे. बरंच होईल ते. आणखी लग्न करून घेऊच नये, असं मला तरी वाटतंय. तुला दुःखात ठेवून कशाला लग्न करून घ्यायचं?”

“मी दुःखी नाही रत्ना, तू तसं समजू नकोस. त्या नरकातून सुटण्याचा हाच एक सन्माननीय मार्ग आहे!”

विहिरीच्या धावेजवळ पिवळ्या चाफ्याचं झाड. त्या नादानं आल्याआल्या तिच्या सोबत आलेली पोर तिकडेच धावलेली. या वेळपर्यंत फुलं काढण्यात मग्नशी झालेली. आता ती जवळ येत म्हणाली,

“चल बाई रत्ना, जाऊ या. बघ बरं, किती उशीर झाला तो! घरी काय म्हणतील?”

तशी रत्नानं त्याला विचारलं, “बरं, मी चलू?”

“जाणार?” ती आल्यापासून तो कसा फुलून गेला होता. आता या परतीच्या भाषेनं एकदम त्याला उदास वाटू लागलं, “बरं, जा तर..”

“हा घे, दर्ग्याचा प्रसाद नि अंगारा...”

तिनं दिलेला अंगारा कपाळावर लावून, प्रसादाची पिठीसाखर त्यानं तोंडात टाकली... तशी ती म्हणाली,

“बरं येते आता... जपून राहा. काळजी घे...”

“तू फिकीर करू नकोस. माझ्या अंगाला हात लावण्याची हिंमत त्या माकडांची नाही! तू निर्धास्तपणे जा...”

आणि ती निघून गेली...

रत्ना त्याला भेटून गेल्याचं गौप्य सोबतच्या मुलीनं सर्व गल्लीभर केलं. गल्लीप्रमाणेच घरातील माणसंही अवाक्! परिणाम म्हणून दुसऱ्या दिवशी संकेश्वरवाला आला व तिकडे तिला घेऊन गेला...

महिन्याभरानं लग्नाचा मुहूर्त ठरला. नवरा मुलगा बेळगावच्या पी. डब्ल्यू. डी.च्या ऑफिसात क्लार्क होता; पण लग्न येथेच होणार होतं. मध्ये एकदा बायजाबाई भेटली. हिची रत्नावर पोटच्या पोरीप्रमाणे माया. तिची सर्व कहाणी व त्याची धडपडही तिला माहीत होती, म्हणून तो म्हणाला,

“बायजामावशी, रत्ना संकेश्वरला जाऊन तीन आठवडे होऊन गेले; पण तिनं बोटभर चिठ्ठी तरी पाठविली का पाहा! स्वत:ची केली नाही इतकी तिची काळजी केली; पण किती लवकर ती मला विसरून गेली बघा! ही गोष्ट माझ्या जिवाला फारच लागून राहिली आहे... रतननं तरी असं करायला नको होतं...”

“रामू, तू तुझ्या बाजूनं तेवढा विचार करतोस आणि उगीच उराला वाळू लावून घेत राहतोस. पत्र लिहायचं, म्हणजे पोस्टातून ते आणणं-लिहिणं, पोस्टाच्या पेटीत टाकणं, हे सगळं आलं... इतकं कुठलं आलंय तिथं जमायला? एकदा कानफाट्या नाव पडलं म्हणजे पडलं! तिथं तिला मोकळीक असेल म्हणतोस? तिथंही पहारा असणार...”

खरंच, असं असेल? बायजामावशीच्या बोलण्यानं बराच मनस्ताप मात्र कमी झाला...

एके दिवशी तो लवकरच जागा झाला नि दारात बसून मिश्री लावीत होता. एवढ्यात संकेश्वरवाला नि रतनचा मुरगूडचा मावसभाऊ, असे दोघं आले. क्षणभर तो चकितच झाला नि दुसऱ्याच क्षणी संतापाची एक सणक मस्तकापर्यंत गेली. हाच, हाच तो हरामखोर. रतनची कर्मकहाणी सांगणारं आपलं पत्र घेऊन आपला मित्र याला भेटायला गेला होता न् यानंच त्याचा अपमान करून परत पाठविलं होतं. भावाचं नीचकर्म समजूनही हा चूप बसला आणि आता स्वत: पैसे खर्च करून भाचीचं लग्न लावून देणार म्हणे! एका भावानं पाप केलं अन् दुसरा आता ते निस्तरतो आहे! अन् उद्या जगाला मोठेपणा सांगायचा– ‘बघा हो, स्वत:च्या मुलीचंही कोण करीत नाही, असं आम्ही भाचीचं केलं, मोठ्या थाटामाटात दारात तिचं लग्न लावून दिलं!’

अन् हा दुसरा बदमाष– रतनचा मावसभाऊ– तिच्यासारखाच आश्रित. रतन कसलं जिणं जगतेय, तेही याला माहीत; पण यानं बहिणीची बाजू न घेता त्या भाडखाऊंची घेतली... त्यांच्याबरोबर स्वत:ही भाड खात राहिला! सकाळी सकाळीच या दोघा नतद्रष्टांची भेट झाली. आजचा आपला दिवस काही चांगला जात नाही!

संकेश्वरवाल्यानं त्याच्या हाती लग्नपत्रिका देत म्हटलं, “उद्या लग्न आहे, यायचं हं, विसरायचं नाही!”

“बरं... बरं... ” ओठ बोलून गेले... दोघं निघून गेले...

त्यानं लग्नपत्रिका उघडून पाहिली अन् संतापानं रक्त उकळू लागलं– थोरल्याच्या नावानं आमंत्रण पत्रिका काढलेली! ‘माझी भाची सौ. कां. रतनताई हिचा विवाह...’ साल्या, भाची नि ताई काय? मग इतके दिवस तिला बटीक करून मजा मारलीस ती कशी? अन् रतनचा बाप काय मेला होता, म्हणून त्या हरामखोरांनी पत्रिकेखाली थोरल्याचं नाव छापावं? त्या नराधमाचं? जगात अशी लग्नपत्रिका कुठे निघाली

नसेल! ज्या मुलीचं लग्न व्हायचं आहे, तिचा अनेक वेळा उपभोग घेणाऱ्याचं नाव पालक म्हणून छापलं जावं नि लग्नाच्या आमंत्रणाचं आवाहन केलं जावं!

जगात कुणाच्या प्रेयसीची अशी क्रूर चेष्टा, असं क्रूर विडंबन झालं नसेल! रतननं तरी स्वत:चं असं विडंबन करून घ्यायला नको होतं... त्यापेक्षा... त्यापेक्षा तिनं आत्महत्या केली असती, तर ते एक वेळ अभिमानाचं होतं... पण हे असं?

दुपारी बायजामावशी भेटली. म्हणाली, "रतन आलीय."

"केव्हा?"

"काल रात्री... हे तुला दिलंय तिनं."

"रुमाल? उगीच कशाला त्रास घेतला तिनं हा! बरं, आणखी काय म्हणाली?"

"म्हणाली, 'लग्नाला येऊ नकोस, उगीच गैरसमज होऊन काय नाही ते होऊन बसेल,' म्हणजे भांडण वगैरे..."

"सकाळीच तर संकेश्वरवाला आला होता, पत्रिका देऊन गेला..."

"रतनच्या आईनंच त्याला पाठवून दिलं होतं. 'तुम्ही सगळ्यांना पत्रिका दिल्यात आणि त्याला का नाही, जा देऊन या.' असं सांगितल्यावर ते भाडे आले होते..."

दुसऱ्या दिवशी दोन प्रहरचा मुहूर्त. लग्न व्यवस्थितपणे पार पडलं. तांदूळ पडल्यानंतर जेवणं झाली आणि रतनला घेऊन वरपक्षाकडील मंडळी निघून गेली...

पाच दिवस नांदून रतन परत आली. दुसऱ्या दिवशी निरोप आला, "असशील तसा निघून ये. म्युनिसिपल बागेसमोर वाट पाहा. आपण भेटू..."

तो निघाला. बागेजवळ येऊन थांबला... दोन-तीन मिनिटांतच रतन आली. हिरवं पातळ, हिरवा चुडा, गळ्यात मंगळसूत्र व बोरमाळही... महिना उलटून गेला तरी हिचं दर्शन नव्हतं आणि आज पहातोय ती अशी...

अल्पवयात डोंगराएवढी दु:ख भोगलेली रतन तेव्हा किती वाळून गेली होती! फिक्कट पालीगत रंग, डोळ्यांभोवती काळी वर्तुळं पडलेली, ढोपराची काकणं कोपरापर्यंत येत असलेली– अशी रतन तेव्हाची; पण आता महिन्याभरातच ती खूप सुधारलेली होती. माणसात आली होती. लिंबागत रसरशीत झाली होती... असं वाटत होतं, युगायुगानं ही भेट होत आहे. किती युगं लोटलीत काही हिशेब नाही... जवळ येताच ती म्हणाली,

"चल जाऊ."

"कुठं मळ्याकडं जाऊ या का?"

"नको. आपल्या पाळतीवर लोक आहेत..."

"मग कुठं जाऊ या?"

"दत्तमंदिरात..."

दत्तमंदिर... रतन शाळेला जात होती, तेव्हा आपण किती वेळा भेटलो होतो. वेळेचं भान हरपून बोलत बसलो होतो तेथे! तेव्हा नि आता...! आता नि तेव्हा...! तेव्हा आपण समजत होतो ती रतन व आता आपणास समजलेली रतन... किती न् केवढा फरक!

चाळीस-पन्नास हजार लोकवस्तीचं शहर. दत्तमंदिर उत्तर भागात. तिकडे दोघांना ओळखणारे लोक अभावानंच, त्यामुळे निर्धास्तपणे जाता येत होतं, चालता चालता त्यानं विचारलं, "रतन, या अशा परिस्थितीत नि तेवढ्या पहाऱ्यातून काय निमित्त सांगून बाहेर पडलीस गं? तुझ्या धाडसानं मी तर चकितच झालो बघ!"

"मंडईसाठी म्हणून बाहेर पडले. सोबत लहान भाऊ होता. त्याच्याकडे भाजीपाला घेऊन दिला नि सांगितलं, "तू पुढं चल, मी पाहुण्यांच्या घरी जाऊन येते." तो गेला आणि मी इकडे आले..."

"रतन हे महादेवाचं देऊळ आलं पाहा. चल– आत जाऊ, पाया पडून येऊ!"

"चल तर..."

गर्भागारात आल्यावर रतन म्हणाली, "थांब, पाया पडते तुझ्या..."

तो थांबला नि म्हणाला, "अरे, माझ्या कशाला...?"

तरी तिनं पायांवर मस्तक ठेवलं... रतन, सुखी भव... आनंदी राहा... आजवर तू खूप सोसलंस... खूप खूप भोगलंस... हे दुःखाचे दिवस संपले बघ आता... 'माझ्या जन्माचं वाटोळं झालंय...' असं तू सतत म्हणायचीस. तेव्हा तुला धीर द्यायचो, 'रतन, फिनिक्स पक्षी आपल्या चितेतून पुनः जन्म घेतो, तसा तुझा बरबादीतूनच पुनर्जन्म होणार आहे... तर त्या दिवसाचीच आता वाट पाहत राहायचं...' तर तो दिवस आला... रतनचा पुनर्जन्म झाला... पूर्वीचं सगळं संपलं... आता नवीन...

पाया पडून तिनं मान वर केली, तसं त्यानं विचारलं, "रतन, लग्नात कुणाकुणाच्या पाया पडलीस गं?"

"कुणाच्याही नाही. नवऱ्यानं मात्र सर्वांचे पाय धरले... मी तशीच उभी राहिले..." आणि स्मरणानं सांगावं तशी ती म्हणाली, "लग्न झाल्यावर बंडूमामा रडत होता. याच लग्नात माझंही लग्न उरकून घेता आलं नसतं का, म्हणत होता नि संकेश्वरच्या मामाला शिव्याही देत होता!"

"बंड्या तर पुदिन्याचा अर्क आहे, कडू. तुझं काही भलं होतंय लग्न होऊन, याचा त्याला आनंद नाही, तर त्या वेळीसुद्धा त्या हरामखोराला आपला स्वतःचा तेवढा स्वार्थ कसा दिसला बघ!" नि तो समजूत घालावी तशा आवाजात म्हणाला, "जाऊ दे ते. कुठं इथे जन्म काढायचा आहे तुला? झालं संपलं ते! आता ते सर्व विसरायचं..."

दोघं बाहेर पडून चालू लागली, तशी ती म्हणाली,

"तुझे वडील आले होते अक्षता टाकायला. त्यांना पाहून मला फार फार बरं वाटलं बघ... तू नाही येईनास, तुझे वडील तर आले लग्नाला..."

"मी पण येणारच होतो गं; पण मित्रांनी अडविलं... शिवाय तूही..."

"तेही बरोबरच होतं..."

"लग्नमंडपात तुला एकदा वधूच्या पोषाखात पाहावी, अशी खूप इच्छा होती बघ माझी..."

"मनातल्या सगळ्याच इच्छा पूर्ण झाल्या असत्या तर...! पण तसं घडत नाही रामू, घडणंही नाही..."

तेथून जवळच दत्तमंदिर... आत शिरताच तो म्हणाला, "किती वर्षांनी आपण येथे आलोत गं?"

"एक वर्ष तर उलटून गेलं..."

"पण खूप खूप वर्षं झालीत, असं वाटतंय पाहा!"

मोठा राजवाडा वाटावा, असं मंदिर. दत्तमूर्ती व गर्भागार पूर्णत: संगमरवरी... भोवताली प्रदक्षिणा घालण्यासाठी बोळकुंडी... तीतील ती परिचित खिडकी, बिनगजांची. दोघं त्या खिडकीत बसत... समोर ब्राह्मणांची तीन-चार घरं. त्यांची दारं सतत पुढं लोटलेली असायची. क्वचित एखादं उघडं असलं, तरी बाहेर कधी कोणी दिसायचंही नाही... पुजारी दत्ताची पूजा करण्यात मग्न होता. बाकी मंदिरात कुणी नव्हतं. भक्तांची वर्दळही नसायची, कारण भोवताली गुजर व मुसलमानांची वस्ती... भक्तांपेक्षा बालकांसाठीच देवळाचा जास्त उपयोग व्हायचा. शाळा भरण्यापूर्वी व सुटल्यावर देऊळ रिकामंच असायचं, त्यामुळे येथे येऊन निवांतपणे बोलत बसता येई...

तो खिडकीत बसला नि ती भिंतीशी टेकून उभी राहिली. म्हणाली, "माझं लग्न झालं... आता तू माझी काळजी करत जाऊ नकोस, तर तू आता तुझी प्रकृती सुधारायचं बघ. तुझी काळजी घे. पाहा, किती वाळून गेला आहेस तू!"

"रतन, आता माझं हे असंच व्हायचं... असंच वाळत जाऊन एके दिवशी संपून जायचं... आता केवळ मरणाचीच वाट पाहायची... मरणाची..."

"रामू, तू असा रडू लागलास तर मी काही जगत नाही! गप्प. शांत हो बघू. शांत हो. तू आहेस, म्हणून तर मी जगले आहे आणि आता तूच असा करू लागलास तर मी तरी कशाला जगू?"

"रतन, माझं मलाच समजेनासं झालं आहे गं, मला काय होतंय ते! तुझं लग्न झाल्यापासून आजपर्यंत सहा-सात दिवस झाले, मी कुठल्या-कुठल्या अवस्थेतून गेलोय म्हणून सांगू! माझी किती स्वप्नं होती... किती उड्या होत्या! रतन, आपण

किती जवळ आलो होतो आणि... आणि आता किती दूर फेकले गेलो... किती जवळ नि किती दूर...!''

"तू असाच जिवाला लावून घेणार असशील, तर मी नांदायला जातच नाही! इथं तुझ्याजवळच राहते. मग जग काहीही म्हणो! तुला दु:खी करून मी सुखी कशी होऊ? ते माझ्या हातून व्हायचं नाही कधीही!''

"नाही रतन, तसं नाही! तू माझ्याजवळ राहणं म्हणजे बेअब्रूची जिंदगी जगणं... माझ्या सुखासाठी तुझी बेअब्रू कशी करू?''

"इतका सर्व विचार केला आहेस, तरीही... तरीही असं का?''

"विचार खूप केला आहे तसा... तरी पण अश्रूंना आवर घालू शकलो नाही... केव्हा केव्हा सुटतो ताबा मनावरचा असा...''

"मला वचन दे माझा विचार करणार नाही म्हणून.''

"वेडे, कसं वचन देऊ तुला? झाडाची सावली पडणं जसं स्वाभाविक आहे, तसंच तुझा विचार मनात येणंही...''

"मग असाच विचार करून जिवाला लावून घेत राहणार तर?''

"रतन, अशा पराण्या देत राहू नकोस मला... त्याचा काही उपयोग आहे का? तरी पण रतन, तू सांगशील तसं वागण्याचा मी प्रयत्न करीन...''

"तर पहिली गोष्ट, माझा विचार सोडून द्यायचा. दुसरी गोष्ट, स्वत:च्या प्रकृतीची काळजी घ्यायची. वेळच्या वेळी पोटभर जेवायचं, शांतपणे झोप घ्यायची, तिसरी गोष्ट, माझ्या घरातील कुणाबरोबरही यापुढं भांडण काढायचं नाही...''

"लग्न झाल्यापासून तू खूप-खूप मोठी झालीस बघ रतन... आणि मी मात्र आहे तेथेच व तसाच राहिलो... तुझ्या बोलण्यावरून तरी हे फारच जाणवलं मला... तरीही मी तुझं बोलणं, तुझा उपदेश लक्षात ठेवीन... तसं वागण्याचा प्रयत्न करीन...''

"हेच सांगायला आले होते मी... आता जाते... खूप वेळ झाला...''

"आता पुन्हा कधी भेट व्हायची रतन?''

"दोन दिवसांनी जाणार, पण भेटता येईलसं वाटत नाही. घरच्यांचा पहारा, गल्लीतल्या लोकांचाही. त्यातून सुटून येणं फार कठीण दिसतंय मला तरी...''

"मग, हीच शेवटची भेट का?''

"वेड्या, तिकडे कायमची थोडीच राहणार आहे? आषाढ पाळण्यासाठी यावंच लागणार आहे इकडे. त्या वेळी चांगली महिनाभर राहणार आहे, तेव्हा आपण भेटूच...'' अन् थेट डोळ्यांत पाहत म्हणाली, "बरं, जाते आता. मी गेल्यावर तू बाहेर पड हं...''

"बरं तर... जशी तुझी इच्छा...''

आठवडाभर नांदून ती परत आली. भेटताच वर्तमानपत्राच्या कागदाची एक सुरळी त्याच्या हाती ठेवीत तिनं म्हटलं, "हं, घे हे!"

"काय आणलंस हे रतन?"

"शिदोरी, पोळ्या आहेत– सोजीच्या. खा ना पुडी सोडून..."

"नंतर खाईन मी. प्रथम हे सांग, केव्हा आलीस? सकाळी?"

"सकाळी कुठली येत्येय? मघा तर आलेय. घरी कुणी नाही. आजी नि मावशी कामाला गेल्या आहेत. बंडूमामा व मुरगूडचा दादा सांगलीला कामासाठी गेलेत. ते आणखी आठवड्यानं परत येणार आहेत. तेव्हा विचार केला, तुला तरी भेटून यावं. पाच सुवासिनी बोलावून आणून शिदोरी सोडावयाची होती; पण मीच मुहूर्त केला आणि तुला पोळ्या आणल्या..."

"ते असो. काय म्हणतंय सासर? तिथली माणसं? मला तर अशी सगळी उत्सुकता लागून राहिलीय बघ... सांग मला सगळं! रतन, आता तरी तू सुखी आहेस ना? आनंदी आहेस ना? तुला किती प्रश्न विचारू, किती नकोत, असं झालंय मला!" आणि त्यानं विचारलं, "देवाला वगैरे जाऊन आलात ना?"

"हो काळभैरी, बाळभैरी झाला. जोतिबाही."

मनावर मणा-मणाचे दगड रचीत त्यानं विचारलं, "मग, नवऱ्याशी अजून संबंध आला की नाही?"

तशी ती लाज-लाज लाजली. आपल्यामध्येच चूर होऊन गेली... त्याच्या मन:स्थितीची कल्पनाच तिला स्पर्शली नाही.

आणि खोल खोल गर्तेत कोसळणाऱ्या माणसाच्या आवाजात तो विचारू लागला, "सांग ना... मला सांगणार नाहीस का?"

जणू हा त्याच्या जीवन-मरणाचा प्रश्न होता...

"तुझं एक काहीतरीच असतंय बघ... त्यात काय सांगायचं बाई आता?" आणि तळच्या मातीत अंगठ्याजवळच्या बोटानं तिनं एक फलकारा मारला– छानसं अर्धवर्तुळ उमटलं...

तिची ती अभावित नक्षी पाहत तो म्हणाला, "माझ्यापासून आजवर काहीही लपवून ठेवलं नाहीस आणि आता हे सांगितलं, तर असं काय बिघडणार आहे, रतन?"

"आलाय..."

तसं ते केव्हातरी घडणारच होतं; पण ऐकताच वाटलं, झालं, संपलं. आपल्याला मरण यावं! जिच्यावर जिवापाड प्रेम केलं, तिचा दोन पुरुषांनी उपभोग घेतला अन् हे तिच्याचकडून ऐकायला मिळावं! किती चमत्कारिक! किती विचित्र!

"किती वेळा?'' त्या परिस्थितीत हा आणखी एक विचित्र प्रश्न त्याच्या तोंडून बाहेर पडला... अर्थात् हा हिशेबही आता मूर्खपणाचाच होता!

"एकदा...'' आणि ती म्हणाली, "मला नवरा आवडत नाही...''

"आवडत नाही? पण का...?''

"त्याला माझी काळजीच नाही. बेळगावला पाच दिवस होते, तेव्हा तीन दिवस मी आजारीच होते; पण त्यानं एका शब्दानंही माझी चौकशी केली नाही, की विचारलं नाही!''

"अगं, नवीन आहे, चालायचंच! पुढं पुढं ओढ वाढेल, प्रेम वाटेल...''

"लोक म्हणतात, मला नवरा शोभून दिसत नाही आणि मला पण तसंच वाटतं! तू पाहिला आहेस त्याला?''

"नाही बुवा!'' त्याच्याही कानांवर आलं होतं, नवरा कुरूप आहे म्हणून. कसं सांगावं तिला, तू घरच्या लोकांच्या गळ्याला तात लावला होतास, म्हणून जमेल त्या स्थळाशी तुला उजवून टाकली. त्यांनी वरपक्षाकडील लोकांनी घातलेल्या सर्व अटी मान्य केल्या; पण स्थळ हातचं सोडलं नव्हतं... हे स्थळ दवडलं असतं, तर लग्न जमणं, या वर्षी तरी जमणं कठीण होतं... आणि पुढील वर्षीची लग्नसराई येईपर्यंत रतनचं आयुष्य कुठल्या कुठं फरफटत जाऊ शकलं असतं...!

"तो माझ्याहून गिड्डा आहे, काळा आहे व ढोबळाही. मला मुळीच आवडत नाही तो. मध्ये एकदा म्हणाला, "या वर्षी मी लग्नच करून घेणार नव्हतो; पण घरच्या मंडळीपुढं नाईलाज झाला!'' ऐकून मलाही राग आला. म्हणाले, "एवढी बळजबरी झाली असेल, तर घटस्फोट द्या मला!'' यावर मग तो म्हणाला, "तुला सोडली, तर तुझ्यासारखी सुंदर मुलगी परत मला मिळेल तरी का?'' त्याला पाहून मला तर रागच येतो बघ! चोरासारखा हळूच मागून येतो आणि पाठीला चिमटा काढतो, केव्हा चावतोही...''

ती सांगतच होती अन् मनातल्या मनात हजार मरणं तो मरत होता... त्यानं तिच्याशी केलेला शृंगार... रतन, हे सुद्धा ऐकवतेस? दुसऱ्या कुणाला नव्हे, तर स्वतःच्या प्रियकराला? अगं, थोडी तरी...? परमेश्वर अक्कल देताना तू कुठं गेली होतीस गं? मनात असं तुफान... अन् ती बोलतच होती.

"कामातून सवड मिळाली, की रिकाम्या मनात नेमका तुझाच विचार येतो. मग मला काही सुचतच नाही बघ. अशा वेळी मी परसदारी जाते. तेथे बेलाचं एक झाड आहे, त्याच्या बुंध्याशी पाठ टेकवून एकटीच बसते, विचार करीत... रामू, तुमचा हा इतका मोठा मळा आहे. यात मला राहण्यापुरतीही जागा नाही का? विहिरीजवळच्या त्या घरात नसेना, दूर तेथे कोपऱ्यात एक छोटंसं खोपटं

बांधून राहीन. तुला डोळेभरून पाहत जन्म काढीन... आता तू त्या गल्लीत नाहीस, तेथे जायला, राहायला मनच होत नाही रे मला...''

''रतन, तुझ्या-माझ्याही मनात खूप काही असेल; पण ते सर्व आता तुझ्या-माझ्यापुरतं मर्यादित नाही. आपण तसं भावनेच्या भरात अविचारानं वागलो, तर तुझ्या पतीची बेअब्रू होऊन तो आयुष्यातून उठेल... माझंही परवा लग्न झालं अन् अशा गोष्टींचा माझ्या पत्नीच्या मनावर काय परिणाम होईल? रतन, माझीही काही स्वप्नं नव्हती का? किती तरी वेळा असं मनात आलं, आपली वेळ फिरली. आपल्याच घरच्या माणसांनी आपणाला बेअब्रू करून टाकलं व आपल्याकडे पाठ फिरवली, तेव्हा केवळ रतनच आपल्या बाजूनं उभी राहिली... ती कशीही असो, तिचं आयुष्य कसंही असो; पण आपल्या पडत्या काळी तिनं आपणास धीर देत खंबीरपणे सांगितलं, 'रामू, मी तुझ्याच बाजूनं साक्ष देणार आहे...' जगात एक माणूस तरी आपल्या बाजूनं आहे, आपलं म्हणणारं आहे, असं वाटलं अन् मस्तकात अशी एक सणक सरसरून गेली, झुगारून द्यावीत ही बंधनं. ही कुचकामी नाती आणि त्याच एका आपल्या माणसाचा हात धरून दूर कुठं तरी निघून जावं! मग मनात आलं, आपल्या अशा वागण्याची शिक्षा आपल्या वाग्दत्त वधूला भोगावी लागेल! विवाहापूर्वीच तिचं आयुष्य उजाड होईल... आणि तेही तिचा काहीच दोष नसताना! रतन, केवळ ह्याच एका विचारानं त्या वेळी मी मनाला आवर घातला आणि आता असाच विचार करून आपण आपल्या भावना आवरायला हव्यात... मनात काही इच्छा असल्याच, तर त्यांना मूठमाती द्यायला हवी... तेव्हा आता असंच समजायचं, की आपण दोघं एकमेकांसाठी जन्मलोच नव्हतो...''

बोलण्यात असा कितीतरी वेळ निघून गेला... दोघांनाही याचं भान नव्हतं. मग केव्हा तरी ती म्हणाली,

''बरंय येते आता. खूप वेळ झाला...''

''जाणार? जा तर... फुरसद मिळेल तेव्हा येत चल अशीच, इथे आहेस तोवर तरी... तेवढंच तुझ्याशी पोटभर बोलेन... तुला डोळेभर पाहीन...''

आणि तो महिना किती भरभर निघून गेला! या कालावधीत दोघांच्या किती वेळा भेटी झाल्या, त्या भेटीत काय-काय नि कोणतं-कोणतं बोलणं झालं... कशा-कशाचं भान नव्हतं... जणू सगळे दिवसच कुणा अनामिक शक्तीनं मंत्रून टाकले होते!

अशीच एकदा ती भेटावयास आली. रोजच्यासारखाच दिवस, ढळती सांज... म्हणाली, ''आज दीर बोलवायला आलाय. उद्या मला जावं लागणार...'' तिच्या आवाजाला उदासवाणेपणाची, खिन्नतेची किनार होती.

"उद्या...? महिना झाला! किती लवकर महिना झाला!" जणू स्वत:शीच बोलल्यासारखा तो म्हणाला अन् वाटू लागलं, भोवतालच्या या सर्व सृष्टीचाच आता आंबून काला झाला आहे.

"उद्या साडेअकराच्या गाडीनं मी जाणार आहे..."

"गेल्यावर पत्र वगैरे पाठवून खुशाली कळव. कळवशील ना?"

"त्या भरल्या घरात लिहायला कसं जमेल? नवऱ्याबरोबर बेळगावला राहू लागेन, तेव्हा कुठं जमेल. वर्ष, सहा महिने हत्तरगीला काढावे लागणार. नंतर बेळगावला नवऱ्याजवळ..."

"तोवर तुझ्या काळजीनं मी इकडे निम्मा होतो बघ... रतन, मी तर डोळ्यांत जीव आणून तुझ्या पत्राची वाट पाहत राहणार... येथे तुझ्याजवळ होतो, चुकलं-सवरलं तुला सांगत होतो. जगातल्या बऱ्या-वाईट लोकांशी कशी टक्कर द्यावी, ते तुला शिकवीत होतो. आता तिकडे तुला कोण सांगणार? सांभाळून-सवरून घेणार? मला अशी सगळी काळजीच वाटते बघ रतन... तुझी सासरची माणसं, तुझा नवरा– ही नवी माणसं, नवी नाती, यांना तरी तू कशी व कुठल्या परिस्थितीत वाढलीस, याची काय कल्पना असणार? अशी सगळी चिंता मला आताच लागली आहे... म्हणून रतन, पत्र पाठव. तेवढाच मला दिलासा मिळू दे. तुझी खबरबात, खुशाली कळू दे... पत्र येईपर्यंत तुझ्या या फोटोकडे पाहतच दिवस मोजावे लागणार आहेत मला... रतन, मला आताच पुढलं सगळं स्वच्छ दिसतंय पाहा– माझा जन्म हा असाच जाणार आहे, तुझ्या फोटोकडे पाहत, तुझ्या आठवणी काढत..."

तो भडाभडा सगळं-सगळं बोलत होता अन् तिनं मात्र कुठलं बळ आणलं होतं, कुणास ठाऊक. ती शांत होती, स्थिर होती... जणू प्रौढत्वातलं समंजसपण तिनं आताच पचवून टाकलं होतं...

अन् मग शेवटी ती म्हणाली, "बरंय, येते आता. उद्या भेटावयास जमेल न जमेल. तेव्हा ही अखेरचीच भेट... थांब, जाण्यापूर्वी पाया पडते... अरे तुझ्या डोळ्यांत पाणी...! रडू नकोस... अश्रू आवर..."

"तू निघालीस की माझी अशीच अवस्था होतेय बघ... डोळ्यांतलं पाणी काही खळत नाही..."

"तू असा रडत राहिलास, तर मी तिकडे कशी जाऊ? कशी नांदू? माझ्या नजरेसमोर तुझा हा अश्रूंनी भरलेला सुंदर चेहराच तेवढा येत राहणार... तुझा विचार करूनच मी वेडी होईन तिकडे..."

"रतन, माणूस काय ठरवितो आणि काय घडत असतं पाहा!" अन् स्वत:ला सावरून घेत तो म्हणाला, "रतन, तू आता निघालीस. पुन्हा आपली भेट केव्हा होतेय कोणास ठाऊक; पण एक गोष्ट सांगतो, नीट लक्षात ठेव, तुझ्या चारित्र्यासंबंधी

किंवा तुझ्या-माझ्या प्रेमासंबंधी सासरच्यांना काही समजलं आणि त्यांनी तुला त्रास देण्यास सुरुवात केली, जगणं नकोसं करून टाकलं, तर एसटी पकडून सरळ इकडे ये. मग पुढचा विचार करायला हा रामू पुष्कळ खंबीर आहे; पण रतन, त्या वेळी स्वत:चं काही बरं-वाईट करून घेण्याचा आततायीपणा करू नकोस– कधीही, केव्हाही, कशीही विपरीत वेळ आली तरीही... माझी शपथ आहे तुला–तसं काही करशील तर! इतकं नि एवढंच माझं शेवटचं सांगणं आहे...''

दूर अस्मानात कुठं तरी तिनं नजर रोखलेली... कसलं वादळ तिच्या अंतर्यामी घोंगावत होतं अन् ती काय व कसला विचार करीत होती, काहीच समजत नव्हतं...

''मी तुझे शब्द लक्षात ठेवीन... बरं येते आता...''

एवढंच म्हणाली आणि झरकन वळली. झपझप चालू लागली... कुंपणाचं बेळं उचलून पांदीत वळताना तिनं हात हलवून निरोप घेतला अन् पुढच्या सखलाटात ती दिसेनाशी झाली.

चार दिवस असेच निघून गेले अन् पाचव्या दिवशी बाळाबाई आली.

''बाळामावशी लांब वाकडी वाट केलीस आज?''

''तुझीच गाठ घ्यायची होती. रतनकडलं काही कळलं का?''

''नाही! काही विशेष आणखी?''

''तुला पत्र लिहिलेलं गावलं तिच्या सासऱ्याला... पत्र लिहून तिनं धाकट्या दिराकडे दिलं होतं पोस्टात टाकायला. ते सासऱ्यानं पाहिलं आणि पोस्टात टाकलेलं पत्र आणवून घेतलं. खेड्यातलं पोस्ट. मास्तरनंही दिलं पत्र... सासऱ्यानं निरोप पाठवून संकेश्वरवाल्याला भेटायला बोलावलंय. इकडून म्हातारी नि बंड्या जाऊन आली, तर त्यानं सांगितलं, 'संकेश्वरवाल्यानं पुढं होऊन लग्न केलंय ना, त्याला पाठवून द्या...' आता काय होतंय कोणास ठाऊक! बाबा, सगळं सुरळीतपणे पार पडलं होतं नि शेवटी हे असं... त्या बिचारीनं तरी थोडे दिवस थंड बसू नये होतं? गौरी-गणपतीला गावाकडून आई येऊन बोलावून घेऊन जाणार होती. तेव्हा तिकडे गेल्यावर तिनं तुला पत्र लिहायचं होतं! आता हे किती विचित्र झालं बघ बरं...''

बाळाबाई निघून गेली आणि या बातमीनं एक वेगळीच तात जिवाला लागली. आपलंही चुकलंच. आपण रतनला असं सांगायला नको होतं. सासरी नांदणारी ती पोर पत्र लिहिताना पकडली गेली, तर त्याचा काय परिणाम होईल, याचा विचार करायला हवा होता... तिच्या मनात काय-काय विचार येत असतील? तिला किती त्रास होत असेल? तिथं ती एकटी, एकाकी. सासरच्या लोकांना कशी व कुठल्या बळानं टक्कर देत असेल? सगळे प्रश्न पडत होते. पायतिडे बसवीत होते... आपण त्या गावी गेलो तर...? तर आणखीन बिघडेल? उलटा तिलाच जास्त त्रास होईल?

काही कळत नव्हतं. कसं वागावं, तेही समजत नव्हतं. आपण काही पाऊल उचलून प्रत्यक्ष कृती करावी, तर त्याचे परिणाम आपल्या पत्नीला भोगावे लागणार आहेत. तिचीही काही स्वप्नं, इच्छा-आकांक्षा... तिला सर्व काही सांगितलं पाहिजे. आजच. आताच.

तिनं सर्व काही ऐकून घेतलं आणि उरी फुटल्यासारखी एकदम रडूच लागली अन् रडता रडता म्हणाली, ''सगळं जग बदलेल; पण तुम्ही बदलणार नाही, असा मला विश्वास होता. पण...''

''मी बदललो नाही शालन, मी तुझा नि केवळ तुझाच आहे... विचार कर, माझ्या जागी तू असतीस तर काय केलं असतंस? मी स्वत:च आता गोंधळून गेलोय गं, मला रस्ता दाखव. सांग मला, मी आता कशाप्रकारे वागू? समज, सगळीकडील आसरा न् आधार तुटला नि रतन माझ्या दारी आली, तर मी काय करावं? कसं वागावं? मी कसं वागणं चांगलं त्या वेळी?''

''माणुसकीनं जे योग्य वाटेल, तसं वागा. यापेक्षा मी जास्त काय सांगू?''

''शालन, तुझ्याकडून अशाच उत्तराची मला अपेक्षा होती. आता मला किती धीर आला म्हणून सांगू तुला!''

''आणखी एक. या प्रकरणात तुम्हाला माझी अडचण वाटत असेल, तर मला तुमच्या आयुष्यातून...''

''नाही शालन. तसं नाही! तशा प्रकारचं मी कधी स्वप्नातही आणलं नाही. मला तू तर हवीच आहेस; पण तिचंही जीवन उद्ध्वस्त होऊ नये नि त्यासाठी काही केलं, तर ते चुकीचं होणार नाही. पाप तर नाहीच नाही!''

पत्नीनं अशी वाट मोकळी ठेवल्यावर त्याला खूप खूप बरं वाटलं. एक नवंच बळ आलं.

त्याच एका कैफामध्ये तो बाळाबाईला भेटावयास गेला.

''बाळामावशी, तुमचा एक सल्ला घ्यावा म्हणून आलोय... रतनच्या सासरी जावं नि तिची भेट घ्यावी, असा मी विचार केलाय... बिचारी कुठल्या संकटात नि कसल्या परिस्थितीत असेल कोणास ठाऊक!''

''रामू, आता फार उशीर झाला रे... फार फार उशीर झाला! सकाळीच रतननं विषाची बाटली पिऊन आत्महत्या केली... तासाभरापूर्वीच बेळगावच्या गाडीतून माणूस आला होता. समजताच इथली सगळी टॅक्सीनं हत्तरगीला निघून गेली...''

''पण मावशी, मी तर... मी तर तिला सांगितलं होतं...''

''तू काय सांगितलं होतंस, हे माहीत आहे मला. जाण्यापूर्वी रतन मला पण बोलली होती ते! पण वेड्या, तुला इतकंही कसं समजलं नाही, तिलाही तिचं काही मत असेल, तिचेही काही विचार असतील? तुला काय वाटलं, ती तुझ्याकडे

आश्रय मागायला येऊन तुला संकटात लोटेल? तू इकडे तुझा मार्ग आखून तयार होतास; पण तिनं तिकडे तिचा मार्ग निवडला...'' आणि बाळाबाईनं त्याच्या खांद्यावर पंजा ठेवून थोपटल्यासारखं करीत त्याचं मूक सांत्वन केलं नि म्हणाली, ''पोरा, अशा वेळी मी तुझं सांत्वन करायला हवं; पण तू त्याही पलीकडे पोहोचला आहेस... म्हणूनच स्पष्ट बोलते— तू काय किंवा तिच्या घरची माणसं काय, तुम्ही सगळ्यांनीच त्या बिचारीचा बळी घेतलात... रामू, ती आत्महत्या नव्हे, तर तो बळी आहे रे, बळी!''

—'नवयुग' दिवाळी अंक, १९७१
आचार्य अत्रे कथास्पर्धा, पहिले पारितोषिक प्राप्त. ■

गोष्ट तिची

एस.एस.सी.ला अयशस्वी झाल्यावर मी आमच्या या किराणा दुकानात बसत असे. रस्त्यावर फर्लांगभर इकडे तिकडे एकही दुकान नसल्यानं तसा व्यापार उत्तमच होता.

तर ती अशीच एकदा दुकानात आली. म्हणाली,

"छबू, उधार देणार का– आठवड्यासाठी. बाजारपतोर?"

"बाजारी पैसे देणार ना– नक्की?"

"पगार झाल्यापेट्टाला देतो. ईस्वास न्हाई एवढा?"

"बघ नाहीतर...?" अविश्वास दाखविल्यागत मी म्हटलं आणि तिनं सांगितलेले जिन्नस बांधून दिले.

ती निघून गेली.

यावर दोन आठवडे उलटून गेले, तरी तिनं आपला वायदा खरा केला नाही... पण एके दिवशी मला ती बाजारपेठेत दिसली. तिच्या हालचालीवरून ती मला चुकवू पाहत असाविसं वाटलं. तरी मी तिला गाठलंच.

"काय विचार आहे तुझा? माझे पैसे...?"

एखाद्या विवाहित स्त्रीला थोड्या उधारीबद्दल रस्त्यात छेडणं बरं नव्हे, हा सुशिक्षित विचार व्यवहारातील कटू अनुभवांनी केव्हाच पुसून टाकला होता.

"देतो की– काय बुडिवतोय्?" पुष्कळशा देणेकऱ्यांप्रमाणे तिनं मलाच उलटा सवाल केला!

"देणार आहे ते तर दिसतंयच; पण द्यायचं केव्हा?"

"देतो या बेस्तरवारी– पगार झाल्याबरोबर..."

"बघ, जर बुडवू बघशील तर..." आणि तिला पुरी न् सगळी पाहत म्हणालो, "उधारी देणाऱ्याला ती वसूल कशी करायची तेही कळत असतं!"

माझ्या या पाहण्याचा अर्थ ती समजली असावी, कारण पगार झाल्यावर तिनं पैसे आणून दिले आणि लगेच आणखी काही उधार जिन्नस घेऊन गेली...

रायगौडअण्णाच्या तंबाखू-वखारीत कामाला जाणाऱ्या बायका समोरच्या रस्त्यानं जात. त्यात तीही असे. सकाळच्या नवाच्या ठोक्याला वखारीकडे जाताना न्हाऊन-माखून उजळ झालेलं तिचं देहफूल उमल्यागत दिसे अन् दोनाच्या सुट्टीत ती घरी परतताना तेच श्रमानं मलूल झाल्याचं भासे. या वेळी तिच्या अंगाकपड्यांवर तंबाखूच्या धुशीची पुटं चढलेली असत. सुट्टी तासाभराची. ती संपल्यावर ती वखारीकडे जाऊ लागे. कधी माझ्या दुकानातही येई. दहा पैशांचे खारे शेंगदाणे घेई व एक एक दाणा मोठ्या चवीनं तोंडात टाकीत राही. अशा वेळी ती खूष आहे, असा होरा केला, तर तो सहसा चुकीचा ठरत नसे.

अशीच एकदा ती दुकानात आली. म्हणाली,

"छबू, चिंचा हाईत का?"

"चिंचा न्हाईत, आमसुलं हाईत, दिऊ?"

"आमसुलं नकोत, चिंचाच पायजे हुत्या..."

"कोरड्याशाला आमसुलंबी चालत्यात की!"

"कोरड्याशाला न्हवं..."

"तर मग?"

यावर लाजून तिनं मुरका मारला आणि बेळगावकडे गेलेल्या रस्त्याकडे ती पाहू लागली. तिनं डोईवर घेतलेला पदर कानाजवळ फाटलेला, त्यातून कानाची पाळी लालम् लाल झालेली दिसली.

मी काय समजायचं ते समजलो! अरे, ही माझ्या समोरच लहानाची मोठी झाली, गावातल्या गावात हिचं लग्नही झालं नि एवढ्यात पोटुशीही राहिली! एक चमत्कार पाहावा, तसा मी पाहू लागलो. एवढसं वय नि किती मोठी जबाबदारी...

दिवस असेच चाललेले आणि एका उतरत्या दुपारी ती अनपेक्षित बातमी येऊन थडकली.

राणीबेन्नूरजवळ तिचा नवरा खलास झाला. गावातल्याच एका ट्रकवर तो क्लिनर होता. अपघात झाला आणि...

तिनं ते ऐकलं नि तिचा हातातला घास हातातच राहिला. साऱ्या अंगातून वारं गेल्यागत झालं... तोंडावर हात मारून घेतानाच दातखिळी बसली अन् दुसऱ्याच क्षणी ती बेहोष होऊन पडली...

नवरा गेल्यावर ती त्या खोपटात एकटीच राहू लागली, रडत-भेकडत ती काही आई-बाकडे गेली नाही, भार होऊन राहायला. तिच्या आई-बानंही तिला आगतीनं 'ये, राहा' असं काही म्हटलं नाही. त्यांना स्वत:चीच पोरंटारं सांभाळूस्तोवर व्हारुव्हार झालं होतं...

तीही एक एक दिवस झट्याझोंब्या देत, तारदाळ्या देत, शिक्षा भोगल्यागत

घालवीत होती. जगण्याचा, जीवनाचा तिटकारा वाटत होता; पण झिडकारलं, तरी ओल्या वस्त्रासारखं सारं जीवन पुन्हा येऊन चिकटत असलेलं. त्यापासून सुटका नव्हती...

लवकरच पावसाळा सुरू झाला. उन्हाळ्याच्या मोसमभर चाललेली तंबाखूची कामं बंद झाली, त्यामुळे वखारीत जाणाऱ्या बायका आता घरीच बसून राहू लागल्या... उद्याची चिंता करीत...

पण तिचं आता कसं चाललं असेल? पोटापाण्याची आबाळ, हाल...? प्रश्न उठत, विरत. पुन्हा मनात येई. आपणाला तिचा असा विचार करण्याचं काय कारण? काय संबंध? उलटसुलट विचारांची आवर्तं सुरू होत, त्रस्त करीत!

असेच आणखी काही महिने उलटले. आषाढ सरून श्रावण सुरू झाला होता आणि एके दिवशी ती दुकानात आली. तिच्या कमरेवर चार-पाच महिन्यांचं मूल–गुटगुटीत, तांबूस, कोवळ्या जावळाचं, मोगण्या नाकाचं, गोरं! तिनं मागील उधारीपैकी थोडी रक्कम दिली व पुन्हा नवीन उधारी करून गेली. ही उधारी कशी काय फेडणार हा एक प्रश्नच. तरीही प्रत्येकावर एक एक वेळ येते, अशा वेळी तशी अडवणूकही करून चालत नाही, असा विचार करावा लागला.

"कसं काय, बरं हाय ना?" मी विचारलं.

"हाय की! नसायला काय झालं–" आणि विरलेलं वस्त्र फाटल्यागत ती हसली होती.

"पोटापाण्याचं कसं काय– काही कामधाम?"

"बिड्या बांधायला शिकलोय. वाराला धा-एक रुपयांच्या बांधून हुत्यात... रेटतंय कसंतरी... काय करायचं मग?"

तिच्या प्रश्नानं निरुत्तर झालो होतो. बांधलेला माल घेऊन ती केव्हा निघून गेली होती, तेही समजून आलं नव्हतं...

अशीच एक हळवी, कातरवेळ होती आणि माझ्या दुकानापासून वावभर अंतरावर असलेल्या ट्रान्स्पोर्ट ऑफिससमोर एकदम गलका वाढला. भांडण? मारामारी? उत्सुकता... मी माझ्या एका दोस्ताला दुकानात बसविलं नि समोर धावलो...

एव्हाना तेथे हीऽ गर्दी जमलेली... आणि गर्दीत ती तोंड सोडलेली,

"कुठे गेला त्यो किन्नर? या-याच हमालाबरोबर आलाता बघ... धाची नोट दावत हुता माजा हांट्या. मला का रस्त्यावरची रांड समजली त्येनं? का त्येला कुणी आयाभनी न्हाईत?"

असं तिचं तोंड वाजत असलेलं. सारे बघे, फुकटची करमणूक, असे चेहरे–म्हणून तिनं तोंड करणं व्यर्थच... आता तिला येथून बाहेर काढणंच योग्य होतं...मी पुढं झालो अन् तिला पाठीमागून ढकलल्यागत करीत म्हटलं,

"शहाणी आहेस! जा, घरला जा आता– उगीच वाळ्ळा तमाशा कशाला मांडला आहेस!"

पाठीवर धक्का बसताच चमकून तिनं मागं पाहिलं... मला पाहताच वरमली. तशी मी तिला ढकलतच गर्दीतून बाहेर काढलं. आता तिला घरापर्यंत पोहोचविणं हे तर क्रमप्राप्तच. निघालो...

तिची वस्ती आली. वस्तीसारखेच बकाल गल्लीबोळ... धूसर अंधार पडलेला, अजूनही म्युनिसिपालटीचे लाईट्स पेटविलेले नव्हते. चालता चालता पाय पच्चदिशी एका सांडपाण्याच्या ओहळात घुसला.

तिचं घर आलं. दार उघडून ती आतमध्ये गेली नि तिनं रॉकेलची चिमणी लावली. त्या रोगट पिवळट प्रकाशात खोलीतील दारिद्र्य आणखी भयाण दिसू लागलं... चूल, गाडग्यामडक्यांची उतरंड, कपड्यांची आडदाणी, भांडी, डबे अन् कुडात रोवलेली कॅलेंडर्स...

चिमणी लावल्याबरोबर तेथेच खाली मेढीला टेकून ती बसली अन् हमसाहमशी रडूच लागली...

हे एक विचित्रच! काय करावं समजेना! कसा तरी म्हणालो, "गप्प. शांत हो, रडू नको! आयला, सालं हे जगच उपराटं झालंय, त्याला कोणी काय करायचं? चालायचंच हे, असेच दिवस रेटायचे..."

"काय करू रे छबू, काय करू? बिन डाग लावून घेता जगायला धडपडतोय, खरं काय सांगू तुला..." तिचा आवाज किती फाटलेला, थकलेला, ढेपाळलेला होता!

"आजच बघितलास न्हवं...? लै कठीण हाय एकट्या तरण्याताठ्या बाईला आब्रूनं जगणं! कितीबी पाक ऱ्हायलं तरी लोक नाना तऱ्हेच्या वावड्या उठवितात... हिला त्या अण्णानं ठेवून घेतलिया, त्या वखारीतल्या हमालाशी ही लागून हाया– आसं एक का दोन? रोज जाता-येता समोरच्या त्या शिंप्याच्या दुकानातलं टोळकं, पानाच्या दुकानाफुडलं टोळभैरव खाकरत्यात, खोकत्यात, आचकट विचकट बोलत्यात... ह्यो असला कार रोजचाच... जगणं कठीण झालंय छबू! काय करू, सांग काय करू? तू तरी 'ठेवून' घे मला... तू तरी..." आणि मान फिरवून मेढीवरच ती कपाळ आपटू लागली... हुंदक्यानं तिची अवघी काया गदगदत होती...

तिच्या बोलण्यानं चक्रिवादळात सापडल्यागत झालं... तिचं शेवटचं वाक्य सारखं डोक्यात गरगरू लागलं... "ठेवून तरी घे मला... ठेवून तरी..."

– दै. महाराष्ट्र टाईम्स रवि. पुरवणी, मे १९७१

■

गिधाडं

पहाटेच तिला जाग आली. धुंदूक धुसऱ्या उजेडानं उगावतीची चान्नी अजूनीही मालवून टाकली नव्हती. उन्हानं करपून टाकलेल्या त्या विस्तीर्ण माळावर विखुरलेल्या दुष्काळी मजुरांच्या खुराड्यांवर मसणवटीची अवकळा आली होती. ना कुठं काही हालचाल, ना कुणाची जाग. मसणवटीतल्या मढ्यागत सारी निर्जीव. तशी लवकर उठायची आगत तरी कुणाला होती? का कुठं राना-शिवरात भांगलाय जायचं नव्हतं, की कुठल्या मळ्यात जाऊन कुन्दा खणायचा नव्हता. बिनथेंबांचा पावसाळा सरला होता. वाळपीत पेरण्या तरी कशा करायच्या? त्यामुळं उगवून येण्याचा प्रश्नच नव्हता. आता पोटासाठी दाही दिशा वणावणा फिरणं. गावशीव सगळं सोडून, गोठ्यातल्या भुंड्या दावणीकडं पाहून कुणी छाती फुटून रडलं होतं... कुणाचा सर्जा, कुणाचा रावसाब्या, वैरणकाडीविना पोटं भक्काळी जाऊन कायमचं आडवं झालं होतं, तर कुणाला आपला फौजदाऱ्या तालुक्याच्या बाजारात मातीमोलानं खाटक्याला विकावा लागला होता... सगळं पचवून माणसं जगत होती. केवळ मरण येत नव्हतं, म्हणून त्याचीच प्रतीक्षा करीत...

उठल्यावर पहिली पाण्याची सामगिरी करायला हवी होती. ते तर रोजचंच काम होतं, म्हणून मातीची बिंदगी व एक गेळा घेतला नि निघाली... दूर अंतरावर असलेल्या रेल्वे लाईनकडं रस्त्यानं धाव घेतली होती. कुठं तिकडे लांब रेल्वे लाईन होती म्हणे. इथवर कधी आगीनगाडीची शिटी वा आवाज ऐकू आला नव्हता, म्हणजे तिकडे खूप-खूप दूर ती असणार! तिथवर हा रस्ता करायचा होता. रस्त्याबरोबर आपणही हळूहळू तिकडे सरकू अन् मग एके दिवशी ती दिसेल. आपण तिला कधी पाहिली नाही अजूनीही... विचार करीत तिची पावलं पडत होती... दीड-दोन मैलांवर एन.सी.सी.चा नाताळी कँप पडला होता. टँकनं तिथं पाण्याची व्यवस्था केली होती. थोडं तोंड वेंगाडलं की पाणी मिळे... नाही तर दक्षिणेस तीन-एक मैल केवळ पाण्यासाठी तंगड्यातोड करावी लागे...

रुंदच रुंद माळ तिनं कापला. पुढल्या सखलाटातली काळवाटाची निरुंद, भकास पट्टी पार केली आणि समोरच्या माळाच्या चढालाच ती विहीर लागली. पाण्याचा ठिपूसही नसलेल्या त्या विहिरीबद्दल तिच्या मनात खूप कुतूहल होतं. या कुतूहलापोटी पाण्यासाठी कँपकडे जाता-येता ती विहिरीत डोकावे. आताही काठावर जाऊन तिनं आत नजर टाकली... नजर खोल-खोल घसरत गेली अन् मग नजरेलाच भोवळ आली... तशी ती धपापत्या उरानं बाजूस झाली आणि पुढचा रस्ता तुडवू लागली...

पाणी घेऊन ती परतली. तेव्हा सगळी उठली होती. कच्ची-बच्ची सारी उठली होती. सकाळच्या चहासाठी सारी कालवा करीत होती. उठल्या-उठल्या तिनं पाणी आणल्याचं पाहून आई हारकून ढ्यान झाली, म्हणाली,

''यरवाळी पाण्याची खेप आणलीस, ते एक बरंच झालं बघ पोरी... पोरांनी तर कलाट उसळलाय च्यासाठी!''– अन् चूल पेटवून तिनं गूळ-पावडरीचं आधण चढवलं.

सकाळच्या अशा सगळ्या उसाभरीत नऊ केव्हा वाजले समजलं नाही. रस्त्याच्या वरच्या आंगाला वाळून कोळ झालेल्या बाभळीच्या झाडाचा सांगाडा उभा होता. त्याच्या एका ढापीला ट्रकची एक कंडम झालेली रीम टांगली होती. कंत्राटदाराचा मुकादम आला नि त्यानं ती रीम हातातल्या लोखंडी कांबीनं वाजवायला सुरुवात केली. तशी मजुरांच्या खुराड्यात एकच गोंगाट माजला... कामावर जायचा टॅम झाला... गँगमन स्वतःच्या टोळीतल्या लोकांवर कावून, करवदून, खेकसत त्यांना उस्कलून बाहेर काढू लागले. टिकाव, फावडं, बुट्ट्या, खोरी, कुदळी, जी असतील ती हत्यारं घेऊन सगळी रस्त्याकडे झेपावली... या गोंधळानं तिलाही सामावून घेतलं. प्रथम तर मुकादम तिला कामावर घ्यायलाच तयार नव्हता. तसा मग तिचा बाप एके दिवशी गावी गेला अन् तलाठ्याच्या मिनतवाऱ्या करून ती अठरा वर्षांची असल्याचा खोटाच दाखला घेऊन आला, तेव्हा कुठं मोठे उपकार केल्यागत मुकादमानं तिला कामावर घेतलं. तसं तिला अजूनीही बाराव्वंच वर्ष चालू होतं. गेल्याच वर्षी तर पदर आला होता... पण तिचं हाडपेर मोठं, अंग थोराड, त्यामुळं मजुरांच्या गोमगाल्यात ती सहज मिसळून जाई...

आता सूर्य आभाळात बराच वर चढला होता. उन्हाचे चटके बसू लागले होते. घामानं अंगाची अंघोळ होत होती. अशा वेळी खालतीकडनं चार बैलगाड्या आल्या– गचकाँव गचकाँव करीत. बैलांची पोटं खपाटीला गेली होती अन् जीव जणू डोळ्यांत एकवटला होता. बैलांचं मालकही भ्रमिष्टागत गाड्यांत बसून बैल दबवत होतं. गाड्या जवळनं जाऊ लागल्या. तसं कुणीसं विचारलं,

''कोण गावचं हो पाव्हणं?''

"आमी खरसुंडीकडलं बाबानू!"

"आनी मग हिकडं कुठं– वडीवनीच्या कामावर सुटलासा का?"

"कुठलं काम नि काय बाबानू? चाल्लाव राधानगरीकडं. तितं सरकारनं ढोरास्नी क्यांप काढलया म्हणं. ढोरं सोडून येताव तितं, आमचं कायबी हुंदे हिकडं, ही मुकी जनावरं तर जगू-वाचू देत... आमाकडं ना चारा– ना पानी... तीन सालं झाली बघा– कुणी तरी बांधून घाटल्यावानी पाऊसबी गप्पगार झालाय. काय करता?" – अन् कासरं ओढून हल्याऽऽ करीत गाडीवाल्यानं बैलं दबिवली...

राधानगरीकडच्या थंडीत बैलं जगतील का? आणि नाही जगली तर, पुढील वर्षी पाऊस पडला, तरी शेती कशी करायची? विचारणाऱ्याच्या मनातही प्रश्न उठले; पण ते विचारून गाडीवाल्यांच्या आशेचा हिरमोड करायचा धीर त्याला झाला नाही.

दुपार चढू लागली, तसं त्या मातीच्या पाट्यांचं ओझं वाहून नेणंही तिला जड जाऊ लागलं... तीन आठवडे होत आले, तरी अजून पगार झाला नव्हता, त्यामुळे सगळी दैना उडून गेली होती. हातातोंडाची भेट होईस्तोवर व्हारूव्हार व्हायचं. रेशनचं अपुरं धान्य. ते संपलं, की आकडीच लागायची. चापात बोट गावल्यागत व्हायचं. मग एक वेळ जेवायचं नि एक वेळ तोंडातलं पाणी मिळीमिळी गिळत राहायचं. राती जेवण केलं होतं, म्हणजे आज दुपारचा जेवणाचा खाडा. सुट्टीत दुसरी जेवत बसली, तर आपण तोंड फिरवून बसायचं– मनातल्या मनात हजार मरणं मरत...

एक वाजला, तसं मुकादमानं सकाळच्यागत खच्चून ती झाडाला टांगलेली रीम वाजवली... तशी घामानं निथळणाऱ्या अनेकांगत तिनंही सुटकेचा श्वास सोडला. चला, आता तासभर तरी सुट्टी... जेवायला नसेना का? आतड्यांनाही सवय झालीय आता उपवासाची; पण कामापासून तरी सुटका. तासाभरात डोईला आलेला कढ तरी निघून जाईल... पोटाला अन्न नसलं, तरी प्यायला पाणी हवं होतं. त्याच्यावर तरी अजून रेशनिंग बसलं नव्हतं, की त्यासाठी अजून तरी पैसे मोजावे लागत नव्हते... सुट्टी आहे तोवर एक खेप तरी आणावी पाण्याची, असं यवजून ती निघाली...

कॅम्पवर आली, तेव्हा त्या लांबट तंबूत एन.सी.सी.च्या मुलांची जेवणं चालली होती. तंबूच्या पल्याड कासराभर अंतरावर दुष्काळी मजुरांची आशाळभूत पोरं पेटतं ऊन डोईवर घेऊन चटके बसणाऱ्या धरतीवर तळतळत उभी होती. मुलांची जेवणं झाल्यावर ताटात उरणाऱ्या खरकट्यावर त्या पोरांचाच हक्क होता अन् तासभर उन्हात तळून पोरांनी आणलेल्या त्या सुग्रास अन्नावर खुराड्यातल्या आई-बापांचाही... तंबूत ताटांचा-पेल्यांचा खडखडाट होत होता अन् त्या आवाजानं पाणी भरत

असलेल्या तिच्या भुकेल्या आतड्यांना वढण लावली होती...

"पाण्याला आज दुपारीही आलीस, होय गं?"

प्रश्न कानांवर पडला अन् तिनं मान वळवून आवाजाच्या दिशेनं पाहिलं, तर नेहमीचा तो तरुण देखणा, छाकटा, हसमुख. त्याच्या मेहरबानीनंच तर एक-दोन बिंदग्या मिळतात... नाही तरी कुठला तो मिशावाला बापय सारखं हाकलूनच देत होता! हा बिचारा देवासारखा भेटला...

"व्हय..."– निर्मळ हसत ती बोलली, "पानीच संपलं नि काय!"

"जेवलीस...?" त्यानं प्रश्न केला.

"ते कुठलं...?"

"का...?"

"तीन आठवडं पगाराचा पत्त्या न्हाई... हुतं तेबी कालचं खाऊन चट्टामट्टा झालं... मग आनायचं कुठनं, कसं? आज-उद्या पगार हुईल म्हंत्यात, तंवर हे आसंच..."

"मी तुझी गरज भागवितो– दहा देतो..." तिला डोळाभर पाहत कावेबाजपणे तो म्हणाला, "पण माझीही गरज तू भागवायला हवीस..."

त्याचं देवत्त्व संपविणारी ती नजर... ती शहारून गेली. तिचं काळीज धडधडू लागलं... त्याच्याजागी तिला गिधाड दिसू लागलं, प्रेताचं लचकं तोडणारं... ताडताड त्याला बोलून निघून यावं, असं क्षणभर तिला वाटलं; पण दुसऱ्याच क्षणी तिला आई-बापाचे, भावंडांचे उपाशी चेहरे दिसू लागले अन् तिचं बळच आटलं... जीभ टाळ्याला चिकटली... शब्द विरून गेले...

"चल मावळतीकडील त्या ओढ्यात जाऊ"– तिचं मौनत्व हीच संमती, हे ओळखून तो म्हणाला, "तिथं आडोसा आहे... मी पुढं होतो, मागून तू ये..."

अन् तो भराभर चालू लागला. मागून ती ओढल्यासारखी जाऊ लागली... मावळतीला आभाळात गिधाडं फिरत होती... कुठंतरी जनावर मरून पडलं होतं... कुठं जनावरं, तर कुठं माणसं. मनातल्या मनात रोज मरणं... आणि गिधाडं तर टपलेलीच होती!

ती तळावर परत आली, तेव्हा आईनं विचारलं..."का गंऽ इत्का का उशीर?"

"वाटेत एक गाय मरून पडली हुती. गिधाडं ताव मारत हुती. मला बघावलं न्हाई, त्या गिधाडास्नी उस्कलू लागलो, ती झोंबतच हुती, त्यातच उशीर झाला बघ!"– आपण आता उरी फुटून कुठल्याही क्षणी रडू, असं तिला वाटू लागलं, "हंऽ हे घे!" अन् तिनं दहाची नोट पुढं केली.

"कुठली गं ही?" जवळच थकिस्त होऊन भकिस्तागत बसलेल्या बापानं विचारलं, "कुणी दिली?" आणि संशयानं तो पोरीकडे पाहू लागला...

“क्यांपातल्या पोरानं दिली...” चेहरा निर्मळवाणी करायची कसोशी करीत तिनं सांगितलं.

ऐकून कुणीतरी काड्दिशी कानफडात दिल्यागत त्याला झालं... पोरीचा अंतर्बाह्य विस्कटलेला एबाव पाहून मनातल्या मनात हजार मरणं त्यानं अनुभवली.

“तेवढीच दोन-एक रोजाची पोटगी तर निघाली...” ती म्हणाली, “हं, घे ही ठेवून!”

“ऱ्हावू दे तुझ्याकडंच तंवर...” आकसून जात आईही तुटकपणे म्हणाली.

ती रात तर मौनाची बाधा घेऊन आली. घरचं कुणी दगावल्यागत सगळी चुपचाप. मूक. आतल्याआत सोसत. सांजचं सुकडीचं वाटप झालं होतं. कालवा करणाऱ्या पोरांना ती देऊन गप्प केलं होतं इतकंच... बाकी सारी आनुसपोटीच धरतीवर लवंडली...

उभ्या-आडव्या प्रश्नांनी रात्रभर तिला पिंजून काढलं. पहाटेच कुठं डोळ्याला डोळा लागला होता. तोवर लडालडा कुणीतरी हलवू लागलं. तिनं पाहिलं तर आपला बाप.

“का गा?” म्हणत ती उठून बसली.

“चल ऊठ. स्टेशनवर जाऊन बाजार करून येऊ या– भगाटायच्या आधी!”

अन् दोघं निघाली. रुंदच रुंद माळ. पुढल्या सखलाटातली अन् समोरच्या त्या चढावावरची ती विहीर... कुणी मरतंय का, याची प्रतीक्षा करीत बसणाऱ्या गिधाडागत ती अंधारात दिसत होती... विहीर जवळ आली, तशी बेसावध असलेल्या तिला त्यानं एकदम उचलली नि ते ओझं घेऊन तसंच धावत काठावर येऊन त्यानं विहिरीत हलकं केलं... क्षणात सारं गप्पगार, किंकाळी नाही.

दुसऱ्याच क्षणी तो परत फिरला... जडावणारे पाय. शिशाचे गोळे बांधल्यागत...

–दै. ‘महाराष्ट्र टाईम्स’,
रवि. पुरवणी, जुलै १९७३

■

'गलत है लूट लिया...'

शहराबाहेर पडलेला पूना-बेंगलोर रोड. त्यावरून दीड-एक मैल गेलं, की ते वाईट वळण लागे. ओढ्यावरील पुलावरून पुढं जाताच कलमी आंब्याच्या बागेला विळ्याच्या पात्यागत मुरा घालून रस्ता पुढं गेलेला. वळणावरच आंब्याची दाट झाडी, त्यामुळे पुलावरून जाणाऱ्या वाहनांना पलीकडील व पलीकडून येणाऱ्या वाहनांना पुलावरील काही दिसायचं नाही, त्यामुळे या वाईट वळणावर वर्षाकाठी तीन-चार अपघात होऊन जीवित-वित्तहानी व्हायची. एखादे वेळी कार वा ट्रक बागेचं कुंपण तोडून आतल्या विहिरीत सूर मारून तळ गाठायची.

खूप वर्षांनी सरकारचं या प्रकाराकडे लक्ष गेलं. पुलावरून पलीकडे गेलेला रस्ता तसाच बागेत घुसवून, ती जुनाट विहीर बुजवून पुढं गेला, तर पलीकडील रस्त्याला सरळ रेषेत मिळतो. ते वाईट वळणही नष्ट होतं आणि अपघात टळू शकतात... योजना तयार झाली; पण बागेच्या मालकाचा नुकसानभरपाईचा आकडा मोठा व सरकारचा लहान पडल्यानं प्रकरण कोर्टात जाऊन घोंगडं भिजत पडलं...

हे प्रकरण मिटून बागेतून रस्ता होईपर्यंत, त्या वाईट वळणावर वाहनांना मार्गदर्शन करण्यासाठी पी.डब्ल्यू.डी.तर्फे त्याची नेमणूक झाली होती...

माझ्या कॉलेजची प्रथम वर्षाची परीक्षा संपली आणि उन्हाळ्याची प्रदीर्घ सुट्टी मिळाल्यानं मी गावी आलो होतो. त्या वेळी शेतात उन्हाळ्याचे कष्ट चालायचे व त्या निमित्तानं मी सायकलीवरून रपेट मारायचा– कधी घरच्यांचं जेवण घेऊन दुपारचा, तर कधी संध्याकाळचा सहज.

अन् अशा वेळी त्या वाईट वळणावरून त्याला क्रॉसिंग करताना प्रत्येक वेळी तो पृच्छा करायचा, "कितने बजे साब?"

मी त्याला वेळ सांगायचा... परत येतानाही असंच व्हायचं.

एकदा त्याला क्रॉसिंग करताना नेहमीप्रमाणे त्यानं मला वेळेबद्दल विचारलं नाही. पाहिलं– तर खाली मान घालून तो काहीतरी लिहिण्यात गुंतला होता.

रस्त्याच्या कडेला रोवलेल्या एका दगडावर बसलेला, मांडीवर वही व तीत मन:पूर्वक काही लिहिणं चाललं होतं.

जवळ जाऊन सायकल उभी करीत मी विचारलं, "क्या आज बहुत काममें हो?"

"अरी आप!" एकदम वर पाहत आश्चर्यानं त्यानं विचारलं.

"कब आये?"

"अभी... अभी..." आणि विचारलं, "बहुत काम है आज?"

"काम कैसा साब– लिख रहा हूँ, यूंही!"

"क्या लिख रहो हो– खत?"

"नही, खत नही, एक गाना लिख रहा हूँ..."

"तो तुम कवी हो?"

"कवी कैसा साब, वो तो बडे बडे लोग होते है, मैं तो एक मामुलीसा आदमी..."

"देखो तो सही– क्या क्या लिखा है?"

मी आसासून पुढं झालो. धीटपणे त्याच्या वहीला हात घातला, पाहिलं तर मोठ्या सुंदर, वळणदार कन्नड अक्षरांनी वहीची पानन् पानं भरली होती. कन्नड मला अनाकलनीय होतं, तेव्हा त्याच्या हातात मी वही देत म्हटलं,

"क्या लिखा है इसमें– सभी गाने?"

"हां, ये सब आजतकको मेहनत..."

"एक गाना पढकर सुनाओ तो..."

"देखो, तुम हँसोगे तो नही?"

"नही बाबा, नही..."

"साब, तुम बहुत पढेलिखे और मैं..."

"छोडो यार, पढाईका क्या रिश्ता है इसमें?"

एवढं झाल्यावर तो वाचून दाखवू लागला... गाणी कन्नडमध्ये लिहिली असली तरी, ती रचली होती हिंदी-उर्दूत! तो वाचून दाखवू लागला–

"माना हँसीनाने पुकारा नही, क्या मैं यहाँ दिलवाला नही?
मुख मुरडके, हातोंको मलके, जाना ये रीत तुम्हारी नही!"

त्या वेळच्या लोकप्रिय हिंदी फिल्मी गाण्याच्या सुरावटीवरून ही गाणी त्याने रचली होती. मध्येच तो थांबला आणि म्हणाला,

"देखो साब, पढनेसे मजा नही आता, गानेसे मैफील रोशन हो जाती हैं!"

"अच्छा, अच्छा; तो गाकर सुनाओ!"

अन् मग तो खरंच गाऊ लागला,

"गलत है लूट लिया मिलके हुस्नवालोने
तुम्हें तो लुटा है तुम्हारे बुरे खयालोंने!"

अशीच ती दीर्घ कव्वाली, 'शेवन रिझवी'नं लिहिलेल्या प्रसिद्ध कव्वालीला उत्तर म्हणून त्यानं रचलेली... तो अगदी मन:पूर्वक म्हणत होता. त्याचा आवाज मधुर नसला, तरी खडा होता– कव्वालाच्या आवाजासारखा...

माझ्या आग्रहानुसार त्यानं आणखी दोन-तीन गाणी म्हंटली... त्याचं गायन चाललेलं असताना वाहनांना मी साईड दाखवीत राहिलो... त्याची काव्यप्रतिभा अशी फिल्मी गाण्याच्या सुरावटीचा आधार घेऊन उभी राहिलेली...

"कैसे हैं गाने?" शेवटी त्यानं अधीरतेनं विचारलं, "पसंद हैं आपको?"

"अच्छे हैं, मगर..." त्याला उत्साहित करेलसं बोलणं मला अशक्य नव्हतं; पण मी त्याला समजावून सांगितलं, की तू गाणी रचतोस ते ठीक आहे; पण ती रचताना फिल्मी गाण्याच्या चालीचा आधार का घ्यायचा? स्वतंत्रपणे रचून, स्वतंत्र चाल लावता येणार नाही का? आणि अशी गाणी रचल्यास त्यांचं महत्त्वही वाढणार नाही का?

माझं म्हणणं त्याला पटलेलं दिसलं.

"देखता हूँ. कोशीस करता हूँ..." तो म्हणाला.

दोन-तीन दिवसांतच त्यानं मला थांबवून म्हटलं, "नया गाना लिखा हैं, सुनोगे?"

"क्यों नही, क्यों नही! सुनाओ तो!" मला आनंद झाला...

"अच्छा, सुनो– तेरा चाँदसा मुखडा देखके मैं हो गया मस्ताना..." तो म्हणू लागला...

गाणं संपताच त्याची मन:पूर्वक प्रशंसा मी केली... परिणाम असा झाला, की संध्याकाळी शेताहून परत येताना मला पुन्हा एक गाणं ऐकावं लागलं...

"हमेशा मैं गुनगुनाता हूँ तेरे हुस्नका फसाना
मेरे प्यार भरे दिलको तू क्या जाने हँसीना..."

अशी त्या गाण्याची सुरुवात... अशी बरीच गाणी त्यानं रचली व मला ऐकविलीही... त्याचं एक वेडं स्वप्नं– अशा दहा-बारा गाण्यांची सिनेमाच्या पद्यावलीप्रमाणे छोटीशी पद्यावली तयार करावयाची आणि सर्व प्रमुख शहरांतील बुकस्टॉल्सवर दहा-दहा पैशाला विकायला ठेवायची... पण अशी स्वप्नं खरी होण्यासाठी पैसा लागतो अन् सगळी घोडी तर तेथेच पेंड खात असतात...

मैत्री अशीच वाढू लागलेली... कलती संध्याकाळ. हळुवार झालेली मनं... पारदर्शी अवस्था आणि अनपेक्षितपणे त्यानं उघडा केलेला आपल्या आयुष्याचा एक रीळ... बोलण्यातून बोलणं कसं निघत गेलं ते समजलंच नाही; पण जे समजलं ते अजब, अद्भूत न् विलक्षण होतं.

त्याची पोलिसाची नोकरी. एका तालुक्याच्या गावी पार्टी गेलेली. मुक्काम पडला. वाढला. चहाच्या हॉटेलकडे जाण्याच्या मार्गावर एक पठाणाचं घर! दारावर चिकाचा पडदा आणि एके दिवशी दुमजल्यावरच्या गॅलरीत दिसलेली गुलबदन!... त्या वेळी तिचं नाव माहीत नव्हतं; पण प्रथम तिला पाहताच मनात हेच एक उमटलं गुलबदन! त्याच्या नजरेची सवय... रोज दृष्टिभेट... पण स्मितहास्याचा जन्म... मग हळूच एके दिवशी त्याच्या पुढ्यात एक फूल पडलेलं– टपोरं, गुलाबाचं... त्यानं ते उचलून, झुकून, अदा करून स्वीकार केलेलं.... आणि मग एके दिवशी खालून दगडाला बांधून त्यानं वर फेकलेली चिठ्ठी–

'रगरगमें बसी हैं तरी आँखोंकी बाते
जो दूरसे हँसते हैं वो करीब नहीं आते!'

आणि दुसऱ्याच दिवशी तिनं वरून टाकलेलं उत्तर–

'करीब आनेसे कुछ मजा नही आती!
मेरा अफसाना लिखने सोचती हूँ– हाथ नहीं उठती!'

अशी पत्रं नि उत्तरं सुरू झालेली... गावाबाहेरून नदी वाहत असलेली. गावापासून, नदीवरील थोडं दूरचं ठिकाण. उगवत्या दुपारी आपल्या मैत्रिणीसह ती तेथे पोहायला यावयाची... आणि तेथेच दोघांची भेट व्हायची... दिवस असा सुगंधी व्हायचा; पण रात्र काटेरी बनायची...

तिच्या थोरल्या बहिणीच्या मुलाचं बारसं... त्या वेळी तिच्या बापानं त्याच्या कव्वाल्यांचा कार्यक्रम आपल्या घरी ठेवला. गावातले मुस्लीमसमाजी उपस्थित लोक आणि चिकाच्या पडद्याआड बसलेल्या त्यांच्या बायका अन् त्यात तीही एक... त्या रात्री तो देहभान विसरून गायला– ते केवळ तिच्यासाठी, तिच्याकरिताच... असे मंतरलेले दिवस... एके दिवशी तो तिच्या बापापुढं उभा राहिला. त्यानं लग्नाची मागणी घातली... अशा वेळी होतं तेच घडलं. तिच्या बापानं रुद्रावतार धारण केला व तोही बेरडाप्रमाणे निर्भय, ठाम राहिला– उडुपी ब्राह्मणाला शोभणर नाही असा. बराच वेळ तोंड वाजवून झाल्यावर शेवटी तिचा बाप म्हणाला, "अरी, तू उडुपी बम्मनका बच्चा– काफर! अगर मुस्लीम होता है तो शादी तै करूँगा और वैसेही मेरी लडकीसे मिलेगा, तो मुझसे बुरा कोई नही!" अन् त्यानं बंदूक दाखविली...

तसा तो एका कैफामध्ये बाहेर पडला आणि समारंभपूर्वक मुस्लीमही झाला. आता तिच्या वडिलांनी आपले बोल खरे करून दाखवायला हवे होते; पण झालं उलटं. तो म्हणाला–

"तू मुस्लीम हो गया, अच्छा हुआ! मैं बडा जमींदार! लाडपोसी हुई मेरी बेटी. और तू तो पुलीस– हल्कीसी नोकरीवाला, आज यहाँ, तो कल वहा, परसोंका कुछ

पता नही– ऐसी तेरी नोकरी! कैसे तेरे साथ शादीका रिश्ता जोडनेका? अगर तू कहेगा तो मेरी जातवाली दूसरी लडकी दूंगा; मगर मेरी नही!''

यावर तो त्याला मारायला गेला. जवळच्या लोकांनी त्याला अडविलं... नंतरचे दिवस फारच तगमगीत गेले. तिला भेटून तिचं मन घ्यावं असं वाटलं; पण तिच्या बापानं तिला खोलीत कोंडून घातल्यानं तेही अशक्य झालेलं... असे दोन-तीन दिवस गेले आणि एके दिवशी तिला उठविण्यासाठी म्हणून तिच्या खोलीची दारं उघडली, तेव्हा ती बिछान्यावर मृतावस्थेत आढळली... हातातील अंगठीतला खडा खाऊन तिनं आत्महत्या केलेली. टेबलावर एक छोटीशी चिठ्ठी–

'जीना तेरी मोहब्बतमें, मरना तेरी मोहब्बतमें।'

सांगताना त्याच्या डोळ्यांतून अश्रूधारा वाहत असलेल्या... त्याचं प्रेमभंगाचं दु:ख उफाळून आलेलं आणि सांत्वन करण्याजोगे शब्द चाचपडीत मी बसलेला.

असे दिवस जात होते. महिने पालटत होते... सरकारचा व बागेच्या मालकाचा झगडा मिटला... आंब्याची ती कलमी झाडं पटापट भुईसपाट झाली. ती विहीर बुजली आणि त्या सखल बागेतून खडी-मुरुम टाकलेला रस्ता डोकं वर काढू लागला... अनेक मजूर नि बायका खपू लागल्या... काही महिन्यांनी रस्ता पूर्ण झाला अन् त्या नव्या रस्त्यावरून वाहनं निर्धास्तपणे जाऊ-येऊ लागली...

अन् तेव्हापासून त्या वाईट वळणावरील त्याची जागा रिकामीरिकामी दिसू लागली...

त्याचे वडील डाकबंगल्यावर रखवालदार. गेटच्या आत जाताच त्यांना राहायला दिलेला ब्लॉक लागे. कॉलेजला तीन-चार दिवसांची कसलीशी सुट्टी मिळाल्यानं मी गावी आलो होतो. आल्यावर त्याची आठवण झाली. भेटून फार दिवस झालेत. तेव्हा जाण्यापूर्वी भेटावं, असा विचार केला. त्या वाईट वळणावर आता तो भेटणं शक्य नव्हतं. तेव्हा डाकबंगल्याकडे निघालो.

कलती दुपार होती. तो बाहेरील सोफ्यावरच होता. मला पाहून सामोरा आला, तसं विचारलं, ''कुठं आहे सध्या पत्ता?''

''उधर सौंदलगाँवके तरफ. हमारा पी. डब्ल्यू. डी. उधर नया रस्ता बनाने लगा हैं।'' आणि त्यानं विशेष माहिती मला पुरवीत म्हटलं, ''उधर फत्तरकी एक खदान है. खदानपर फत्तर फोडनेकी एक मशीन है. उसपर हूँ।''

''तो तुम वो मशीन चलाना जानते हो?''

''हाँ। उसमे क्या बडी बात है?''

''सौंदलगांव यहाँसे पाँच-छे मील दूर और रोज आनेजानेकी तकलीफ–''

''यार चलनेकाही। पेटके वास्ते कुछ तो करनाही चाहिये।''

''अच्छा, तो मै आज इसलिये आया था...'' तसा तो मला मध्येच थांबवीत म्हणाला–

"हां हां– याद है, याद है– तुम्हारे वो पैसे ना? एक तारीख को पगार है, लौटा दूंगा, तुम कुछ फिक्र मत करो।"

"मै तो परसो यहाँसे जानेवाला हूँ..."

"तो मै एम. ओ. करके भेजता हूँ तुम्हारे पत्तेपर– बेलगांवको! क्या पत्ता है तुम्हारा वहाँका?"

मी पत्ता सांगितला. तो त्यानं वहीत टिपून घेतला व चहा पिण्याचा आग्रह करू लागला. मी आत्ताच चहा घेतल्याचं सांगून त्याला नकार दिला व निरोप घेऊन परतलो.

त्यानंतर दोन-तीन महिने असेच निघून गेले; पण त्याची मनीऑर्डर काही आली नाही... एका रविवारी गावी आलो, तेव्हा त्याबद्दलची चीड मनातच दाबून टाकत त्याला भेटायला गेलो. सोप्यातून आत जात विचारलं,

"घरमें कोई हैं?"

"मै घरमें 'नही' करके बोल!" आतून खुद्द तोच आपल्या घरातील व्यक्तीस सांगत होता!

घराच्या पायऱ्या चढून सोप्यात मी इतका जवळ आलो असेन व बोलणं ऐकत असेन, याबद्दलचा त्याचा अंदाज पुष्कळसा चुकला असेल! कदाचित मला त्याचा अंत पाहायचा नसेल, तर मी बाहेरूनच परत निघून जावं, असाही त्याचा हेतू असेल!

पण मी म्हणालो, "अरी बाबा बाहर तो आओ. 'वो' बात रहने दो। मगर कुछ मिलोगे तो...!"

मोठ्या निर्लज्जपणे तो बाहेर आला आणि मोठं आश्चर्य दाखविल्याप्रमाणे करीत म्हणाला,

"अरी तुम! मै समझा..."

त्याच्या स्वभावाचा हा नवीन पैलू. मनातील उरलीसुरली हिरवळ करपून गेली. येथेच सारं संपवावं व तडक चालू लागावं, असं वाटत होतं, तरी पण उसन्या उत्साहानं मी त्याच्याशी बोलत होतो. बोलतबोलत व्हरांड्याच्या पायऱ्या उतरून समोरील हिरवळ आम्ही पार केली आणि डाक बंगल्यातील त्या स्वच्छ, आखीव व नेटक्या रस्त्याला लागलो. त्यानं नवीन काही रचलं आहे की काय, याची मी चौकशी केली. त्यानंही मोकळेपणानं, निदान तसं दाखवीत, सारं सांगितलं आणि माझी व माझ्या अभ्यासाबद्दल चौकशी केली... असंच बोलत आम्ही तो रेखीव रस्ता तुडवीत जात होतो. इतक्यात डाकबंगल्यात चाललेले ओव्हरसीयरसाहेब सामोरे आले अन् अचानक आमच्याजवळ थांबून त्याला म्हणाले,

"काय रे, कुठं चिकटलास का नाही अजूनीही?"

"नही साहेब," आणि केविलवाणे हसत तो म्हणाला, "कोशीस तो कर रहा हूँ!"

"अरे, बघ– प्रयत्न करून बघ. मिळेल कुठंतरी..." त्याला दिलासा दिल्याच्या स्वरात साहेब म्हणाले व निघून गेले.

मला बसलेला हा आणखी एक धक्का. कसंबसं त्यातून स्वत:ला सावरून घेत मी विचारलं,

"तो क्या, वो सौंदलगांवकी नौकरी...?"

"नही, नही..." तो गडबडून गेला, "वो तो थी, मगर गये इदवारकी एक तारीखसे उधरका काम खत्म हुआ, और, और..."

तो बोलत असताना मी त्याच्या चेहऱ्याकडे रोखून पाहिलं. त्याचा चेहरा ओढलेला, थकलेला दिसत होता, त्यामुळे त्याचा मूळचा काळसर वर्ण आणखी काळवंडल्याप्रमाणे भासत होता. ओठही तसेच. डोळे खोल डोह झालेले. दाढीचा ब्रश झालेला, तेलाविना सुखे झालेले डोईवरील केस. कॉलर उस्कटलेला, अंगातला शर्ट दंडावर रफू केलेला व हाफ पँटची तळची मुडपलेली शिवण फाटून तशीच लोंबत असलेली... तो खरोखर खोटं सांगत होता! त्या वाईट वळणावरील मार्गदर्शकाची नोकरी सुटल्यापासून तो बेरोजगारच होता अन् अजूनही त्याला दुसरी नोकरी मिळाली नव्हती!

हे सत्य जाणवलं आणि डोळ्यांत पाणी तरारलं. त्याचं गेल्या दोन-अडीच वर्षांतील, मला परिचित असलेलं जीवन झरझर माझ्या नजरेसमोरून सरकू लागलं... शहराबाहेरील ते वाईट वळण... ओढ्याकाठचं शिंदीचं बन, नीरा काढण्यासाठी सरकारनं नेमलेला ईराप्पा, त्याची भली बायको, चन्नव्वानं तिच्या झोपडीतून बऱ्याच वेळा करून आणलेला गुळाचा चहा. चन्नव्वाच्या झोपडीत त्यानं चहाची भुकटी व गूळ आणलेला असायचा. त्या चहाची चव बराच काळ जिभेवर रेंगाळत राहायची. केव्हा केव्हा धसका लावायची!

केव्हा घरी तो भांडून आलेला असायचा. घरच्या माणसांशी त्याचं कधी पटलंच नाही. त्याच्या घरी तीन धर्म नांदत होते. यानं मुस्लीम धर्म स्वीकारलेला, तर याच्या पाठच्या भावानं ख्रिस्ती धर्माची दीक्षा घेतलेली. पीटर त्याचं नाव आणि घरातील उरलेली सर्व उडुपी ब्राह्मण, हिंदूधर्मीय... अशा या त्रिकुटामुळेही घरातील भांडणात भर पडत असेल... असं भांडण झालं, की त्याचे भाऊही शहरापासून तेवढ्या दूरवर जेवण घेऊन येण्याची तसदी घेत नसत आणि मग असा दिवस चन्नव्वानं करून दिलेल्या गुळाच्या पाण्यावरच कटायचा... एखादी दुपार अशीच जळत असायची, अशा वेळी एकाकडून दुसऱ्याला जे विचारलं जातं, तेच तो विचारी,

"क्या साब, खाना हुआ?"

"हां साब, अभ्भी हुआ! और आपका?"

ओठ कोरडे, डोळ्यांतील बाहुल्या विझलेल्या... असं काही दिसल्यावर मनोमन मी काय ते ओळखायचो... त्या वाईट वळणावर काही खाद्यपदार्थ मिळणं अशक्य होतं, त्यामुळे त्याला काही खिलवावं, ही भावना वांझोटी ठरायची.

केव्हा केव्हा तो मजेत असायचा अन् खूप खूप बोलायचा. संध्याकाळी सहाला त्याची ड्यूटी संपायची. बोलत-बोलत आम्ही गावाकडे यायचो. दीड-दोन मैलांचा तो पूना-बंगलोर रोडचा तुकडा संपून जकात नाका यावयाचा. मग मला ओढत-ओढत तो नाक्याजवळील आपल्या नेहमीच्या हॉटेलात न्यायचा. तिथं त्याचं उधार खातं असायचं. मग तिखट-गोड पदार्थांच्या ऑर्डरी सुटायच्या... चहा पिणं झाल्यावर तो एक बिडी पेटवायचा आणि रेडिओ सिलोनवरलं गाणं ऐकत बसायचा. या वेळी तेलुगू-तमिळी सिनेसंगीताचा कार्यक्रम असायचा अन् ती गाणी जिवाचा कान करून तो ऐकत राहायचा. गावाकडील माणूस फार दिवसांनी भेटावा नि त्याचं बोलणं आसासून ऐकत राहावं, तशी काहीशी त्याची भाववृत्ती बनायची... पी. खुशीलाचं गाणं तर त्याला फार आवडायचं. विशेषत: ते 'अमरा मधुरा प्रेमा...' असं आवडीचं एखादं गाणं लागलं, की आपोआप तो ठेका धरायचा अन् बऱ्याच वेळा मला त्या गाण्याचा अर्थ सांगत राहायचा...

असं पुष्कळ काही आठवलं आणि डाकबंगल्याचं गेट पार करून रहदारीच्या रस्त्यावर आल्यावर मी कसाबसा त्याचा निरोप घेतला व निघून आलो...

दसरा-दिवाळीची सुट्टी पडल्यावर मी गावी आलो होतो. त्याला भेटायला गेलो, तेव्हा तो खरोखरच घरी नव्हता... मला पाहून त्याच्या आईनं कपाळावर सत्रा आठ्या घातल्या... बाहेर यावयाचाही त्रास न घेता आतूनच ती म्हणाली,

"क्या, तुम्हारे पास के भी पैसे लिये हैं उसने? देखो बाबा, अगर पैसे लेनेके लिए आये हो, तो हमारे पास कुछ नही... हम गरीब आदमी..." ती आणखी खूप काही बोलली असती; पण मध्येच मी म्हणालो,

"नही, नही– वैसा कुछ नही... मै उसका दोस्त हूँ। सिर्फ मिलने आया था..."

हे ऐकून ती कष्टलेली माता निर्धास्त झाली असावी. बाहेर आली आणि विश्वासानं सांगू लागली. ती मोडक्या तोडक्या हिंदीत बोलत होती, अडखळेल तेथे कन्नड व तामीळ शब्दांचा आश्रय घेत होती...

रोज अशी माणसं यावयाची– हॉटेलवाला, पानपट्टीवाला, न्हावी, दोस्त आणि अशी आणखी बरीच... प्रत्येकाचे हा पैसे देणं असायचा. त्या सगळ्यांची समजूत काढता काढता त्या माऊलीची पुरेवाट व्हायची! याला फक्त पस्तीस रुपये मिळायचे महिन्याला. एक तारखेला हा पगार घ्यायचा आणि फक्त पाच-सहा रुपये घरी टिकवायचा आणि बाकीचे उधार भागविण्यासाठी खर्च झाले,

म्हणून सांगायचा... नोकरी असताना ही अशी गोष्ट... त्या वेळी हॉटेलात मनचाहेल ते खायचा, आता घरी काय असेल ते वचावचा खातो... कमी जास्त झालं, तर भांडतोही! आणि त्यावर आम्ही जास्त-कमी बोललं, तर आठ-आठ दिवस बाहेर निघून जातोही. त्या वाईट वळणावर नोकरी करीत असताना रस्त्यानं येणाऱ्या-जाणाऱ्या पुष्कळ वाटसरूंबरोबर त्याच्या ओळखी झालेल्या. वळणावरून पुढं दीड एक मैल चाललं, की तीन-चार खेडी लागत. तेथील बरीच माणसं त्यानं आपल्या लाघवी स्वभावानं जोडलेली. तो त्या गावी पोट जाळायला गेला असेल म्हणून घरची माणसं गप्प बसत आणि मग एखाद्या दिवशी तो येई. दुष्काळातून यावा तसा. भुकेला-तहानलेला, मळलेला, चुरगळून गेलेला... त्याची ही अवस्था पाहून त्या मातेच्या काळजात कालवाकालव व्हायची... मग ती त्याला छातीशी धरून घटका न् घटका रडत बसायची. गेले तीन दिवस झाले तो पुन्हा गायब झालाय...

ते सर्व ऐकून मेंदूला मुंग्या आल्या... तेथून केव्हा व कसा परतलो, तेही समजून आलं नाही...

असेच दिवस आले नि गेले. महिने पालटले. माझी परीक्षा झाली. उन्हाळ्याची सुट्टी पडली. गावी आलेल्या दिवशीच ओसरत्या संध्याकाळी त्याला भेटावयास गेलो. त्याला भेटायचं होतं. पैशासंबंधीचं व त्या अनुषंगानं नंतरचं त्याचं वागणं विसरून जायचं होतं आणि पूर्वीसारख्याच काव्याबद्दल गप्पा मारायच्या होत्या... सहाच्या सुमारास जकात नाक्याजवळ हॉटेलात जायचं होतं. सिलोन वरील तमीळ-तेलुगू सिनेसंगीत ऐकायचं होतं आणि त्या गाण्यांचा अर्थ त्याच्या तोंडून समजावून घ्यायचा होता...

डाकबंगल्यात गेलो. त्या घराच्या ठराविक पायऱ्या चढून बाहेरील छोट्या पडवीत गेलो आणि पूर्वीप्रमाणे मोठ्यानं त्याच्या नावाचा पुकारा केला...

पण समोर आला– वाळलेल्या तुरकाठीगत एक म्हातारा. त्यानं मिस्कीलपणे माझ्याकडं एक नजर टाकली अन् सांगितलं,

"वंदतिंगळ् पैलंच्या रखवालदाराची बदली आगेद बागलकोटकडे! त्या रखवालदाराचा मुलगा न्हवं? निम्द रोका इन कुडो देत? आद् अक्कलखातेक खर्च हाक नि होग!" आणि माझ्या प्रतिक्रियेसंबंधानं काहीच उत्सुकता न दाखवता त्यानं पाठ फिरविली व तो आतमध्ये निघून गेला...

मग असेच आणखी काही महिने लोटले. त्याची केव्हा अंधूक आठवण यावयाची, विरायची...

असाच एकदा दुपारच्या जेवणानंतर रेडिओ लावत बसलो होतो. पहिल्या बँडवर काटा फिरविता फिरविता रेडिओ पाकिस्तानवर येताच एकदम झुंबर फुटलं–

'गलत है लूट लिया मिलके हुस्नवालोंने
तुम्हें तो लूटा हैं तुम्हारे बुरे खयालोंने'

अरे, ही तर त्याची कव्वाली. एक विचित्र शिरशिरी अंगावर सरसरून गेली... ही कव्वाली तेथे कशी गेली? की तो पाकिस्तानात गेला? मनात प्रश्नांची आवर्त माजत होती, वेग घेत होती आणि पाकिस्तान रेडिओ त्याची कव्वाली म्हणत होता, 'गलत है लूट लिया मिलके हुस्नवालोने...!'

–'धरती', दिवाळी अंक १९७०

■

थारा

"अहो...!"

कानांवर बायकी आवाज आला नि बुलबुलच्या बटनावरनं उड्या मारणारी माझी बोटं थांबली, नजर भाहीर धावली आणि ती दिसली. पिवळ्या पातळातली. हिरव्या चुड्यातली, काळीसावळी, ट्यूबगत भरल्याली, घारवंसं भावरथी डोळं, पव्याच्या धारंगत नाक, गोबरं गाल... अशी ही किनिट पडायची टाईम. आवयेळ नि ही एकटी. ना कुणाची सोबत, ना जवळ कसलं सामान... थोडं अजाबच वाटाय लागलं.

मी वर बघताच तिनं ईचारलं, "हितं ऱ्हायाय कुटं जागा मिळंल का– आज रातीपुरती?"

"या गावात धरमशाळा न्हाई; म्हाईत हाय का न्हाई तुला?"

"म्हाईत हाय तर..."

"मग हितं कशाला आलीस? ही का धरमशाळा वाटली तुला? हे व्हल्कनायझिंगचं दुकान हाय..."

"न्हाई गा, मी बाई माणूस. ही अशी आवरात. कुठं आसरा हुडकायचा? नाना तऱ्हंची नाना मान्सं, कोण कशी, कोण कशी..."

"मग मी काय सज्जन वाटलो तुला? या मोटारलायनीत तसलं माणूस गावत न्हाई..."

"तू तसा काय दिसत न्हाईस– चारचौघावानी!"

च्याबले, आपुन तर खूष झालो या बोलण्यावर. ईचारलं, "कशावरनं परीक्षा केलीस माझी– इत्की?"

"बापयाची बरीवाईट नजर वळखाय ईत न्हाई ती बाई कसली?"

असा उलटा मलाच खोडा तिनं घातला. मी गार. त्येचा सोईस्कर मतलब लावून ती आत आली. लाईटच्या उजेडात उजळून गेली...

एक जवान पोर दुकानात आल्याची बोंब साऱ्या स्टँडभर... मदन, अमीर, रुद्रा,

नाऱ्या अशी कुणी कुणी काय न्हाय तरी निमित्त काढून दुकानात यिऊन गेली. कुणी म्हणालं, "माझी इन्नर कम्लीट झाली का?", तर कुणी, "चानस हाय तंवर स्टेपनी फुल्ल करून ठेव!" जणू हे सगळं चुतमारीचं आटंग्यावनातनं आलंतं नि ह्येंनी बापजल्मी कसली ते पोरगी बघायलाच नव्हती!

माझं तर डोस्कच औट झालं. तरनं वय, गरम रगात. वाटलं, बाटानं डोस्कच सणकावं एकेकाचं. मग वाटलं, या टायमाला भांडणतंटा उपेगाचा न्हाई. आपुन भांडण काढून रिकामं हू, खरं आबरू जाईल, ती तिची... तवा तिला म्हणालो, "अशी भाहीर बसू नकोस, आतल्या आंगाला बस जा. चार लोक येणार-जाणार, तवा त्येंच्या मनात आनी काय यायला नको!"

तशी ती मुकाट्यानं उठली नि मी दाखवल्याच्या जाग्याला आत जाऊन बसली.

मी भाहीर आलो नि यडबाडूनच गेलो. काळीज उगंच धाक धाक धकधकाय लागलं... एकटं दुकानात बसणंबी हुईना. तसा समोरच्या वास्कराच्या हाटीलात जाऊन कपभर च्या हाणला नि गल्ल्यावर पैसे चकताना नेमकी तिची आठवण झाली. तसा मग दुकानाकडंबी एक च्या लावून द्याची आर्डर देऊन भाहीर पडलो...

च्या आल्यावर तिनं घेटला नि उपकार करणाऱ्याकडे ज्या नजरेनं बघावं, तसं बघिटलं... एवढ्याशा उपकारानंबी मान्सं इत्की दबून जात्यात? बैलाच्या मानंत जू रुतल्यावानी ही भावना मनात रुततीया? सालं आसं काय काय मनात यायला लागलं!

"कुठल्या गावास्नं आलीस तू?" मी इचारलं.

तरी ती मुकाटच. तसं मीहूनच म्हटलं, "सांगावासं वाटलं, सांगण्यासारखं आसलं तर सांग. न्हाईतर नसू दे. काय बिघडत नाही..."

यावर तिनं माझ्या नजरंचा ठाव घेतला. घुटमळली, मग म्हणाली, "टाकळीस्नं आलोय..."

"टाकळी म्हायार का सासर?"

"सासर..."

"पळून आलियास म्हणंनास तर..." अंदाजानं अंधारातच वार केला.

खरं त्यो तिच्या वर्मी लागला. चळाऽळा डोळ्यातनं चळ सुटलं, ते आवरत तिनं माझ्याकडं पाठ फिरवली आणि झट्‌दिशी पाठीवरचं पोलकं मानंपतोर वर उचललं! ज्वानीनं भरल्याल्या त्या रुंद पाठीवरील मांसात हिर्वनिळं वळ रुतून मिरल्यालं बघून नजरंला घेरी आली, आंगावर सार्रदिशी काटा तरारला!

"रगात वकूस्तंवर आसं माराय लागल्यावर परान द्याचा, का धा वाटंची माती खाऊन टांचा घासत ऱ्हायाचं?"

"उगंचच्या उगंच कोण कशाला मारंल खुळेऽ, तुझ्याच हातनं कायतरी चुकी झाली आसंल..."

"आई यल्लूबाईची शप्पथ खाऊन सांगतो, माज्या हांतनं कायबी चुकी झाली न्हाई. खरं त्येंनला तर कारणच गांवलंय. माज्या लगनात बानं द्येयाची रक्कम एकमुरी चुकती केली न्हाई, तर फुडल्या सुगीचा वायदा सांगिटला... यो डुक मनात धरून काय तरी कारण काढायचं नि ऊठसुट्या कूट करायचं..."

"कितींदी झालं लगीन हून...?"

"आजून म्हैनाबी सरला न्हाई. आंगाची हाळदबी वाळाय न्हाई आजून, तंवरकाच ह्यो सासुरवास... किती दिवस म्या आतल्या आत घोटून घ्याचं...?"

"मग आता चाल्लीयास ती म्हायारलाच, का आपलं...?"

"मग आनी कुठं जाऊ? पावन्यापयांच्यात जाऊन चार रोज ऱ्हावावं म्हनलं तर कुणाला आईबावानी आगत आलीया?"

"कोंच्या गांवाला हाईत आईबा?"

"मळग्याला..."

"मग एस्टी चुकली म्हनायची का?"

"येस्टीनं जायाला पैसे कुठनं आनायचं? ईख खायलादिकून माझ्याकडं योक पैसाबी न्हाई. त्यात आनी या येळचं मळग्यापतोर सटक्यानं चालत जावं म्हनलं, तर मध्यान रात व्हायची. टळोऽ करून जावं म्हनलं, तर अशी मी एकटी, कशी छाती हुईल वं तिथवर जायाची? म्हणून तर आसरा मागिटला तुम्हापाशी..."

"बरं तर, आता बेफिकीर ऱ्हा तू! आपल्याच घरात हाईस आसं समज. साडेआठचा टैम हूत आलायाच. दुकान बंद करतो नि तुझ्या खाण्याची कायतरी येवस्था करतो..."

"नको, नको. जेवणाची उसाभर करू नकोसा माजी. भुका न्हाईत मला. ह्यो आसरा दिलासा, ह्येच रेट झालं माझ्यासाठी..."

"टाकळीस्नं तू उपाशी, आनुसपोटी चालत आल्याली असणार हितवर नि उद्या मळग्यापतोरबी तशीच जाणार? ते काय चालायचं न्हाई. जेवान घिऊनच येतो, जेवायला पायजेस तू. निस्त मी जेवायचं नि माझ्या आसऱ्याला आलेलं माणूस उपाशी ऱ्हायाचं हे काय बर न्हवं."

मी तिचं म्हणणं मोडून काढल्यानं आसंल, नाहीतर तिला काय बोलावं ते न सुदरल्यानं आसंल, ती गप्पगुमान बसली.

तसा मी दुकान बंद करायच्या उसाभरीला लागलो. पंक्चर काढून ठेवलेल्या ट्युबावरनी ज्या-त्या गाड्यांचं नंबर टाकलं नि त्या दांडीवर टाकल्या. दुकानाभाहीरली जुन्या टायऱ्यांची उतरंड आत आणून ठेवली, आजची उधारी वहीत मांडली... अशी

सगळी आवराआवर केली नि तिच्याजवळ जाऊन म्हणालो, "आता मी जेवून येतो नि येतावख्ती तुजंबी जेवाण घेऊन येतो. येतो लौकरच. जास्त टाईम लावत न्हाई. भाहीरल्या दाराच्या फळ्याबिळ्या केल्यातच बंद. एक तेवढी उघडी ठेवलिया, तीबी फुडं करून जातो. बरं, भाहीरला लाईट ऱ्हावू दे, का इजवू?"

"ह्या खोलीतला तेवढा ऱ्हावू दे, भाहीरला कशाला?"

"बरं चलतो तर!" म्हटलं नि भाहीरला लाईट बंद केला, दाराची फळी ढकलली आणि निघालो...

तिचं जेवाण घरातनं आणयचीबी सोय नव्हती. काकाला समजलं असतं, तर त्यो खवीस बोंबडी मारतच दुकानाकडं आला असता नि झिपऱ्या धरून दरादरा वडत त्येनं तिला दुकानाभाहीर घालविलं असतं आणि माझ्यावर बाच्या गावचा रस्ता कातरायची वेळ आली असती. ह्येचं भ्या मला नव्हतं तसं. सालं काम काय कुठंबी मिळेल आपुनला. ट्रकवर साधी किलेंडरकी केली, तरी पोटाला तोसीस पडायची नाही आपल्या... खरी काळजी वाटत हुती ती तिचीच... आसं काय तरी झालं असतं, तर तिला कुठं थारा मिळाला असता? आणि कुणी दिला असता, तर तिथं तिची आबरू ऱ्हायली असती? थारा देणारं अनेक निघालं असतं, नि त्याबद्दल फायदा उचलणारं कितीतरी जण... आणि आपुन? आतल्या खोलीत ती, आपुन भाहीर, मदी नुसता तट्ट्या... तिची हालचाल, चुळबूळ नि स्वास आपुनला ऐकू येणार– अशा वेळंला आपुन आपल्या मनाला कसं नि किती वेळ आवरून धरणार? रिकाम्या टायमाला दुकानात आपुन बुलबुल वाजवीत बसतो, तवा समोरची फरिदा पुढल्या सोप्यात यिऊन ऐकत ऱ्हातीया, त्या वेळंला आपल्या काळजात कशी खळबळ माजतीया आणि हितं तर ज्वानीनं मुसमुसल्याली एक पोरगी तट्ट्यापलीकडंच झोपल्याली! आपलं मन काबून ऱ्हाईल, का स्टेअरिंग व्हीलवरचा ताबा सुटल्याल्या कारगत न्हाई तिकडं भरकटत ऱ्हाईल? नि ती तर जानजवान, आपणहून गळ्यात पडाय लागली तर? सासरच्या जाचानं पळून आलो म्हंती, ते तरी खरं कशावरनं? आसलं, कुणीतरी उड्डाळ मैना. आपली खाज भागवाया आडवाट धरली आसंल, याराबरोबर गावली आसंल नि दाल्ल्यानं कुट्टा काढून हकालपट्टी केली आसंल– असं का असू ने? बनवून, रचून कायतरी कानी कानी कित्तानी सांगून एखांद्याच्या माणुसकीचा गैरफायदा घ्यायचा, भल्याभल्यास्नी हातोहात हात दावायचा– हे तर अशा भोरड्यांच्या आंगवळणीचं पडल्यालं. हीबी अशीच गावभव्वानी आसंल? नोटांच्या कपट्यावर आबरू वाटणारी, अनेक यार करणारी? अशाच एखांद्या याराकडं चाल्ली आसंल का नि रस्त्यात रात पडल्यावर थाऱ्याला म्हणून आपला उपयोग करून घेटला असंल? का हे सारं आपल्या मनीचे खेळ? ती सांगतिया ते खरोखरच खरं आसंल तर? खराब सुलोशन असल्यावर पंक्चर झाल्याल्या ट्यूबला

नीट प्याच बसत न्हाई, तसंच झालं. एकाबी समाधानकारक इचाराचं प्याच मनाला बसंना. अम्पायर मीटरच्या काट्यावानी ते हिकडं-तिकडं व्हायला लागलं. कमानपाटा तुटलेल्या मोटारीगत मी कसा तरी हळूहळू चाललो हुतो... कशी का आसंना ती, आपला निस्ता एका रातीचा थारा. उद्या ती निघून गेली, काम खल्लास!

उन्हातनं तंगून लिंबाऱ्याच्या गार सावलीला आल्यागत, ह्या ईचारानं वाटायला लागलं, कसं गार-गार. समाधानी. शांत-शांत!

जेवून परतलो. स्टँडवर धोंडीखानची 'शिवाजी मराठा खानावळ.' आत शिरलो. गल्ल्यावरल्या धोंडीखानला साध्या जेवणाचा डबा भरून देण्यास सांगिटलं. नेहमी मटणाच्या डब्याची ऑर्डर ऐकून सोकावलेल्या धोंडीखानचं कान गाढवागत टवकारलं. नाकाच्या शेंड्याचं मांस किवचीत त्यो म्हणाला,

"जेवण कुणाला रे, दुकानातल्या त्या बुलबुलाला?" आणि खॉ खॉ: करून हसत त्यो म्हणाला, "रासारी बटनावरनं बोटं दाबत बुलबुल वाजीव लेका! खरं त्या साऱ्याला मटणाच्या जेवणाबिगर कसा जोर येणार रे?"

"क्यों बे लौंडे, जीभ सांभाळून वार्ता करायला येत न्हाई व्हय तुला?" मला त्या माकडीच्याचा रागच आला...

"अरे, छोड दो यारऽ, गुस्सेकी क्या बात है? मैने तो यूंही मजाक किया!" आणि माझ्या पाठीवर चापटी मारून त्येनं जबडा इचकला.

तेवढ्यात नोकरानं जेवणाचा डबा भरून आणला. त्यो हातात घिवून, रिकामा डबा उद्या परत करायची बोली करीत बिल भागविलं आणि दुकानाकडं निघालो.

दुकानाजवळ आलो, तर दाराला आतनं कडी... कडी तिनं घातली का? हाक मारावी? नावबी काय इचारलं न्हाई तिचं... ते ऱ्हावू दे, तशी काय हाक मारायची जरुरीबी न्हाई. फळीच्या सांदाड्यातनं हात सारला तर भाहीरनंबी कडी निघतीया. खरं आतल्या खोलीत लाईट कसा न्हाई? त्यो इजवून ती झोपली असंल?

बोटांच्या आकडीनं डोसलताच खाळ्ळ्दिशी कडी निघून फळीवर पडली. मी आत शिरलो नि तेवढ्यात आतल्या अंधारातनं पळत तिघं-चौघं जणं भाहीर आलं. मनाला आचीट करतोय तंवर छाताडावर एक गुच्ची कन्रून बसली, तसा मी पिछाडीच्या दाराच्या फळीवर जाऊन धडपडलो, जेवणाचा डबा हातातनं निसटून पडला नि घरंगळत पाण्याच्या टबकडं गेला... सावरून उभा ऱ्हातोय तोंवर सारे च्यूतमारीचे पशार झाल्याले... रुद्र्या, अमीर आणि... एवढंच, बाकी भोसडीचं वळखून आलं न्हाईत... सारे साले बाजूच्या मोगळातनं गवताच्या अड्ड्याकडं न्हाटले. तिथं कोकण्यांच्या पासा बैलगाड्या उभा हुत्या, त्येंच्या आडुशानं दिक्पाल झाले...

एक भयानक शंका काळजात थडथडली नि आतल्या अंधारात धडपडत-पळतच आतल्या खोलीत गेलो. रोजच्या सरावानं लाईटच्या बटनाजवळ जाऊन

बटन वडलं; पक्कन लाईट पेटला, उजेडानं खोली उजळून गेली आणि बघितलं तर...

तर त्यो अश्राप जीव या दुनियेत जसा आला हुता तसाच पडल्याला– निस्स नागडा... अंगावरल्या चोळी-पातळाच्या फाडून चारड्याईरड्या केल्याल्या... छातीवर नखांचं वरखं... आणि...

काळीज लाक्क्यान हाललं नि मी त्या उघड्या छातीवर कोसळलो आणि जिवंतपणाच्या खुणा अजमावू लागलो...

–'मराठवाडा', दिवाळी अंक, १९७१

■

खोंबारा

ढसाढसा रडत नेसल्या वस्त्रानिशी निल्लव्वा बाहेर पडली अन् तिला आवरायला, अडवायला पाठोपाठ म्हातारी यल्लव्वा.

"आसं का लेकी... चल लेकी... आशी डोस्क्यात राख घालू ने..."

असं वावभर सुरू... अखेर म्हातारीनं लेकीला पिठाच्या गिरणीजवळ गाठलं अन् दंडाला हात धरून तिथंच वळचणीला बसवीत म्हटलं, "काय झालं? एवढं झालं तरी काय, सांग तरी..."

"किसी रोशनीला चाड्या सांगती, रोशनी आक्काला नि मग आक्का न्हाई तसल्या शिवा घालाय लागती. सगळ्याजनी मत्तून घेटल्यावानी वागत्यात, देकू सकत न्हाईत मला... एक सासुरवशी बयेवानी जाच हितं. माझी मी जातो कुठंतरी..."

ऐकून म्हातारीचंही डोळं भरून आलं... थोरली ती तशी, म्हणून किती हौसेनं हिचं बाड करजजग्याला लगीन लावून दिलं होतं. शेताची वाटणी मागायला म्हणून भीमा गेला. चुलत्यानं हूंऽ म्हणून दारू पाजली नि आपलं तिघं लेक अंगावर घातलं. अंगात एक ईर शिरावा तसं त्यांनी भीमाचं कचाऽचा कुंडकंच केलं नि वाळकीपुढल्या डोंगरातल्या आडगारात टाकलं... 'तपास लावतो', म्हणून फौजदारानंही हजारभर रुपये हांदललं नि तोही कुठल्या जन्माचा वाद्या पाण्यात ढेकूळ इरगळल्यागत गप्पगार झाला. जमिनीचा तुकडा गेला नि जावाईही. लेक रंडकी झाली... पदरात दोन पोरं. सहा वर्षांची लेक, तीन वर्षांचा ल्योक... तिथं तर कुणाच्या आसऱ्याला तुकडं मोडणार? "चल हिकडं, ऱ्हा चल." म्हटलं. ऱ्हायली. आपला कुणावर भार नको म्हणून तंबाखूच्या वखारीत कामालाही जाऊ लागली... सगळं गाडं कसं सुरळीत चाललं होतं, तोवर मध्येच हे नस्तं व्हैक का व्हणार होऊन बसलं होतं... म्हातारीलाही एक कोडंच होऊन बसलं... रोशनी तशी, ती किशी तशी... बरं या बाहेरल्या पोरी. आपल्या थोरल्या तारीला तरी जरा पाचपोच...? तिच्या पाठीला पाठ लावून आल्याली ही निल्लव्वा, नि तिच्याबद्दल जरा तरी मय्या वाटू ने... ? हुबाली कुठली!

– म्हातारीच्या मनात असं आभाळून येत होतं... तरीही ती मय्याळुपणे म्हणाली, "असं खुळ्यानदेवऱ्यावानी करू ने माजे बाई. मी माप खंबीर हाय. चल घरला, तुला कोंच्ची गतकाळी रांड बोलतीया बघू चल!" आणि रट्ट्याला धरून तिनं लेकीला उठविलं...

तशी निल्लव्वा उठली. आईपाठोपाठ चालू लागली...

वावभर रस्ता काटल्यावर तिथनं एक लांबट बोळकुंडीत घुसलं, की आलंच घर. दोन खोल्यांचं. एका खोलीचा उपयोग स्वयंपाकासाठी होई अन् दुसरीचा उपयोग गिऱ्हाईक आल्यावर...

लेकीला पुढं घालूनच यल्लव्वा आत घुसली आणि तिनं तोंड सोडलं,

"व्हय गं उंडग मल्ल्यनुं, माज्या लेकीची काय-काय कूट खातासा...?"

निल्लव्वाची कड घेऊन आता म्हातारी बोंबलायला लागणार, हे आतल्या तिघींनीही ओळखलंच होतं. म्हातारीला रोशनी व किशी थोड्या तरी भीत होत्या; पण तारी जराही मेंचत नव्हती. फाडदिशी काही तरी वंगाळ बोलून उत्ताऱ्याला उतरून टाकल्यागत ती म्हातारीला उतरून ठेवी. आताही तीच म्हणाली,

"काय बाईना, कूट खाल्ली आम्ही...? पाच-पाच रुपड्यांसाठी हितं आंगाची मळणी करून घेताव आम्ही आनी तुजी वडमतोर आजून या निल्लीकडंच!"

"तसं न्हवं लेकी, हिचं नशीबच हे आसं उस्सावलंय... आपल्याशिवाय कोण दिक हाय हिला...?"

"तिचं नशीब उस्सावलंय नि माजं फळफळलंय व्हय...? हजार जणांकडनं ह्यप्पलून घ्यावं तवा कुटं हातातोंडाची गाठ पडती, हे आसलं नशीब...!"

"गावदरीतल्या पायवाटंवरच्या मातीवानी आल्या-गेल्याल्याकडनं तुडवून घ्यायचा भोगवटाच हुता लिवला तुज्या नशिबात, त्येला कोण काय करायचं तारे? खरं या बिचाऱ्या निल्लीचा का सत्तव्व घेटलाइसा तुम्ही? व्हय बा सांग, तिचा का तुमांवर भारबीर पडतोय...? तंबाखूच्या वखारीत कामाला जाऊन तिचं ती बडद्याडती... खाती. तुजी का बाईना जाचणूक तिला...?"

"ते तिलाच इचार यवू, आल्याल्या गिराकाबरोबर ही गुलगुल कराय लागली, तर पित्त खवळंल का न्हाई? छातीवरचा पदोर खाली टाकला तवाच आम्ही लाजबी टाकलिया... खरं हिनं सांभाळून ऱ्हायाय पायजे का नको... ? इचार व्हाव तर या किशीला..."

तशी आतापर्यंत गप्पगुमान राहिलेल्या निल्लव्वानं तोंड घातलं,

"किशीला कशाला इचारतेस यवू, मलाच इचार की, जित्तीच हाय मी आजून..."

"मग सांग की खाजवाडेऽ मुळूमुळू रडलं की झालं व्हय?"– तारीला आता तंडायची खुमखुमी आली.

"गिऱ्हाइक माज्याबरोबर बोलतंय... न्हाई न्हाई ते इचारतंय... मी तरी काय करू, कशी वागू?"

"काल न्हाणीत वक्काऱ्या काढत बसलिती का न्हाई, इचार तुज्या आप्रुबाईच्या लेकीला?"

निजसुरी माणसावर पाकाड्यातनं आवस्ती लांबडं कोसळावं, तशी म्हातारी दचकली. लाट्दिशी तिचं काळीज हाललं... आणि तिनं गर्रदिशी मुरा वळवून पिछाडीला बेसावधपणे उभ्या असलेल्या निल्लव्वावर हात चालविला... आंधळ्या संतापानं लेकीला मारतामारता ती म्हणू लागली, "सांग रांडं, कुठं इरड कराय गेलीतीस...? सांग, कुणाकुणाखाली पडलीस...? दोन पोरं काढलीस, तरी आजून तुजी खाज..."

तोंडात येईल ते ओठांत अडत नव्हतं... शिव्या देऊन आणि मारून म्हातारी थकली अन् शेवटी कुडाच्या मेढीला टेकून चवड्यावर बसत म्हणाली, "पोरी, तुझ्याकडं बघून तर जगतोय नि तूबी ही अशी निघालीस...?"

आणि जिव्हारी खोंबारा लागल्यागत म्हातारी रडूच लागली.

–'सत्यकथा', जून, १९७३

■

धब्बा

गोंदियास्न पान भरून आलो हुतो. बिडी प्याक्टरीफुडं ट्रक खाली करायचं चाल्लं हुतं. तेवढ्यात जग्गा मेस्त्री जवळ आला नि म्हणाला,

"आलास, बरं झालं. तुझीच वाट बघत हुताव आम्ही..."

"का काय झालं आनी?"

"जाहिदा घरात शिरलिया..."

"कुणाच्या?" न समजून मी इच्यारलं, "आनी का?"

"म्हंमद्याच्या. त्या बेन्यानं टॉकगुडगुडटुम्म् केलंय!"

म्हंमद्या माझ्या काकाचा थोरला ल्योक. सत्रा-अठराच्या उमरीचा. काकाच्या दोन ट्याक्सी. पैलं मी त्येच्याकडंच हुतो. कीन्नरकीपास्नं डायवर हूस्तोंवर. मग वांदा आला. तवापास्नं त्येचं-माजं फाटल्यालं. अशा या काकाच्या पोरानं लफडं केल्याचं ऐकून मनातनं मला खुशीच झाल्याली. लई नाक उडवायचा त्यो. ते पोरानंच कापलं, बेस्ट झालं, खरं! मी त्वांड मातर दफनाला जाऊन आल्यागत केलं नि म्हटलं, "इसकी माँकी... आजप झालं म्हणायचं! जाहिदा तर 'तशी' दिसत नव्हती!"

"आनी म्हंमद्या तर 'तसा' कुटं वाटत हुता!"

"बरं तर, या लफड्यात माझी वाट बघायची काय कारण!"

"जाहिदा तर पार घरात जाऊन ठिय्या मारून बसलिया. ती म्हणाली, 'म्हंमद्यानं मला फसी पाडलंय, त्येचा काय त्यो फैसला करा, त्याबिगार हालणार नाही...' सारा मोहल्ला जमलाता भाहीर! तुझ्या काका-काकीच्या तोंडाचं तर पानीच पळालंय!"

ऐकून खुशीची आणीक एक लाट उठली. म्हणालो,

"आनी म्हंमद्या? त्ये हाय का न्याई?"

"ती गरवार असल्याचं समजल्यापेट्टाला त्येनं आईचं गाव गाठलं-मिरज!" रास्सारी गाडी चालवून मी आंबून गेलोतो. घरात जावं नि निर्मळवानी आंघुळ करून ताणून द्यावी, असा मनात ताळा घाटल्याला, तंवर ही पनोती! म्हणून मूळ मुद्द्याला

हात घालण्यासाठी वट्टातच मी इचारलं, "बरं, ते सगळं ऱ्हावू दे. माझ्याकडं तुला कोण लावून दिलंय?"

"आनी कोण लावून देणार? तुजा काकाच की!"

मदतीला मला हाक मारायची वेळ काकावर यावी... सगळ्या जगावर सत्ता असल्यावानी कैफ आला मला. म्हणालो,

"काकाचं एवढं काय तटलं बा माझ्यापास्नं...?"

"जाहिदा ऐकली, तर तुझंच ऐकणार. बाकी कुणाचंच न्हाई. तवा तू तिला तितनं कायबी समजूत घालून भाहीर काढावीस, असं त्येचं म्हन्नं हाय. मग चलतोस न्हवं?"

काकावर उपकार करून त्येला मिंधं करायची अशी चालून आल्याली संधी दवडण्याइतका मी मूर्ख नव्हतो. म्हणून जग्गाच्या पाठीवर थाप मारीत म्हटलं, "चल तर, बघू या, काय काय हुतंय्!"

काकाच्या घराजवळ आलो. एक सुतक पाळावं, तसं घर नि माणसंबी सारी काचबारवाचबारहून भाहीरल्या सोप्यात बसल्याली. त्या साऱ्यास्नी भाहीर उस्कलून मी जाहिदाजवळ गेलो नि जवळच चवड्यावर बसत म्हणालो, "जाहिदा, क्या तमाशा लगा रख्खा है ये?"

तशी ती ढसाढसा रडूच लागली. भित्तीला टेकून ती मुरून बसली हुती नि किती थोराड दिसत हुती! हुंदक्यानं तिचं सारं आंग गदगदल्यालं. तसाच तिचा कड ओसरू दिला. मग इचारलं, "सच सच बता जाहिदा, इसमें तेरी गलती हैं, क्या उसकी?"

"मेरा नशीबही फुटका है भैया, दोष किसको देनेका..." आणि ती मेलमुश्या आवाजात सांगू लागली...

जाहिदा बोलत हुती... मधनं मधनं रडत हुती... टाईम असाच कटत हुता. मारी, मला तर आता कट्टाळाच याय लागला. हिची भंकस कवा संपती नि मग आपुन काय बोलायचं, याच एका गोष्टीचा मी ईचार कराय लागलो.

आखरीला ती म्हणाली, "भैया, तुमने कामसे क्यों निकाला मुझे? मैं तुम्हारे यहाँ रहती तो मेरा ऐसा न होता भैया, मेरा ऐसा न होता..."

तिनं असा शेवटी माझ्यावर धब्बा घ्यावा, ह्येचा मला वैताग आला. ही जाहिदा माझ्या घरात घरकामाला हुती. अशाच एका दिवशी बायको म्हणाली हुती, "जाहिदा अब बडी हो गयी है... उसका सब होना जाना हैं। क्याबी हुआ तो अपने माथेपर धब्बा लगेगा... उनकी बला उनकेही घर रहना अच्छा..." आणि तवापास्नं जाहिदा कामावर यायची बंद झाली हुती... हे सगळं असं हुतं, तरी वैताग आवरून म्हणालो,

"जो होना था, हो गया जाहिदा, आगे की सोचना चाहिये इन्सानने. म्हंमद्याभी इधर नही। वो होता तो खुल्लमखुल्ला पुछ के कुछ बी वाटाघाट होती... अब इधर बैठनेसे क्या फायदा, जाहिदा?"

"देखती हूँ मैं, वो कित्ते दिन बाहरच रहता है..."

"तो अभी उठोगी ना?"

"ऐसी उठनेवाली नही मैं भैया, ऐसी उठनेवाली नही! उसे आने दे, मैं यहीच बैठूंगी. ऐसीभी मेरी इज्जत गयी है, वैसीभी गयी है। अब मुझे डर कीस बातकी!"

"अगर वो जल्दी आयाच नही तो?"

"उधरच तो वो बुढ्डा नही होगा, कभी न कभी आयेगाही..."

"तो उस वक्त तक तू इधरच बैठनेवाली?"

"हां. यह तो कोई औरोंका घर नही, उसकाही तो है!"

समजुतीच्या चार गोष्टी सांगून तिला तिथनं हलविणं कठीण हाय, हे समजताच मी माझं ठेवणीतलं हत्यार भाहीर काढलं,

"जाहिदा, मेरी बात तो सुनोगी ना?"

"कहो भैया, तुम जो कहोगे वो मेरे भलेके लिएही होगा!"

माझ्यावर तिनं एवढा ईश्वास दावावा... वाटलं, तिचंच वागणं बरोबर हाय. तिला इथनं भाहीर काढण्यात आपल्या हातानं काय तरी पाप घडतंय... मग काकाचा ईचार मनात आला. काकावर उपकार केलं असतं, तर त्यो मॅव मांजरागत माझा मिंधा झाला असता. म्हणून म्हणालो,

"तो उठो इधरसे जाहिदा, चलो– अपने घर चलो!"

"और... और क्या भैया?"

"और क्या? आगेकी बात बादमें सोचेंगे. इधर बैठकर खुदही तमाशा बनना अच्छा नही. खुदापर भरोसा रखकर खुदही खुदको संभालना चाहिये, उसपर भरोसा रखखो जाहिदा। अभी भी कुछ बिघडा नही..." आणि कावेबाजपणानं तिच्याकडं नजर टाकून म्हटलं, "तो उठोगी ना जाहिदा?"

आणि जाहिदा उठली. माझ्या मागोमाग चालू लागली.

तिला तिच्या घरात नेऊन पोहोचविलं, मग काकाला भेटलो. म्हणालो, "तुम्हारा काम करके अभ्भी आया... अब आगे क्या...? कैसा?"

"देखेंगे आगे..." मनाशी ठरवून बोलल्यागत काका म्हणाला.

"ऐसा 'देतो–दिलतो' की बात करू नको. खुल्लमखुल्ला बोलो!"

"ऐसी बातको गडबड करना अच्छा नही. मामला थोडा गर्म हुवा है। ये सब थंडा होने देव, बादमें उसे ले जायेंगे किसी डॉक्टरके पास, और..."

"ठीक है। तुम्हारी बातपर भरोसा रखता हूँ..."

तिथनं मग घराकडं आलो. हुश्श करून टेकतोय तोवर बायकुनं फैलावर घेटलं,

"तुम्हे इत्ताभी कैसा समझता नही जी! क्या तुम्हारी अक्कलपर पानी पड गया; क्या समझनेका क्या?" आणि आपल्याच अक्कलेवर पाणी पडल्यागत ती आपल्या कपाळाला हात लावून बसली...

मी चक्रावलो. चार गाल्या देणार तोच म्हणाली, "मैंने उसे क्यों घरमेंसे निकाल्या था?"

"क्यो निकाल्या था, किसके वास्ते निकाल्या था– वो कैसे मुझे समझनेका! मुझे दुसरा कुछ कामधंदा नही क्या?"

"अजी, जरा आँख खोलकर देखते तो उस वख्तच तुम्हें पत्ता चलता, की उसका चालचलन बदलने लग्या है; अगर वो कही फस गयी, तो अपने माथेपर धब्बा लगनेवाला! ये सब सोचकर मैंने उसे घरसे निकाल्या था... और तो अभ्भी तुम्हे उनके मामलेमें दखल देनेकी क्या जरुरत थी– 'बिचमे मेरा चाँद' करके गयेच!"

आता या बयेला काय सांगायचं? गप्प बसलो. बेंगलोरची डिलीव्हरी हुती. गेलो. चार दिवसांनी तिकडनं येतोय तो जाहिदाची आई व भन माझीच वाट बघत बसल्याल्या...

मलाबी आता वाटाय लागलं– की नको ती झिगझिग आपुन मागं लावून घेटली, बायकुचंच म्हणणं खरं हुतं!

जाहिदाचा बुड्ढाबी वटावटा करत आला नि मलाच पराणी द्याय लागला– तू तिथनं पोरीला भाहीर का काढलीस? न्हाईतर त्येची काय टाप हुती? तुझ्या शब्दाखातर पोरगी भाहीर पडली, आता पुढली काय व्यवस्था? तुला आसं आंग झाडून भागायचं नाही, आम्ही सांगून ठेवतो आताच... वगैरे.

'पोर माझ्याही घरात न्हायलिया, वाढलिया. माझ्या घरातील कामं केल्यात तिनं तवा मी असा-कसा आंग झाडीन? माझ्यावर भरोसा हाय न्हवं? मग बिनघोरी असा!' अशी समजूत काढत मलाच बसावं लागलं...

मग काकाकडं गेलो. "त्या लोकांच्या दाढंत मला दिऊन तू मोकळा झालास व्हय? आता फुडं काय ते सांगतोस का काय कसं!"– आसं बरंच त्येला तडातडा बोलून घेतलं.

"फिर लेके जाव किसी डाक्टरके पास!" आखीर काका म्हणाला.

"वो सब ठीक है, मगर पैसेका क्या?"

"पैसा मैं दूंगा, तुम यत्ते घबराते क्यों हो?" आणि खिशातनं पिवळा हत्ती काढून तो पेटवित काका म्हणाला, "और किधरभी एक लडका देखकर उसकी

शादी तै करो! शादीको मेरी तरफसेभी कुछ न कुछ दे दूंगा... क्यों?''

काकाला सून म्हणून जाहिदा घरात नको हुती. तिची बला पैसपरभारी तो कटवू पाहत हुता... वेळ आली, की काका खाका वर करायला नामांकित. त्येचं बोलणंच तेवढं दांडगं, हे मला पक्कं माहीत हुतं, म्हणून म्हणालो, ''काका मुझसे चालबाजी करोगे तो अच्छा नही होगा! तुम्हारी इस बातपर भरोसा रखू ना?''

''बेशक!''

तिथनं जाहिदाच्या घरात गेलो. झाल्यालं सांगितलं. त्यात पदरचबी मिसळलं... घरची कबूल झाली. उद्या जायचं ठरलं– अशाच एखांद्या डॉक्टरकडं... नि अशा डॉक्टरलोकांचा तपास काढायला तरासबी पडला नाही...

रात्री जेवून नि:चित्तानं ताणून दिली...

सकाळी बायकूनं लडालडा हलवून जागं केलं.

''अजी उठो जी, उठो!''

''क्या मुसीबत हैं, सोनेभी नही देती!''

''अजी, मुसीबतच आ पडी है!''

''क्या...?''

''अजी, जाहिदाने जहर खा कर...''

जाहिदाची जिंदगानी हितच खल्लास झाली. आज डॉक्टरकडं जायचं हाय ते समजताच तिनं हे आसं करून घेटलं का? आपली म्हंमद्याबरोबर शादी हुईल नि त्येची जोरू म्हणून आपुन त्येच्या घरात ऱ्हावू–नांदू, अशी तिची सपनं हुती काय? नि त्येंचा चुराडा झाल्यावर तिनं हे आसं करून घेटलं? काय समजूत करून घेतली त्या खुळ्या पोरीनं नि ऐन बहरीच्या जिंदगानीतच अशी झडून गेली...?

जाहिदा मेली, खरं सगळा मोहल्ला घुमू लागला... तिच्या मरणाबद्दलच सगळीकडं...

तिचं आईबा तर माझ्या नावानंच बोटं मोडू लागली... 'ह्येनं आमच्या पोरीला त्या घरातनं भाहीर काढली नसती, तर तिचं हे असं का झालं असतं? ती घरात घुसली हुती, झक्कत त्येंनी तिची म्हंमद्याशी शादी करून दिली असती. खरं ह्यो मदी पडला आनी...'

तर खुद्द माझा काकाच बोंबडी मारू लागला– माझं नाव घिऊन धडधडीत त्यो सांगाय लागला. 'अहो, त्येचा नि तिचा आगुधरपास्नंच संबंध हुता. ती त्येच्यात घरकामाला हुती तवापास्नच. त्येच्या बायकूला हे समजताच तिनं तिला कामावरनं कमी केलं, तरी त्येंच्या भाहीर गाठीभेठी व्हायच्याच नि तिला दिवस जाताच ह्येनं माझ्या पोरावर ठपका घ्यावा? काय दुनिया हाय बघा की! माझा म्हंमद्या तसा हाय तर का? घरात घुसून बसलीती तवा त्यो यिऊन सांगताच कशी चाट्‌दिशी भाहीर

पडली हुती! आम्हास्नी तशी बधली असती का? अहो, पैलपास्नच ह्येंचा तसा डाव; खरं मी काय कच्च्या गुरूचा चेला न्हाई त्यात फसाय....'

आनी जाहिदाबी म्हणाली नव्हती का– 'भैया तुमने कामसे क्यों निकाला मुझे! मैं तुम्हारे यहाँ रहती तो मेरा ऐसा न होता भैया...'

म्हणजे या साऱ्या खेकट्यात धब्बा लागला त्यो मलाच. दोषी मीच ठरलो. जाहिदा न्हवं, म्हंमद्या नव्हं, की दुसरं कुणीबी न्हवं तर मीच केवळ...

खुद्द माझी बायकूही एका दिवशी म्हणाली, ''लोक म्हंत्यात त्ये खरंच का? खरंच तुम्चं नि तिचं...''

ह्यावर आणीक काय उरलं!

–सा. 'माणूस', फेब्रुवारी १९७२

■

भोगवटा

बेनाडीची नात आल्याली बघिटली नि वाळुसरा पडलेल्या जित्रापागत झाल्यालं मन गजबारून म्हवरल्यावानी झालं... आल्या आल्या पाया पडायसाठनं ती खाली वाकली. वर उठली, तशी तिला जवळ घेटलं, गालावरनं हात फिरविला नि कानसुलाजवळ तशीच बोटं न्हेवून कडाऽडा मोडत म्हटलं,

''माज्या रत्न्या रंऽ, कवा आलं गंऽ माजं सोनं ते! पच्चीम तोंडावर आली नि वाटंकडं डोळं लागलं बघ तुज्या!'' आनी मागंच तिवडा रवल्यावानी उभा र्‍हायल्याला तिच्या आईला म्हनालू, ''र्‍हावू दे गं यल्लव्वा माझ्याकडंच ही चार रोज!''

तशी यल्ली फणकारून म्हणाली,

''म्हायारपनाला चार दिस आली, तर तूच ठेवून घे! काय तुजंबी एकेक आयी! आनी ही कुटं लांब नद्रंआड र्‍हानार हाय तुज्या? आता ह्येच तर नित्राटकी येतीया, पायावर पानी तर घिऊ दे की!'' असं ती बोलली नि ल्येकीला म्हणाली, ''चल बाई रत्नव्वा, जावू या आता!''

''बरं, जातो गं आई, ईन उद्याला आनी!'' रत्नव्वा म्हणाली. ही असली ल्येक! हिच्यासाठनं ईळाचा ध्याडा करून भुई चावली मी... तंगव्वा वर्साची हुती, तवाच हे रांडमुंडपन आलं. म्होयत्याच्या हिरीत गाळ काढायला मालक हुता. हीर काळवाटातली-भसभसीत, भुसभुशीत. तशीच भोत्याभोर बांदनावळ... तिची दरड कोसळून दोन मान्सांचा आर हिरीनं घेतला. त्यातच एकटा मालक... असं नशीब उसावलं तरी मिळीमिळी रडत बसलो न्हाई. डोंगराच्या सांदाडातलं ते इदरकल्यानी गाव सोडून लिप्पाणी जवळ केली... रानामाळात रोजगारानं राबत उनातानात तंगलो, पावसाळ्यात काकडलो, म्हामुरी पैशाच्या हांवनं तंबाखूच्या वखारीतल्या धुस्काटातबी बडद्याडलो. रातपाळ्या-पहाटपाळ्यासुदून चुकविल्या न्हाईत, वंगायचं तेवढं वंगलो. राबायला घणमणलो न्हाई, का मागं सरलो न्हाई. बाईमानूस असलो, तरी बापयगड्याची हिम्मत धरली नि या घोडीस्नी ल्हानाचं थोर केलं. आपल्या तालामालाचं दाल्लंबी करून दिलं... आनी तंगव्वाच्या

लगनात गेलं साली पेरावासाठी हिनं ज्यो डुक धरला, ते लगेच फुसूकदिशी येगळीच ऱ्हायली!

थोरली यल्ली या तऱ्हंची नि धाकटी तंगव्वा ती तशी...

...पदोर इऊन वरीस व्हायच्या आतच तंगव्वाचं लगीन केलं, तर दाल्ला पडला हेंदरट. लगनापास्नं घरजावयावानी ते माज्याकडंच हुतं. दोघंबी रोजगाराला कुठं कुठं जायाची, असलं म्हंजे खावून ढुंगणाला हात पुसून ऱ्हायची, नसलं मंजे बसायची तोंडातलं राळं वाळवत... अशी नाचारगत हुती, तरी त्यातबी एक सुक हुतं...

वखारीतली मुकादमीन बायजाबाई, तिनंच एका दिवशी दावलं नि पायाखालची भुईच सरकल्यागतीन झालं. तंगव्वा धंदा करत हुती! तंबाखूच्या कामाच्या नावानं गावात ईत हुती नि हजार जनांकडनं झेपलून घ्याय सोकावली हुती!

ऐन उमतीत दाल्ला खर्चला तरी आपली आबरू सांभाळून दोघी लेकीस्नी हाताचा पाळना करून कसं वाढविलं, ते एक परमीसुरालाच ठावं! आनी ही धाकटी... आमी मांगाचं असलो म्हणून काय झालं, आबरूनं-पोलमीनं ऱ्हायला ईत नाई? तरी ही आबरूचं खोबरं करत कुना व्हाव त्येच्याकडनं तुबलून घ्याय चट्टावल्याली...

एका बेस्तरवारी बाजार करून येतावख्ती ढेकणाच्या औषिदाची बाटली आणली नि दिली तंगव्वाच्या कोरड्याशात मिसळून... आनी मग पाटचं पयली चान्नी उगवायला तिच्या मढ्याजवळ बसून मीच पयली बोंब मारली... पल्याडल्या वावरातल्या खोपटात थोरली यल्ली हुती, कालवा ऐकून पळत-धावत तीबी आली नि माज्या सोबतीनं गळा काढायला लागली. आजूबाजूच्या ठानातलं शेतकरी जमलं, रस्त्याकडंच्या जोडहिरीवरला जाधवबी आला... सांगावा दिल्यागत भर्राऽरा समदं कुर्वाडी आलं... जावयाची रातपाळी. खळ्यातल्या तंबाखूची चाकी भरायची. दारू ढोसून कुत्र्यानिपट त्यो तिकडंच कुठं तरी वखारीत मुरगाळून पडल्याला. सांगावा धाडताच तराकल्यागत तसाच आला नि मढ्याजवळ यिवून बसला. भाड्याच्या डोळ्यांत पान्याचं टिपूसबी न्हवतं. माजं डोळं मतोर पूर आल्यागत. ध्याई बडवून घेत त्येच्या म्होरं गेलो नि बसवाणाच्या सासणकाठीवानी थंगांगा हात नाचवत किच्चाळलो.

"तूंच, तूंच भाड्या माज्या लेकीला मारलंस! तुज्या या अशा वागण्यानंच माझ्या सोनीनं ढेकणाचं औषीद घेटलं..." आनी असं मायंदाळं कायबाय भकलो नि त्येच्या जिवाला कडासनं पाडलं...

दाल्ला म्हंत्याला त्यो तसा खरचला, तंगव्वा ही अशी गेली नि थोरली यल्ली ती तशी... असा सगळा भोगवटा, नशिबाचा...

आसं सगळं आसलं, तरी आजून मी कुनाच्या आरी जायाय न्हाई... पल्ल्याडल्या माळवाटात यल्ली ऱ्हातीया, तिच्याकडं आसू दे, न्हाई तर आनी आजूबाजूच्या

रानातल्या कुर्वाड्याकडनी आसू दे, नड पडली म्हनून कुनाकडं हात पसरत कधी गेलोय, आसं मिळायचं न्हाई. माऽप आजून हात-पाय धड ठेवल्यात द्येवानं, त्यात न्याट हाय तंवर घसाऽसा राबतो नि पोटाला खातो. खरं कुनाकडं वाकून गेलो न्हाई आजून...

खरन– या रत्नव्वासाठनंमतोर आसं कवा कवा पडंपन घेऊन वागाय लागतंय... रत्नव्वा तशी मय्याचीच हाय माज्या. उगंच न्हाई रुपय पाचशे पदरचं खरचून उजिवली म्या तिला! तिच्या आई-बानं निस्ता तिला जलम दिला आसंल, खरंन ती वाढलिया माज्याच अंगाखांद्यावर... आपल्या सोताच्या आईला कधी 'आई' म्हनत न्हाई आजून ती, खरन मला 'आई' म्हनून बलीवती, त्ये काय उगंच न्हाई!

...एक दिसी सांच्याला रत्नव्वा आली नि म्हणाली,

"आयी, उद्या जानार गं मी..."

"का गं बाई, गुदस्ता तर लगीन झालं नि एवढ्यात आम्हास्नी कट्टाळीस व्हय? पच्चीम सप्पून दोन रोजबी झालं न्हाईत, तंवर आनी पाठीवर वरादार पाठविला व्हय लगेच! कोन आलंय बलवायला?"

"थोरला दीर आलाय..."

"मी सांगीन घे त्येला..."

"तू मस्स सांगशील खरं, त्येनं घिऊनच जानार म्हनला तर..."

"माजी नात म्हंजे काय दावनीतलं ढॉर वाटलं व्हय हांट्याला– दावं सोडलं, की न्हेलं दरारा वडत! तसा त्यो लैच आडीच कांड्यावर आला, तर म्या काय सांगायचं त्ये सांगतो घे! खरं तू बेस्तरवार झाल्यावर जा म्हनंस. त्यो सुडकाबी ऱ्हाईल तंवर हितंच. एवढ्या घाईगडबडीनं तितं जाऊनबी काय कुनाची उपडपट्टी करनार हाय घे मर्दिनी, का एक-दोन रोज हितं ऱ्हायलं म्हनून घातमोड हुनार हाय?"

...बेस्तरवार आला. संगट रत्नव्वाला न्हेलं गावात. आमची रानातली वस्ती. गावात जायाचं तर दोन मैलाची एडताकपट्टी... सगळा बाजार आटीपला नि आखीर चाट्याच्या आळीला शिरलाव; तवा रत्नव्वा म्हणाली,

"हिकडं कुठं गंऽ आयी?"

"तुला चोळी-लुगडं घ्यावं म्हंतो, ल्येकी..." साळ्याच्या दुकानाची पायरी चढता-चढता मी सांगिटलं...

ऐकून हारकून ढ्यान झाली ती! तिच्या पसंतीचा चोळीचा खण नि पातळ काढाय लावलं. रुपय सत्ताइसाचं पातळ तिनं काढलं, चमाऽमा चमकत्याला पदार, त्येला गोंडं, वान डाळिंबी नि निळाभोर काठ– त्यातनं चंदेरी साप सरपटत गेल्याला, झालं तर धारवाडी खन साडेतीनाचा...

येता येता गिरनीतनं दळून घ्यावं म्हणून गेलो, तंवरका मंजे लाईन बंद! उड्डाळ आवा असती, तशी ही लाईन. कवा जाईल, कवा ईल, ह्येचा काय दूम लागायचा

न्हाई... लायनीची वाट बघत बसलाव, तवंरका यल्लूबी आलीच बाजार करून. 'लाईन बंद झाली व्हय?' इचारून तिनं आपनंचंबी जुंधळ्याचं गटरं माज्याच डोंबलावर आवळलं नि म्हणाली,

"बाईना, लाईन ही नवी. षरावतीची. कवा ईल, कुनाला दक्कल. तंवरका मीबी कशाला बसू हितंच. येता-येता हेबी दळून घिऊन ये, मी फुडं हुतो. तौरका धारा तरी पिळतो जातो ढोरांच्या..." बोलता-बोलता लेकीच्या हातातल्या पातळाकडं ध्यान जाताच गाप्पाकिऱ्यानं तिनं त्ये झडपलंच, "अग्गबाई, पाताळ घेटलं व्हय म्हातारीनं तुला..." नि पातळाची घडी उलगडून पदोर-काठ पारखत ती गुंगली...

तसं म्या म्हटलं, "यल्लू, सकाळचं उसनं घेटल्यालं चार आनं द्ये की गं तेवढं!"

ह्यावर समद्या जगाला सांगावं तशा आवाजात यल्ली म्हणाली,

"आता बघा की, कसलं व्हारं हाय या म्हाताडींचं त्ये! माज्या लेकीला खन-पातळ घिऊन एवढं पैसे हिनं खर्चलं नि मला दिल्याला चार आन्यांतमतोर हिचा जीव गुतपळलाय! म्हातारी ही आसलीच हाय बघा पैलंठावनं, डोंगराएवढं करील नि नखाएवढ्यासाठी तंडत ऱ्हाईल!"

यल्ली अशी आबंड. माजीच लेक आसली, तरी आंधळी माया न्हाई माजी. ह्या हुबालीला मी चांगलीच वळखून हाय. तवा उगंच वाद घालून ही भाद्दरीन का बधायची हाय मला? म्हनून म्हटलं,

"चाल्लीस तर रत्नव्वालाबी न्हे संगट. लायीन कवा ईल तवा ईल. उगच हिला तरी कशाला बसवून घ्याचं, रिकाम्यारानी हितं!"

आनी मग रत्नव्वाबी आपल्या आईसंगट निघून गेली... ती गेली तसं मग मला आट्टावलं– यल्लीनं दळून आणाय दळाप दिलं खरं, दळपाचं पैसे दिलं न्हाईतच की! ती कशी तरक ऱ्हायली न्हाई व्हैमालीला? मंजे ह्योबी माज्याच पदराला खार! हिच्या बानं मरतावखती काय डबुलं सोद्यान करून गेला न्हाई माझ्या. व्हय बा, तसं म्हामुरी खर्चाव म्हनलं तर! एकली एक राबतो, बडद्याडतो नि...

अशी किती उश्शेर इचारात बसलो कुनाला दक्कल. तंवर पाऽक्यान बल पेटला. लाईन आली. मग पाळी लागून त्या मान्सांच्या झुंबडीतनं लंबर ईस्तोंवर मंजे ठार काळुख पडला. पिठाची गटरी बांधून घितली, निघालू... मनात आलं– डुईवरलं एकेक वज्जं कमी करावं म्हणून मानूस यवजतंय, तर कशी एकेक चढाचीच पुडी असतीया. एकेक वज्जं जास्तच. खरं कमी न्हाई. कवा नशिबांकडनं, कधी मान्साकडनं!

लांबच लांब रस्ता, निटघोल. या रस्त्यावानीच चालत ऱ्हायचं नि कुठं तरी कवा तरी एक दिसी सप्पून जायाचं... रस्त्याच्या दो बाजूस्नी चिच्चंची झाडं. उच्चच उच्च वाढून रस्त्यावर कमान केल्याली... त्या कमानीखालनं चालत वस्ती जवळ

करत हुतो... जाधवाचा मळा आला नि चिच्चंच्या बुंध्यातनं निघाल्यावानी एक बया निघाली आनी वस्तीच्या पांदीत लगा लगा शिरली...

म्या वळीकलं– ही तर... ही तर माजीच... माजीच नात... रत्नी... रत्नव्वा! व्हय... तीच! रत्नव्वाच!

ती हिकडं कशासाठनं आली हुती? मनात फडा उभा ऱ्हायली न ऱ्हायली तंवर त्याच बुंध्यातनं एक जण भाहीर पडून रस्ता वलांडून मळ्याकडं चालाय लागला...

ह्यो तर... ह्यो तर जाधवाचा बाबुशा!

मंजे रत्नव्वा नि बाबुशा, बाबुशा नि रत्नव्वा... लाक्कन डोक्यात ईज चमकली नि पायाखालची धरती कोन तरी काढून घेटल्यावानी झाली...

देवा रं, तुजं म्या गरिबानं काय घोडं मारलंत म्हनून माज्याच नशिबाला ह्यो भोगवटा लावलास! सांग, ह्यो भोगवटा का लावलास?

–'बळीराजा', दिवाळी अंक १९७२

■

फटकूर

मोठी विलक्षण बाई! फारच अगम्य!

नुकतच मला समजलंय, की ती खळ्यातल्या एका हमालाबरोबर राहू लागलेली आहे. आई-बापाचं घर सोडून, त्यांच्या डोळ्यांदेखत आणि याच गावात.

अर्थात एखादी बाई एखाद्याबरोबर राहू लागली किंवा आणखी काही करू लागली, तर त्यामुळे मी असा अस्वस्थ होण्याचं काही कारण नव्हतं आणि त्यात आश्चर्य वाटावं, असंही काही नव्हतं.

पण ती माझ्या डोळ्यांदेखत वाढली होती. मला जेव्हा बरंचसं काहीबाही कळत होतं, तेव्हा ती अगदीच अजाण होती. स्त्री म्हणजे काय हे मी जाणत होतो, तेव्हा तिला स्त्री-पुरुषामधला भेदही माहीत नसावा... तेव्हा मी हायस्कूलला जात होतो आणि ही रस्त्यात कुठंतरी मुलांमध्ये मातीत खेळत बसलेली असायची... आठवडेच्या आठवडे तेल न मिळाल्यानं डोईवरच्या झिपऱ्या तांबूस-करड्या रंगाच्या झालेल्या असायच्या. त्यात सततचा मातीतला खेळ-गोट्या, फरडू, जिबली... त्यामुळे झिपऱ्यांच्या रंगात भरच पडायची. गुडघ्याच्यावर आखडलेला फाटका परकर व विटका पोलका आठ-आठ दिवस साबणा-पाण्याची भेट न झालेला असायचा. त्यावर गोंधळ्याच्या येबावागत तेला-मातीचं काळपट किटण चढलेलं. या मळकट कळकट अवतारातून, उन्हातान्हात खेळून रापलेला तिचा वर्ण उठून दिसायचा किंवा त्या गोऱ्या वर्णाला ते कपडेच उठून दिसत असावेत, त्यामुळे असेल, तिच्याकडे पाहणाऱ्याला घृणा येत नसे... ती खेळत असताना जवळ मातीत एखादं मूल बसलेलं असायचं. पुष्कळ वेळा ते मूल तिचा भाऊच असायचं आणि खेळताना तिची बेरकी नजर त्याच्याकडेच असायची अन् अशा वेळी ते माती खाण्याचा आपला आवडता उद्योग करीत असल्याचं तिला दिसून आलं, तर ती आपला डाव थांबवायची नि जवळ जाऊन त्याच्या पाठीत एक धुम्का घालायची बाक्कदिशी! तशी त्याच्या तोंडाची पोस्टाची पेटी व्हायची व रडतरडत तोंडातून शिव्या बाहेर पडायच्या! पण तिला त्याचं काहीच वाटायचं नाही... ती पूर्ववत

डावात रमलेली असायची. एखाद्या पोरानं रड्डी खाल्यावर त्याला खाली पाडून त्याच्या उरावर बसलेली असायची... असं तिचं बालपण... रोज आईच्या शिव्या व रपाटे खात-खातच एक एक दिवस आला नि संपला... एकही दिवस जास्वंदी फुलासारखा फुलला नाही... दिसा-मासांनी ती भरभर वाढू लागली. गरिबीतल्या मुली बऱ्याचवेळा जशा उफाड्याच्या निपजतात, तशी तीही उंच, सडसडीत, तारुण्यानं टंच भरलेली, फुललेल्या गुलमोहरागत लालट नि धुमसणारी... आणि हे बदल तिचे तिलाही समजून यावयाच्या आतच तिचं लग्न झालं. लगीन म्हणजे काय असतं, हे पुरतं जाणवून यावयाच्या आतच तिच्या गळ्यात मंगळसूत्र घातलं गेलं... कदाचित एखाद्या दिवशी तिनं नवऱ्याच्या घरी भातुकलीचा व जेवणापाण्याचा डावही मांडला असेल...

तिची सासुरवाडी जवळच चार-पाच मैलांवर... लग्न झाल्यावर पाच-सहा महिनेच ती तेथे थांबली... मग वरचेवर इकडे पळून येऊ लागली... सासरची माणसं येऊन घेऊन जायची... गेल्यावर पाच-सहा दिवसांतच ती पुन्हा येथे हजर व्हायची... शेवटी या पळापळीत तिच्या सासरच्या माणसांची दमछाक झाली असावी...

...आणि ती येथेच राहिली. घरी बसून करायचं काय? खायला कार, घरच्यांना भार... म्हणून ती तंबाखूच्या वखारीतून कामाला जाऊ लागली...

तशी तिची-माझी जास्त घसट नव्हती. विशेष बोलाचालीचीही नव्हती. एस.एस.सी. नापास झाल्यावर मी एका तंबाखूच्या दुकानात चिकटलो होतो... पहिलं वर्ष उमेदवारीतच हातच्याला गेलं. पडतील ती कामं केली, दुकानातील कारकुनकीची व घरगड्यागत घरातीलही... दुसऱ्या वर्षापासून पगार नि तिसऱ्या वर्षी गळ्यात माळ व डोकीवर अक्षता पडल्यापासून संसार सुरू झाला...

मी ज्या दुकानात कारकुनकी करीत होतो, त्या दुकानाच्या वखारीत ती या वर्षी सतत मोसमभर कामाला होती... वखारीत दोनशे बायका नि आठ पुरुष गडी कामाला होते... सर्वांवर देखरेखीसाठी मुकादमीण होती, तरी त्यांची रोज हजेरी घेणं, वेळच्या वेळी जाऊन दुपारची व रात्रीची सुट्टी करणं, गुरुवारच्या बाजाराच्या दिवशी पगारवाटप करणं आदी कामांमुळे तिची ओळख स्वाभाविकपणे पक्की होत गेली.

याच धाग्याच्या आधारे मी तिच्या खासगी जीवनात डोकावण्याचा प्रथमच प्रयत्न केला. विचारलं,

"का गं, सासरला का नांदली नाहीस?"

"नांदण्यासारखं काय हुतं तितं?" तिनं खोडा घातला.

"काय काय असावं लागतंय बरं मग– नांदायला?"

"दुसरं काम नसलं, तरी दाल्ला तरी सळ्ळा असाय पायजे काय नको?"

"म्हणजे?"

"त्यो वस्तीला जायचा शेतात नि सासरा शिरायचा हांतरुनात!"

आणि आपसूक तिचे डोळे डबडबले.

"म्हणजे, यादवाच्या सुमीवानीच हकीगत म्हणेनास!"

"व्हय. तिनं अंगावर राकेल वतून पेटवून घेटलं... मेली. सुटली... मला तशी छाती झाली न्हाई, म्हणून पळून येत हुतो हिकडं!"

"सासऱ्याचा हा नीचपणा दाल्ल्याला सांगायची हुतीस..."

"सांगना तर! खरं त्या भाड्याचा इस्वासच बसला न्हाई... माज्या बावर आदावत घेतील म्हणून त्येनं उलटं मलाच भाताच्या लोंब्यावानी झोडपलं. हिर्वनिळं करून टाकलं!" आणि डोळे निपटत ती म्हणाली, "बायकांचा जलम फटकुरागत बघा! कुणीही यावं, तुडवून जावावं..."

आणि नंतरचं ते सर्व रामायण...

...एवढी मोठी उलाढाल तिच्या आयुष्यात झाली होती... पण तिला त्याचं काहीच नाही!

हे सारं पचविण्याचं कुठून सामर्थ्य आणलं होतं तिनं? याच सामर्थ्याच्या जोरावर ती त्या हमालाबरोबर राहू लागली असावी का?

तिच्याविषयी असं हे धक्का देणारं ऐकायला मिळालं आणि का कोण जाणे तिला भेटावसं वाटू लागलं...

मी तिला तसं सांगताच दुसऱ्या दिवशी ती मला भेटावयास घरी आली. बायकोही घरीच होती. तशी ती मत्सरी व कुढ्या वृत्तीची नव्हती. तिनं मला चांगलंच जोखलं होतं. माझी उडी कुठवर जाईल, हे ती मनोमन ओळखून होती. त्यामुळं अशा बाबतीत ती निर्धास्त असायची...

ती आली तेव्हा मी वामकुक्षी करीत होतो. उठून बसत म्हणालो,

"ये-बैस. सुट्टी आता झाली जणू?"

"व्हय..."

"जेवून आलीस का आपलं...?"

"जेवायची हाय अजून. हिकडनं गेल्यावर जेवीन म्हंतो..."

"बरं, ताक पिणार का?"

"कशाला... कशाला... आता जाऊन जेवणारच हाय नि..."

"अगं, ताकाला 'नाही' म्हणू ने..." बायको म्हणाली नि तिनं तिच्या हातात ताकानं भरलेला पेला दिला.

तिनं घटाघटा ताक संपवलं. पेला खळबळून ठेवला, तसं मी होऊन बोलणं चालू केलं,

"भेटायला का बोलाविलं होतं तुला, माहीत आहे?"

"हाय!" ती म्हणाली नि बोटानं जमिनीवर रेघोट्या ओढल्यागत करीत राहिली...

"मग...? हे... हे बरं दिसतंय का तुला?"

"कसलं बरं नि कसलं वाईट. आता काय सांगायचं दिवाणजी तुम्हास्नी?" असं मेलमुश्यापणाने तिनं मला विचारलं आणि हताश आवाजात सांगू लागली, "दिवसभर तंबाखूच्या खळ्यात बडदाडायचं, तारदाळ्या द्याच्या, रातपाळी आसू दे, व्हाव तर पाटपाळी आसू दे, चुकवायची न्हाई. असं वंगायचं नि आठवड्याचा पगार आई-बाच्या डोंबलावर घालायचा... एवढ्यानं थांबतया म्हंतासा? कवा सुखाचं बोलणं? राबल्याबद्दल कवा कदर? नांव न्हाई मिळायचं! सदान्‌कदा हे असंच का वागतीस, ते तसंच करतीस का, त्येच्याकडं का बघिटलीस, ह्येच्याकडं बघून का हासलीस, च्याला हे एवढं पैसे कसं खर्चलीस, हाटीलातलं खायची चटक लागली– अशी सारखी किरकीर आनी वर शिवा! का म्हणून हे मी सोसावं म्हंतो? कितींदी असं घोटून घ्यावं?" उत्तराच्या अपेक्षेनं ती थांबली...

एक क्षण तसाच अधांतरी लटकला... यावर मलाही काही बोलायला न सुचल्यानं गप्प बसलो. तशी मग तीच बोलू लागली,

"आनी सांगायचं म्हंजे– आई-बा, भन-भाऊ यास्नी किती दिवस मी राबून घालायचं? म्हातारं हूस्तोंवर? घरची मान्सं तर पगाराच्या पैशापुरती! मग मला माझं म्हणणारं, मायेचं चार बोल बोलून आंजारून-गोंजारून वागविणारं कुणीच का नसावं? काय पाप केलंय् हो मी? लगीन केलं, हौसंनं सौंसार करावा म्हंटला, तर त्येची तशी इस्कोटवाडी झाली... मग मी कुणा एकाबरोबर राहूने? त्यो माझ्यावर जीवापाड माया करीत असला तर मी का करूने? आनी हेच्यातच काय वाईट असलं, पाप असलं, तर त्यो वर बसल्याला घनघंबीर साक्षी हाय. त्येच्या दरबारात ह्येची हुईल ती शिक्षा मी भोगीन, खरं हे पापच मला परवडलं!"

"मग असं जर हाय, तर त्येच्याबरोबर लगीन का करून घेत नाहीस?" बायकोनं विचारलं...

"मला काय लगीन नको हाय अक्का? खरं, त्येची पयल्या लगनाची बायकू हाय एकसंब्याला. ती नांदाय तर ईत न्हाईच, आनी काडीमोड दे म्हंटलं, तर लगनाचा सगळा खर्च्या मागती! मग आम्ही त्यो सगळा खर्च्या कुटनं द्याचा हो? तुम्ही बघतासाच न्हवं– हातातोंडाची मिळवणी करायला काय काय आटापीटा कराय लागतोय त्ये?"

"बरं, पुढं काय करायचं ठरविलंय तुम्ही आता?"

"त्यो म्हंतोय, त्येच्या गावाला- तिकडं मांजरीला जावून शेतकी करू या. तुम्हास्नी कसं वाटतंया?"

“या इदरकल्याणी गावापेक्षा तिकडंच चांगलं की! हितं उन्हाळ्यात तंबाखूच्या खळ्यातून कामं करून खाटात गुदमरायचं आणि पावसाळ्यात तंबाखूचा सीझन संपल्यावर शेताभातातली नि सावकारांच्या घरातल्या मोलकरणीची अशी अडपझडप कामं हुडकत हिंडण्यापेक्षा शेतीच बरी; पण तिथं त्याची शेती वगैरे आहे का?”

“तसं काय न्हाई खरंन. त्येच्या वळखीचा एक लिंगाडी हाय चिक्कुडीला. त्येचा येपार हाय खाऊच्या पानाचा. त्यो तितनं ट्रकातनं मुंबैला पानं पाठवितोय आनी त्येची शेती हाय मांजरीला, शेती नि धंदा एकालाच सांभाळाय ईत न्हाई. त्या गावास्नं त्यो चिक्कुडीला जाऊन-येऊन असतोय, म्हणून त्यो रैत ठेवणार हाय, येच्याकडं शब्दबी टाकलाय त्येनं... ह्योबी म्हंतोय– जाऊंया, व्हावूं या तिकडंच निर्मळवानी...”

असाच बोलण्यात आणखी थोडा वेळ गेला आणि मग वेळेचं भान होऊन ती सावधपणे म्हणाली,

“बरं, जाऊ आता? अडीच वाजाय आलं असतील... जेवूनखाऊन तीनच्या आत कामावर जायला पायजे, न्हाई तर मुकादमीण परत पाठवणी करंल येळ झाला तर!

“बरं, जा तर!”

आणि ती निघून गेली...

नुकताच उन्हाळा सुरू झाला होता. त्याचबरोबर तंबाखूचा मोसमही... पावसाळभरातील वखारीतील कचरा झाडला जात होता, वखारीपुढील खळ्यातून उगवून आलेलं गवत खुरपून, ती सारवून स्वच्छ केली जात होती. त्यांच्या सभोवताली तट्ट्यांचं कुंपण घातलं जात होतं... पावसाळा सुरू झाल्यावर तशाच पडून राहिलेल्या तंबाखूच्या बोदांच्या थप्पा खाली उतरविल्या जात होत्या... बोद उसावले जात होते. भळाभळा तंबाखू साऱ्या खळ्यांवर विखरून पडत होता. दोन-तीन उन्हाचं चरकं बसल्यावर तो वखारीत आणून मुंगल्यांनी कुटला जात होता. मग बारीक-मोठ्या ‘घरां’च्या, छिद्राच्या, मोठाल्या चाळणी तिकाटण्यावर उभ्या राहत होत्या नि तंबाखू चाळला जात होता. मग पाण्याच्या घागरी ओतून तो चांगला कालवून त्याची ‘चाकी’ केली जात होती. कोपऱ्यात ‘चाकी’चा भला मोठा ढीग तयार झाल्यावर मग, पेढ्यांचे पुडे सुटत होते, नारळ फुटत होते, प्रसाद वाटला जात होता... अशी ‘चाकी’ तयार झाल्यावर मग हमालांचं काम सुरू होत होतं... आढ्याच्या बरग्यावरून झोपाळ्यागत दोऱ्या खाली लोंबकळू लागत. त्यांना पोती लटकविली जात. त्या पोत्यांतून हमाल उतरत आणि आत तंबाखू तुडवून तुडवून भरीत अन् मग पोत्यांची तोंडं शिवून वखारीच्या दुसऱ्या कोपऱ्यात या ‘तयार’ मालांच्या पोत्यांची थप्पी उभी केली जात होती... अशी एक ‘चाकी’ तयार केल्यावर

दुसरी 'चाकी' तयार करण्याचं काम लगेच सुरू व्हायचं... रपाऽपा पाऊस बडवू लागूपर्यंत सर्व उन्हाळाभर हे असंच रहाटगाडगं सुरू राहायचं... कामाचा एकच घाईधुंबडा सुरू व्हायचा... काम उपसायला गावातील मजूर बायकांचा तुटवडा पडल्यावर आजूबाजूच्या पंचक्रोशीतील खेड्यांवरील बायकांना सांगावे धाडले जायचे... आणि मग खेड्यांवरून बायकांचे थवेच्या थवे दुपारची भाकरी घेऊन सकाळच्या आठच्या टिपणाला वखारीपुढं हजर व्हायचे नि रातपाळी किंवा पहाटपाळी झाल्यावर आपापल्या गावाकडं परतू लागायचे... असा वखारीतून कामाचा एकच घाईधुंबडा सुरू व्हायचा...

दुकानातील आम्हा दिवाणजी लोकांनाही अशा वेळी उसंत नसायची... माघ संपून फाल्गुन सुरू झाल्यावर तर तंबाखूचा मोसम आणखीन वेग घ्यायचा. या वेळी नव्या तंबाखूची खरेदी सुरू व्हायची... इथला तंबाखू साऱ्या भारतभर पशार व्हायचा नि व्यापाऱ्यांना खोऱ्यानं पैसा मिळवून द्यायचा... या एवढ्या पैशांचं काय करायचं? इन्कमटॅक्सबद्दल सरकारी अधिकाऱ्याची साडेसाती... तेव्हा अवाढव्य खर्चही दाखवायला पाहिजे... त्यासाठी अनेक उपाय, त्यातीलच एक मोटार-गाड्यांची खरेदी. फियाट, ॲम्बेसिडर, स्टॅण्डर्ड, जिप्स, शोव्हरलेट, प्लायमाऊथ आणि शिवाय ट्रक्सही... एकेकाच्या तीन-तीन, चार-चार कार्स व तितक्याचा ट्रक्सही... रिकाम्या बोदांची बंडलं मोटारीत टाकायची नि निघायचं... आजूबाजूचा सारा भाग विंचरून काढायचा... आपल्या कुळाला, आपल्या बिचाएतांना, ज्या नमुन्याचा वा चवीचा तंबाखू लागतो, तशाप्रकारचा तंबाखू शोधत हिंडायचं... एका-एका गावच्या जमिनीचा गुण असतो. तीत अमुक एका चवीचा तंबाखू तयार होतो, त्या तंबाखूत त्या तमूक गावच्या तंबाखूची 'चाकी' केली, तर आपणाला हवा असलेला, विशिष्ट चवीचा तंबाखू तयार होतो... तर हे कोष्टक तयार करण्यासाठी गावनूगावं फिरत राहायची... बिड्यांच्या पानांच्या सुरळीत तंबाखू ठेचून भरून त्याची चव पाहायची– ओढून... असं करीत भ्रमण चालू...

मलाही थोरल्या अण्णांच्याबरोबर खरेदीसाठी फिरावं लागे... असाच खरेदीसाठी मी लांब तिकडे पाच्छापूर भागात गेलो होतो... आठवड्याभरानं तिकडून परत आलो, तेव्हा बायकोकडून समजलं, की दोन दिवसांपूर्वीच ती 'त्याच्या'सह मांजरीला निघून गेलेली आहे... बातमी ऐकून माझ्या तटस्थ मनाला काहीच वाटायला नको होतं, तरी पण मनाचा एक कोपरा थोडा हललाच. विचारलं,

"आणखी काय म्हणत होती गंऽ?"

पण तोंडातून शब्दच उमटले नाहीत नीटसे... निरनिराळ्या गावी तंबाखूच्या 'कलमां'ची पारख करण्यासाठी दिवसातून पुष्कळ वेळा तंबाखू ओढायला लागल्यानं माझा घसा बसला होता, गळा सुजला होता, त्यामुळे मला धड बोलताही येत नव्हतं...

माझा असा हा आवाज ऐकून माझ्या प्रश्नाचं उत्तर न देता बायकोनं विचारलं,

"गेलं सालीगत नरडं सुजलं का आनीक? थांबा, गरम-गरम सोजी करते, खावा. नरडं शेकल्यावानी होऊन उतारा पडेल!"

मी माझ्या मनातील प्रश्नाला डिवचून पुन्हा उभं केलं आणि नरडं खाकरल्यागत करून शब्द उच्चारण्याचा प्रयत्न केला; पण तोपर्यंत बायको आतमध्ये निघून गेली होती...

यानंतर दोन-चार दिवसांनी ती दोघं तिकडे सुखरूप पोचल्याचं पत्र आलं. मीही पत्रोत्तर धाडलं... दिवस असेच सरत होते. कुणासाठी थांबत नव्हते... एका सरळ रेषेत माझं कारकुनी आयुष्य चाललं होतं... कधी-मधी तिकडून पत्र येत होतं... पुढे तेही कमी झालं...

वाटलं, ती आता आपल्या संसारात रमली... तिच्या आयुष्याला आता एक निश्चित दिशा प्राप्त झाली... बायकांचं आयुष्य हे असंच, एक दिशा मिळाली, की तीतून वाहत जायचं... लग्नाचा खर्च्यावर्च्या न होता मनासारखा जोडीदार मिळाला... आयुष्याला एक दिशा आली, नवं जीवन सुरू झालं... मी निर्धास्त झालो... मोसमातील धावपळीच्या दिनक्रमात तिचा जवळ जवळ विसर पडला... आणि तिची आठवण काढीत बसण्याचं तरी मला काय कारण? वखारीतील अनेक मजूर बायकांसारखी तीही एक... त्यामुळे अशा अपरिहार्य ओळखी होतात. थोडी बोलाचाली होते. घसट वाढते. काही सुखदुःखं सांगितलीही जातात... बस्स, इतकंच नि एवढंच... ती निघून गेली. संपलं. मनाचा कप्पा तेव्हाच बंद झाला. अशी कित्येक माणसं आयुष्यात येतात-जातात, प्रवाहातील ओंडक्याप्रमाणे काही काळ सलग सोबतीनं प्रवासही घडतो. वळण येताच दिशा भिन्न, मार्ग भिन्न. तेव्हा कोण कोणाची आठवण जोजावत, जोपासत बसणार?

पण ती मला विसरली नसावी... एके दिवशी तिच्याकडून पत्र आलं... तिचा 'तो' आजारी आहे. गावात कुणी ना ओळखीचं, ना पाळखीचं... एकाकी, एकटी. काय करावं, समजत नाही. एकदा वाकडी वाट करावी, भेटून जावं– वगैरे...

कामाचा व्याप. मलाही काही बंधनं होती. माझ्यावरही कुणाची तरी सत्ता चालत होती. तरी पण यातून दोन-एक दिवसांची सवड मिळणं अगदीच अशक्य नव्हतं... पण का कोण जाणे-जाणं झालंच नाही... फक्त तिला धीर देणारं एक कार्ड लिहिलं, घडलं एवढंच...

असाच पावसाळा सुरू झाला. मोसम संपला. तंबाखूची कामं बंद पडली. मला बराच रिकामा वेळ मिळू लागला...

अशीच एक दुपार. बाहेर रपरपणारी पावसाची चिपळी-तीत तसाच भिजत निथळत मी जेवणासाठी घरी आलो. कपडे काढून अंग निपटून कोरड्यावलं अन्

वाळलेले कपडे अंगात चढवीत आहे, तोच बाहेरचं दार वाजलं, तसं मी विचारलं,

"कोण आहे?"

"मी हाय– किशी!"

"कोण...? किशी?" स्वरात अविश्वास, आश्चर्यही...

तसाच बाहेर आलो आणि दचकलो... हीच का ती? तीच का ही?– मन कचवचत होतं विश्वास ठेवायला... पूर्वीचा तो रसरशीत, भरीव, घोटीव निरोगी बांधा... ते बोलके डोळे... तो गोंदविलेला टचटचीत गोरा चेहरा...

तो बांधा हा नव्हे, ते डोळे हे नव्हेत, तो चेहरा हा नव्हेच... मग ही कोण...? कृश, हाडांचा सापळा झालेली, गालफडं वर आलेली, खोल निस्तेज डोळ्यांची, विटक्या फटकुरागत झालेली...

पण... पण ती 'ती'च होती! तिच्याविषयी माझ्या मनात तितकासा आपलेपणा, तितकीशी मोकळीक नव्हती, तरी सुद्धा माझं मन द्रवलंच. म्हणालो,

"काय ही रया करून घेतलीस किशे?"

माझ्या प्रश्नानं तिच्या काळजाला हात घातला... डबडबून आलेले डोळे पदराच्या शेवानं तिनं टिपले. बोलली मात्र काहीच नाही, तसं मीच विचारलं,

"केव्हा आलीस?"

"आज सकाळीच!" तिचा आवाज किती फाटलेला!

"दोघंही आलाय न्हवं? 'त्येला' कसं वाटतंय आता?" बायकोनं चौकशी केली.

दोनच प्रश्न, पण त्यांच्या फडा बनल्या आणि फुत्कारत तिच्याकडे झेपावल्या...

ती हमसाहमशी रडू लागली...

...आणि आम्ही काय समजायचं ते समजलो!

तशी झटकन माझ्या पत्नीनं पुढं होऊन तिला जवळ घेतलं. तिच्या थकल्या-भागल्या, रोडावलेल्या कायेवरून हात फिरवीत आणि आपणही डोळ्यांत पाणी भरीत ती म्हणाली,

"पर द्वाडाऽ हिकडं कळवायचं तरी नाहीस का?"

"त्यो आजारी पडल्यावर कारड लिवलतं अक्का..."

"मग...?"

"मग दोनेक दिवसांतच जास्त झालं. कसलं मोळा का फिळा पायाला लागला. दुक बळावत नेलं. शेजारी-पाजारी म्हणाय लागलं, 'मिरजंला न्हे, बरा हुईल...' न्हेलं, तर तितल्या डाक्टरानं सांगिटलं–'मदुमेव झालाय. लै उश्शेरनं आणलासा'... आनी मग..." आणि ती बायकोच्या खांद्यावर मान टाकून हमसाहमशी रडूच लागली...

कढ ओसरताच तीच मग सांगू लागली,

"...तितनं मांजरीला आलो. शेताचा ताब्याबी त्या मालकानं घेतला. मी बाई माणूस. एकलीला कुठली शेती निभावती? मग रोजगारावर पडंल ते काम केलं, शेता-भातात. आठ-बारा आणे रोजगारी मिळायची. कवा काम मिळालं, मिळालं. कवा न्हाई, न्हाई. असं चालल्यालं... लै आबाळ व्हायला लागली... कवा कवा मिळीमिळी तोंडातलं पानी गिळत बसायची वेळ यायची. कवा अनुसपोटी काम उपसायला लागायचं. तवा मग ताळा घातला, हे काय खरं न्हवं. तग धरता यायची न्हाई हितं... गाईच्या वासरागत मग हिकडं धावलो. ही लिप्पाणी सख्या आईवानी. कुनालाबी पोटाशी धरतीया, लाथाडत न्हाई..."

"बरं, हितं आलीयास तेबी किच्च पावसुळ्यात. वखारीतली कामं बंद झाल्याती. दुसरं काय काम मिळणार या दिवसांत? पोटापाण्याचं कसं हुणार? कुठं शिस्त लागणार?"

"कुठं मिळालं तर बघायचं काम... शेतागितात, न्हाई तर कुणा शेठ सावकाराच्यात भांडीकुंडी घासायचं घरकाम... तुमच्या चांगल्या चांगल्या जागी वळखी हैत. तवा कुठं चिकटून दिलासा, तर बरं हुईल. तेवढाच पावसुळा रेटता ईल..."

"बघतो एक-दोन दिवसांत. खटपट करतो आणि कळवितो काय ते तुला... बरं, ते राहू दे, आता कुठं राहिली आहेस तू?"

"वाडीवर ती मंजा जोगतीन हाय न्हवं, तिच्याजवळ ऱ्हायलोय तात्पुरती. दुसरीकडं एखादी खोली मिळाल्यावर निघणार तितनं..."

"बरं खर्चापुरता पैसाअडका आहे ना थोडा बहुत?"

"तसं हाईत धा-एक रुपय..."

"अडलं-नडलं तर आनमान करू नकोस मागाय...."

"बरं..." ती म्हणाली आणि उठली. "आता चलतो मी, तेवढं बघा हं माज्या कामाचं..." अशी पुन्हा एकदा आठवण करून देऊन निघून गेली.

दिवसांमागून दिवस आले नि गेले. झालेल्या आघातातून ती सावरली. हळूहळू जखम भरत निघाली... परिस्थितीच्या चटक्यांनी चरकून गेलेलं तिच्या तारुण्याचं फूल पुन्हा गजबारून उठलं. गालफाडं कलमी आंब्याच्या फोक्यागत झाली. निस्तेज डोळे पुन्हा चमामू लागले आणि त्यातून तारुण्याचे बोल बाहेर पडू लागले... पूर्वीसारखीच चोळी दंडात रुतू लागली नि छाती पदराआड मावेनाशी झाली... हा उधानलेला वारा केव्हा पाठ फिरवतो, केव्हा असा रंगही दाखवितो...

पावसाळा संपला. हिवाळा ओसरला आणि उन्हाळ्यास सुरुवात झाली, तशी गावातल्या वखारींची कुलूपं निघू लागली... आत साचलेला धुरळा नि बाहेरील

खळ्यांत उगवून आलेलं बेवारशी गवत हद्दपार केलं गेलं आणि ती सारवून झळझळीत झाली...

मग एखादा शुभमुहूर्त पाहून कामांना सुरुवात झाली. गुढीपाडव्यानंतर तर कामानं आणखीन जोर खाल्ला... सगळीकडे एकच झुम्बड उडाली... आजूबाजूच्या खेड्यांवर खरेदी केलेल्या तंबाखूच्या बोदांनी भरलेल्या बैलगाड्यांची व मालट्रकांची रीघच्या रीघ निपाणीच्या मार्केटला लागू लागली. सेंट्रल एक्साइजच्या साहेबांसमोर तंबाखू वजन केला जाऊ लागला... मग तेथून तो खळ्यात बैलगाड्यांतून वडवणी केला जाऊ लागला... मुंबई, मद्रास, कोलकता, सिन्नर, मंगलूर, गोंदिया अशा दूरदूरच्या शहरांतील 'बिचायत' लोक, व्यापाऱ्यांकडून तंबाखू खरेदी करणारी कुळं आल्यानं तर खरेदीचा, कामांचा आणि तयार केलेल्या 'चाक्यां'चा धुमधडाका उडाला... प्रत्येक वर्षीप्रमाणे मग आजूबाजूतील पंचक्रोशीतून मजूर बायकांचे तांडेच्या तांडे कामाला येऊ लागले आणि रातपाळी किंवा पहाटपाळी झाल्यावर आपापल्या गावांकडे जाऊ लागले. काळोखात सोबत करणारा एकुलता एक कंदील त्यांच्या सोबत भूताच्या दिवटीगत अधांतरी जाऊ लागला...

या मोसमामध्ये मी 'खरेदी'च्या रगड्यात गावल्यानं वखारीकडे अभावानंच फिरकत असे... दुकानात 'कामगारांचं हजेरी बुक' होतं. त्यात तिचं नाव आढळायचं. बाजारी होणाऱ्या पगाराच्या दिवशी बायकांच्या घोळक्यात ती आढळूनही यावयाची, एवढंच. बाकीच्या धामधुमीच्या काळात तिची गाठभेट होणं अशक्यच होतं... तसं तिच्याविषयी बरंच काही उडत कानांवर यावयाचं. काही खरं, पुष्कळसं खोटं... ती कचेरीच्या माळावर स्वतंत्र खोली घेऊन राहिली आहे... पूर्वीप्रमाणेच तिच्या स्वभावाचा उघडा वाण आता दिसू लागला आहे, तशीच उथळ व खोडकरही बनली आहे... खळ्यात ती गाणी म्हणते, चावट विनोद करते व आपणच खॉऽ खॉ करत हसते... केव्हा केव्हा वखारीतील हमालागत तंबाखूची भरलेली पोतीही उचलते... गावातल्या गावात आई-बाप असूनही एकदाही त्यांच्याकडे न जाता हटमुरपणानं तिनं त्यांच्यावर राजिगरे शिंपडले आहेत. परवा सख्या भावाचं लग्न झालं, त्या वेळीही ती गेली नाही... त्या किराणी दुकानवाल्या श्रीशैलबरोबर तिची घसट आहे, तसंच त्या हॉटेलपुढील पानपट्टीवाला मकबूल, तोही तिच्याशी अघळपघळ बोलतो... बिड्या बांधणारे ते काळेटिम्म मलबारी, तेही तिच्या खोलीत ऊठ-बस करतात. कुंटणपणा करणाऱ्या त्या बुढ्या जनाबरोबर बोलतानाही अनेकांनी तिला पाहिली आहे...

असं पुष्कळ काही. अफाट काही कानांवर यावयाचं, आठवायचं आणि विसरू म्हटलं, तरी विसरलं जायचं नाही...

...असाच वळीव झोडपू लागला आणि मोसम संपला. वखारींना कुलपं पडली... लांबलांबून आलेल्या 'बिचायत' लोकांनी आपला मुक्काम हलविला आणि

ते तंबाखूच्या व्यापाऱ्यांना भरपूर फायदा देऊन, दुकानातील कारकून, वखारीतील हमाल, मुकादमीण यांचे हात ओले करून आपापल्या गावी निघून गेले...

तशी मला बरीच मोकळीक मिळाली... डोकीला कढ आणून राहिलेलं भलं मोठं ओझं उतरल्यागत हलकं-हलकं वाटू लागलं... आणि अचानक तिची आठवण झाली... भेटावं, खरं-खोटं समक्ष गेल्यावर समजेल, जाणवेल तरी निदान– हा विचार मनात...

तसं गाव खूप मोठंही नव्हे आणि कचेरीच्या माळावरील वसाहत तर नव्हेच नव्हे, त्यामुळे तिची खोली शोधायला विशेष कष्ट पडले नाहीत...

तशी विशेष मोठीही खोली नव्हे... एका बैठ्या घराचे छोटे छोटे कप्पे पाडून केलेले गाळे, मध्ये कुडाचा आडोसा, समोर ठेंगणंसं दार, आत जायचं झाल्यास वाकून जायची वेळ आणि मलाही तसंच जावं लागलं...

ती बिड्या बांधत बसली होती. हे अशा प्रकारचं माझं आगमन तिला अनपेक्षित होतं त्यामुळे असेल, तिला प्रथम आश्चर्यच वाटलं. त्याच आश्चर्यानं तिच्या काळ्याभोर पापण्यांची मोठी गमतीदारशी उघडझाप झाली... ती पाहून मी गमतीनंच हसत म्हटलं,

"अगं, बसा तर म्हण की!... घरही मोठं उंचसं नाही. मान वाकवून माणसानं किती वेळ अवघडून उभा राहायचं?"

"अव्वा, मला भानच ऱ्हायली न्हाई बघा!"

तिनं सगळ्या वाक्यालाच एक असा लाडिकसा हेलकावा दिला, की क्षणभर नाद घुमत राहिल्यागत वाटला... मग मांडीवरील बिडीच्या पानांचं व तंबाखूचं पत्र्याचं सूप तिनं खाली ठेवलं आणि ती उठली, तशी ती छोटीशी खोली, तिच्या गच्च बांध्यामुळं असेल, भरल्यागत वाटली... घरकाम करीत असताना बायका जसा जुनेराचा एक धडपा अंगाभोवती गुंडाळतात, तसा तिनं गुंडाळला होता... त्या अपुऱ्या वस्त्रात तिचा भरलेला अवघा बांधा मावत नव्हता... वाकडी वळणं व त्यांचे नागमोड दृष्टीत शिरत होते... उठून ती पोतं आणण्यासाठी आडदाणीकडे गेली, तेव्हा तिला पाठमोरी पाहून एक सणक मस्तकात सणकून गेली आणि दुसऱ्याच क्षणी रक्त गरम होऊ लागलं...

हे असं कधी झालं नव्हतं... पण आजच असं कसं? तिचे नागमोड पाहून मनात वासनेची नागपिल्लं वळवळू का लागावीत?

आडदाणीवरील पोतं ओढून घेऊन तिनं जवळच त्याची घडी करून अंथरलं. मी बसलो. तिनंही पूर्वीच्या जागी बैठक मारली आणि सूप मांडीवर घेऊन परत ती विड्या वळू लागली नि वळता वळताच तिनं चौकशी केली,

"आज बरी वाकडी वाट झाली गरिबाकडं? काय काम-धाम काढलंसा का काय?"

"काम-धाम काढल्यावरच वाकडी वाट करावी, असं काय हाय का किशी?"

कापलेल्या बिडीच्या पानावर तंबाखू घालून बिडी वळावी लागत असल्यानं तिचं सारं लक्ष मांडीवरील सूपावर केंद्रित झालं होतं, त्यामुळे तिच्याकडे निःसंकोचपणे पाहत येत होतं... पूर्वी केस चापूनचोपून असायचे; पण आता कानांवर दोन ऐटदार फुगे उठले होते आणि ओठांवर खाऊच्या पानाची लाली चढली होती...

एकंदर, पान चांगलंच रंगलं होतं... मीच असा हतभागी, की ते तोंडात टाकायचं सोडून त्याचीच काळजी वाहण्याचं, हितचिंतकाचं काम करीत मूर्खासारखा बसलो होतो...

मनात आज काही निराळेच विचार येऊन माझे मलाच धक्के बसत होते... हे असं आज का चळ भरून चळायचं चाललंय?

"तसं कुठं मी म्हनलं?" ती म्हणाली व अस्फुट हसली...

"हे बिड्या बांधायचं काम आणि केव्हा शिकलीस?"

"शिकलो झालं असंच, कुणा आईबाईजवळ... पावसुळ्यात बसून काय करायचं तर मग? तेवढंच वाराला धा-एक रुपय हुत्यात..." आणि तिनं मांडीवरील सूप एकदम खाली ठेवत आश्चार्योद्गार काढला, "अय्योऽ नि शिवनंऽ" नि पुन्हा उठत म्हणाली, "या बिड्यांच्या नादानं तुम्हास्नी च्याला आधाण ठेवायचं भांबच ऱ्हायली न्हाई बघा..."

"आता च्या आणखी कशाला घेऊ..."

"तसं कसं हुईल! लै दिसांनं आलाईसा, च्याबी द्यायचा न्हाई म्हंजे काय?"

म्हणजे काय, ते मला तरी कुठं माहीत होतं? मी म्हणालो, "ऱ्हावूं दे घे आता!"

आणि माझ्याही नकळत माझ्या हातून ती कृती घडली. माझ्याजवळूनच ती चुलीकडे जात होती. तिचा हात धरून खसकन मी तिला ओढली...

...जे घडायचं ते घडून गेलं, तेव्हा पिसं उपटलेल्या कोंबडीगत ती तडफडत होती... मघा बंद केलेलं दार उघडून बाहेर पडता पडता ओझरतं पाहिलं–

ती भुईवर कपाळ कचाकच बडवून घेत होती आणि म्हणत होती, "दिवाणजी, काय केलंसा हे... तुम्हीबी या फटकुराला...? तुम्ही... निदान तुम्ही तरी असं कराय नको हुतं... तुम्ही देव हुतासा माझं... देव हुतासा..."

बाहेर पडलो, तरी हेच एक कानात घुमत राहिलं– 'तुम्ही देव हुतासा माझं... देव हुतासा...'

दुसरे दिवशी बायकोनं भल्या सकाळीच मला लडाऽडा हलवून जागं केलं. झोप पुरती न झाल्यानं मी खॅस मारली.

"काय गं?ऽ"

"अहो, उठा, उठा! किशी ढेकणाची बाटली प्यायली काल रात्री!"

"आँ!"

"काय झालं कुणाला दक्कल... ह्या उड्डाळ आवा अशाच. सत्रा यजमान करीत फिरत्यात नि शेवटाला असं कायतरी करून घेत्यात!" आणि हनुवटीखाली हाताचा मुटका देत ती मलाच विचारू लागली, "काय म्हणून तरी तिनं असं करावं हो? का म्हणून...?"

मनात आलं– बिचारे, आता तुला काय नि कसं सांगू? काय म्हणून व का म्हणून तिनं असं केलं, ते केवळ एक मलाच ठाऊक... दुसऱ्या कुणालाही ते कळायचं नाही... पण उघड मात्र म्हटलं,

"पाण्याचा, घोड्याचा नि बाईचा अंत कधी कुणाला लागलाय का?"

–'फटकूर', धरती, वासंतिक खास अंक, सन १९७०

■

अर्थ

तसा कशालाच काही अर्थ उरलेला नसतो. सर्व काही संपलेलं, संपल्यात जमा झालेलं असतं.

आणि अचानकपणे, अकल्पितपणे ती दिसते. अशी रस्त्यातच– ही आली केव्हा सासरहून? अन् किती वर्षांनी– सहा–? कदाचित अधिकही! आपण हेही विसरून गेलो– गेलो तरी कसे? ह्यावर पण पुटं चढली– विस्मृतीची–?

समोरासमोर येताच एकच क्षण नजरेत नजर गुंतते, गुंगते. ओळखीचं काही तरळून गेल्याचा भास होतोय तोवर ती कितीतरी अनोळखी बनून जातेय–

मनोमन तो दुखावतो. वाटतं, ती काही थोडंतरी बोलायला हवी होती– निदान, आपली चौकशी तरी? जुजबी परिचयाची माणसंदेखील अशी भेट झाल्यावर किती आसासून, आपुलकीनं, जिव्हाळ्यानं बोलतात!

अन् आपण तर– आपण तर–

का ती सर्व काही विसरून गेली–? सर्वच–? इतकी ती आपल्या संसारात, मुलाबाळांत, पतीत रमजलीय? इतकी?

वयाच्या मानानं तसं हळवं मन राहिलं नाही आपलं, तरीही आपण दुखावलो! का? कळतच नसतं– तो चिडतो– आपल्यावरच अन् मग तिच्यावरही– तिनं ते सर्व विसरून जाऊ नये– पण–

आपण मात्र विसरलो नाही. अजूनही. कसं विसरायचं? त्या, त्या अनेक कथा– तिच्या-आपल्या प्रेमाचे अनेक, अगणित मंतरलेले धुंद क्षण पकडून ठेवणाऱ्या, ठेवलेल्या. अन् डझनवारी कविता– त्या तर– त्या तर तिच्यावरच लिहिलेल्या– अन् ओळीओळीत व्याकरणाच्या चुका असलेली, तरीही प्यार वाटणारी, प्रेमभावनेनं ओथंबलेली तिची ती असंख्य पत्रं– काय विसरायचं–? कसं विसरायचं? काळ-वेळेचा मुलाहिजा न ठेवणारं ते बोलणं विसरायचं–? त्या धुंद मिठ्या नि बेभान चुंबनं विसरायची–? एकमेकांवर जिवापाड केलेलं ते प्रेम विसरायचं?

पण ती विसरली. सगळं. का? याचा विचारही न करता त्याला राग येतो तिचा.

–तिचं लग्न ठरलं, झालं अन् नंतर आपण घालविलेले भ्रमिष्टावस्थेतील ते दिवस– सगळ्या जगाचाच रंग उडून गेल्याप्रमाणे झालेला. जगण्याचाही– असे दिवस सरलेले अन् आपलंही लग्न झालेलं. ते अटळ होतं. तरी पण लग्न झाल्यावर जे काही, जसं काही वाटायला हवं, तसं मुळीच कसं न वाटलेलं? विवाहपूर्व आयुष्यात कुणावर प्रेम केलेलं असलं म्हणून काय झालं; पण वैवाहिक जीवनास इतक्या अलिप्त, त्रयस्थ तटस्थतेनं सुरुवात होऊ शकते? पटलंही नसतं कुणी सांगितलं असतं तर– आणि अशीच केव्हातरी पहिल्या बाळंतपणासाठी ती आलेली. मग काही दिवसांनी तिचा तो निरोप– भेटून जा. तुला पहावंसं वाटतं. येथून गेल्यावर पुन्हा इकडे लवकर येईनसं वाटत नाही–

आपण गेलो नाही त्या वेळी. कदाचित रागानं. कदाचित आपल्याबद्दलच्या अभिमानानं. आपलंही मन कित्येक वेळा कसं आपणालाच ओळखता येत नाही!

पण बारशाला आपली पत्नी गेली होती. आपल्या घरच्या माणसांबरोबर आणि तिची ओळख करून घेऊन आली. (ओळख होताना दोघींच्या मनात काय नि कसल्या भावना उचंबळून आल्या असतील?)

घरी आल्यावर मग ती आपणालाच चिडवू लागली– तिच्यावरून असं चिडवून घेणंही किती सुखाचं वाटलं त्या वेळी!

आणि मग ती परत सासरी निघून गेली होती–

अन् आज येतेय ती अशी– इतक्या दिवसांनी, वर्षांनी– किती तरी दिवस. किती न् केवढी वर्षं. या अवधीत तिचं स्मरण झालं नाही असा एकही दिवस नाही आणि रात्रही. लग्नबंधनानं आपल्या शरीरावर दुसऱ्या एकीचा हक्क चालत असला, तरी मनावर तिचंच अधिराज्य. अजूनही.

आणि ती मात्र– ती मात्र आयुष्याच्या इतक्या अल्प कालखंडात सगळं काही विसरून गेलीय!

तिचं शरीर तिच्या पतीचं आहे. असेना. नव्हे असणंच योग्य. तो धर्म व ते तसं कर्तव्यही– पण तिचं मन आपलं व आपलंच राहिलं असतं, तर आपण सर्व काही भरून पावलो असतो. पण तेदेखील–

– हाच एक विचार क्लेशदायक होत असतो अन् डंख बसत असतो तो याच एका गोष्टीचा–

– चार-सहा दिवसांचं बाहेरगावचं काम आटोपून तो परत येतो. घरी येताच पत्नी म्हणते, "तुमची ती भेटावयास आली होती पाहा, सासरी जाण्यापूर्वी. कालच. म्हणत होती..."

–दै. 'मराठा', रवि. पुरवणी, फेब्रुवारी १९७१

कलंदर

अण्णा दोन दिवस एडताकत होता. अण्णाची व्हॉक्झल '५१ व्हॉलग्रायडिंगसाठी खोलली होती अन् बाबू मेस्त्री तर काशीच्या न्हाव्यागत करत होता. गाडी खोलून नुस्ती टाकली होती आणि परत तिकडे पाहायलाही तयार नव्हता. दुसऱ्या गाड्या कामाला येत, त्यांनाच डसायचा बाबू मेस्त्री. अण्णाबरोबर बोलणं नाही, भाषा नाही. गॅरेजमधल्या एकुलत्या एका तेलकट खुर्चीवर मख्खपणे अण्णा बसायचा– बसायचा आणि निघून जायचा... तो गेल्यावर बाबू मेस्त्री बोलून दाखवायचा, "आयला, आधीच्या कामाचं पैसे पडल्यात बोंबलत आणि परत हे काम! याजात फिसायला बसा म्हणलं, तर कोण बसणार?"

तिसऱ्या दिवशी मात्र अण्णा आल्याआल्या मला म्हणाला, "मधू, हेड घे बघू फुडं नि व्हॉल घासायला सुरुवात कर!"

ऐकून मी च्याटच! मेस्त्री काम करायला तसा मी नवखाच होतो. गॅरेज घालून तर पुरते सहा महिने झाले नव्हते. वडील ट्रकवर ड्रायव्हर होते, त्यांची व बाबू मेस्त्रीची चांगली जान-पहचान होती. गावात रामू मेस्त्रीचं मोठं गॅरेज होतं, तिथं बाबू मेस्त्रीनं तीस वर्षं नोकरी केली होती अन् दोन वर्षांपूर्वीच तेथून क्षुल्लक झगड्याचं निमित्त होऊन बाबूमेस्त्री निघाला होता. बाहेर पडल्यावर त्यानं फिरतं काम सुरू केलं होतं. त्याच्या कामावर श्रद्धा असणारे मोटारवालेदेखील मग त्या मोठ्या गॅरेजमध्ये न जाता बाबूकडून काम करून घेऊ लागले होते; पण गॅरेजशिवाय मेस्त्री कामाला किंमत नव्हती. कुणी बोलावतील तिथं नि तिकडे जाऊन गाड्या रिपेअरी करायच्या नि मोटारवाले देतील ते पैसे झक्कत घ्यावे लागायचे. यात काही अर्थ नाही... स्वत:चं असं गॅरेज हवं; पण त्यासाठी भांडवल? अशा मन:स्थितीत असताना त्याची वडिलांबरोबर भेट झाली. वडिलांनी भांडवल पुरवायचं कबूल केलं. मीही एस. एस.सी. ला गचकून त्या वेळी बेरोजगारच फापलत फिरत होतो. मी गॅरेजमध्ये मेस्त्रीच्या हाताखाली काम करायचं नि जी काही मिळकत होईल, त्यात निम्मी वाटणी घ्यायची, असं ठरलं. राचाप्पअण्णाच्या 'भारत ऑटोमोबाईल' या स्पेअर

पार्टच्या दुकानामागं त्याच्याच मालकीचे दोन जाप्ते होते, दोन कार्स घळघळीत मावतील, असे ते पडीक जाप्ते पंधरा रुपये महिन्याच्या भाड्यानं केले, त्यांची जुजबी डागडुगी करून तेथेच गॅरेज सुरू केलं होतं. बाबूमेस्त्रीकडे कामासाठी येणाऱ्या गाड्या मग अर्थातच गॅरेजकडे येऊ लागल्या होत्या. अण्णाही अशापैकीच. गावात सगळ्या प्रायव्हेट टॅक्शांचा धंदा. अण्णाच्या दोन टॅक्शा. दोन्हीही '५१ मॉडेल व्हॉक्झलकार अन् काम करून घेण्याच्या बाबतीत अण्णा चिकित्सक. गाडीचं बॉनेट उघडायचं ते बाबू मेस्त्रीकडेच. दुसऱ्या कुणाला तो गाडीला हातही लावू देत नसे अन् इतरांनी काम केलेलं त्याला पसंत पडत नसे, असा अण्णा आणि त्यानं व्हॉलग्रायडिंगसारखं महत्त्वाचं काम मला सांगावं, याचं आश्चर्यच वाटलं. म्हणालो, "पण अण्णा, मी तर... मला तर..."

"तुला जमंल तसं कर. बघू या कसं जमत नाही ते!" आणि अण्णानं दिलासा दिला. "मेस्त्री काय एकदम आभाळातनं पडायला नाही. तोही असा तुझ्यासारखाच शिकत गेल्याला..."

तसं मी हेड पुढं ओढलं. त्यावरील व व्हॉलवरील काजळी कालच खरडून ठेवली होती. व्हॉल घेतले अन् ते नंबरवारप्रमाणे हेडमधील सिटांत सारले– इनलेटचा इनलेटमध्ये, एक्झास्टचा एक्झास्टमध्ये. मग कपाटातील इमरी-डबी घेतली व व्हॉलग्रायंडरही... दोन लहानशा ठोकळ्यांवर हेड अंतराळी ठेवलं, व्हॉलच्या सीटला इमरीचं बोट लावून ग्रीव्हमध्ये तो सारला, डोक्यावर ग्रायंडरचं रबर पाट्दिशी मारलं नि त्याचं दांडकं दोन तळव्यांत धरून व्हॉल घासू लागलो. हेडच्या सीटवर इमरी घासून खार्र खार्र आवाज उमटत होता. ग्रायंडर हाताला जडसा लागला, की सीटवर रॉकेलचा थेंब सोडत होतो. मग परत घासणीला सुरुवात करीत होतो.

दुपारपर्यंत ग्रायडिंग, व्हॉलच्या व हेडच्या सिटा काळ्याभोर दिसू लागल्या. मग डोणीत हेड ठेवून रॉकेलनं स्वच्छ धुऊन घेतलं, वर पेट्रोलही सोडलं, हेड स्वच्छ फळीवर काढून ठेवलं नि मग व्हॉल, व्हॉलकव्हर, साइड कव्हर, व्हॉल टायपेड, सळ्या, रॉकर, नटं हे सर्व धुऊन घेतलं नि इंजनला फिट करू लागलो...

अजंठा बिडी फॅक्टरीची स्टेशनवॅगन गेअरच्या कामाला आली होती. बाबू मेस्त्री तिचा गेअर बॉक्स काढत होता. माझ्याकडेही त्याचं लक्ष होतंच; पण माझ्या आगाऊपणाबद्दल त्यानं चक्कार शब्द बोलला नाही. अण्णाची ब्याद परस्पर कटली तर त्याला ते बरंच होतं... कितीही झाडलं, तरी अंगाशी चिकटून राहणाऱ्या ओल्या वस्त्राप्रमाणे अण्णाचा स्वभाव अन् इतक्या वर्षांच्या परिचयामुळे मेस्त्रीला तो पूर्णपणे माहीत होता...

गाडीचं पुन्हा काम निघालं, तेव्हा अण्णा आमच्याच गॅरेजला आला... गेल्या खेपेचं मेस्त्रीचं वागणं जणू विसरलंच त्यानं... मेस्त्री रोजच्यासारखा घरून आल्यावर

स्टँडसमोरच्या 'नॅशनल'मध्ये चपाती-भाजीचा नाष्टा चापून मग गॅरेजकडे येतायेता देसाई-सरकारांच्या स्टॉलवरून हाताला येतील ती दैनिकं खरेदी करून तेथेच ती वाचत उभा असे... त्या वेळी चीनचं आक्रमण झालेलं. 'ह्यो चिन्या काय म्हणतोय्?' असं उद्‌गारतच तो दैनिक उघडे. मग अक्षराला अक्षर जुळवून वाचण्याचा प्रयत्न. जोडाक्षर वाचून झाल्यावर डोंगर चढून आल्याचं समाधान. तोवर कुणीकुणी झटत. 'मेस्त्री बघू... मेस्त्री बघू या..' म्हणत हातातील वर्तमानपत्रं घेत... शेवटी मेस्त्रीच्या हातात एकच वर्तमानपत्र राही... अशामध्ये कुणीतरी मोटारवाला बोलवायला आला म्हणजे तेही कुणाला तरी दान केलं जाई अन् रिकाम्या हातानंच गॅरेजकडे मेस्त्री परत येई.

"बाबू काम हुतं पंचवीस छप्पनचं..." आल्या आल्या अण्णा म्हणाला.

"काय करायचं हुतं?" मेस्त्रीनं विचारलं. नजर दैनिकातच... बोंमदिला... बोंमदिला...? म्हजं कशाचं नाव हे...; गावाचं? का डोंगराचं...? का...?

"कनेक्टन रेडीस करावं म्हणतो... घाटात चढावाला जरा वाजत्यात असा सौंशय येतेय... आईलकेस काढून बघ, च्यक करून जरा– एकेक सिम्स निघतोय का काय त्ये." आणि आपली बेरकी नजर मेस्त्रीच्या चेहऱ्यावर रोवून अण्णा म्हणाला, "आणू न्हवं गाडी?"

"आणा की!" आणि दैनिकातून वर नजर उचलत अण्णावर उपकार केल्यागत मेस्त्रीनं पाहिलं.

"दुपारपतोर गाडी तैयार पायजे... शेडबाळचं भाडं धरलंय्."

"धरलंय् तर मग जावा तसंच नि कनेक्टन गेलं, की रस्त्यात बसा तेल हातावर घिऊन!"

"म्हंजे दिवसभर तिन्ही आडकून सीताराम करणार म्हणंणास तू!"

"हुता हुईल तो लवकर कंप्लेट करतो की, मलाबी काय काळजी न्हाई? खरं तुमच्या टायमात तयार झालीच न्हाई तर मग आनी वांदं नको!"

"काय करतोस ते कर. आमचीच टाईम गांडू हाय!"

"गांडू बरी आसंल. माप गटरं केलाईस की!" चेष्टेवारी टोला मारायचा झाला, की अण्णाला मेस्त्री असं एकेरी बोलवी...

गाडीचं काम करून घेईपर्यंत गाडीतील गादीतल्या स्पंजागत अण्णा मऊसूद असे. एकदा काम झालं नि गाडी रस्त्याला लागली, की वाळलेल्या टारलेटगत तो कडक झालाच! अण्णाच्या कोटातलं आतलं दोन्ही खिसं नोटांच्या थप्यानं टामांमलेलं असायचं, त्याच्याकडं बिल मागायला गेलं, की खिशातला पुडका काढून तो नोटाच मोजू लागे... अण्णाकडे फार दिवसांपासून तटलेलं बिल आज वसूल होणार याचा आनंद आपल्या मनात मावेनासा होई... तोवर अण्णाचं मोजणं आटोपायचं. मग तो पुडकं शांतपणे खिशात ठेवीत म्हणे,

“मोड न्हाई रे, आता असं कर– उद्याच ये. एकरक्कमी सगळं चुकतं करून टाकूया!”

इकडे आपली अवस्था बस्ट झालेल्या टायरीगत!

दुसऱ्या दिवशी अण्णाला शोधावंच लागे आणि शोधूनही तो सापडत नसे. एखादं लांबचं भाडं घेऊन तो उलथलेला असे अन् मग परत येई तो चांगला पाच-सहा दिवसांनी. उद्याचा वायदा देऊन अण्णानं आपणास ढाक मारल्याचं लक्षात आल्यावर आपण दात-ओठ खात राहतो. अण्णा परत येतो ते गाडीचं एखादं काम सांगतच, “बाबू, जरा क्राऊत पिनेल घुमाय लागलंय खोलून बघतोस न्हवं...?”

“आनी पैशाचं...? आमास्नी ग्यासवर बसवून गेलासाच न्हवं शेवटाला...”

तशी अण्णानं खिशातून पाचची एक नोट काढली नि मुकेपणेच पुढे केली...

“काय शाहू म्हाराजाची देणगी वाटतं?” मेस्त्रीचं एकदम टायमिंगच बिघडलं, “आनी आनी बाकीचं...? बाकीचं पैसे न्हाईत?”

“अरेच्याऽ बाकीचं बाकीचं काय...? मी काय कुठं चाललोय, का तू तरी कुठं जाणार हैस?” टायमिंग बिघडलं, की रेडिएटरमधील पाणी बॉईल होतं, ते कसं थंड करायचं ते अण्णाला पुरतं माहीत असे...

“आम्हास्नीबी खर्च्या हायच की अण्णा!” मेस्त्री नॉर्मलवर येत म्हणे, “आधी एकटा हुतो, तवा कसंबी चालायचं. आता ग्यारेज केलंय म्हटल्यावर ग्यारेज भाडं हाय, लाईट भाडं हाय. सगळ्यांनीच असं केल्यावर आमचं चलन तरी चालाय नको का?”

“तुलाच तेवढी पनोती हाय व्हय? आम्हा मागंबी रोंबाट असतंयच बाबा, स्पेअरपार्टवाल्याचं, पेट्रोलवाल्याचं नि पोलिसांचंबी! आम्हास्नीबी कुठं सुक हाय?” अण्णाही इवळाय लागतो...

अण्णानं बायकोव्यतिरिक्त प्रेम केलं ते गाड्यांवरच. त्यातही विशेष करून मन असायचं पन्नास मॉडेल वॉक्झल नि अठ्ठेचाळीस मॉडेल शोव्हरलेटवर. आताही अण्णाच्या दोन्ही वॉक्झलकारच होत्या, त्यामुळे शोव्हरलेटकडे मन ओढ घेऊ लागलं. एक देवराम ड्रायव्हर चालवायचा, दुसरी अण्णा. तीवर आता इस्नूला नेमलं. इस्नू ईरगौंड पाटलाचा जुना ड्रायव्हर. ईरगौंडाकडून त्याला अण्णानं फोडलं. ईरगौंड बोंब मारून अखेर सरकदान झाला नि गप्प बसला... अशी दोन्ही गाड्यांची व्यवस्था लावून मग अण्णा बेंगलोरला सुटला. तेथे अण्णाच्या ओळखीचा एक मोटार एजंट होता. तो अण्णाला कसा काय फळायचा कोणास ठाऊक; पण त्याच्याकडून अण्णा बऱ्याच वेळा उधारही गाड्या आणी अन् इकडे आल्यावर एखादं एडझवं गिऱ्हाईक गाठून गाडी फुंकून टाकी. एजंटाचे पैसे जाऊन अण्णाला दीड-दोन हजारांचा गाळा उरला तरी पुष्कळ होई.

बेंगलोरहून येताना अण्णानं शेव्हरलेटच आणली. कलर, कोचिंग एकदम करकरीत! गाडीतला दर्दी माणूसही नुस्ता टकाटका बघतच राहावा... अर्थात् त्यातलं इंगीत आम्हालाच माहीत असायचं. बेंगलोरला गाडी घेतल्यावर तो जशी न् तशी अण्णा कधी आणायचा नाही. तिथं चार-आठ दिवस लागेनात. तिथं राहायचा आणि कलर-कोचिंग नवं करून तिला एकदम तरणी पोरगी करून टाकायचा! इकडं आणली, की एकदम झडपच पडावी गिऱ्हाइकांची! चार-पाच हजाराला जरी तिथली खरेदी असली, तरी विचारणाऱ्याला सहा-साताचा आकडा सांगायचा. गाडीचं रंग-रूप पाहून ऐकणाराही संशय घ्यायला कुचमायचा!

एके दिवशी सकाळी नेहमीगत आम्ही गॅरेजकडे आलो, तर आमच्या आधी अण्णा दत्त! नवी शेव्हरलेटही बरोबर!

भोत्याभोर फिरून आम्ही गाडी पाहिली आणि मूर्खासारखा प्रश्न विचारला,

''केवढ्याला, अण्णा ही?''

अशा वेळी खरं कुणी सांगत नसतं. खरी किंमत सांगितली, की मार्केट डाऊन होतं. गाडी विकताना मग दर येत नाही. तरी पण कुणी अशी सेकन्ड हँड गाडी आणली, की असे मूर्खासारखे प्रश्न विचारले जातात अन् तशीच त्यांची उत्तरंही दिली जातात. ऐकून विचारणारा मनात म्हणतो, 'साल्या मला बनवितोस? तुझ्या बाचं बारसं जेवलोय मी! या डबड्याला इतकं पैसे कोण देणार?' सांगणाराही स्वत:च्या अक्कल हुशारीवर खूष होऊन मांडे खात असतो, 'बेट्याला कसं बनविलं! इतकी वर्षं मोटार धंद्यात हाय मादरचोद आणि मोटारीच्या किमतीचा अंदाज लागत न्हाई मंजे काय!'

''केवढ्याला आसंल?'' अण्णा तसा शब्दांत कुठला आलाय् गावायला? त्यानं उलट आम्हालाच विचारलं... आम्ही इतकी वर्षं या मोटार धंद्यात काढली त्याची जणू अण्णा परीक्षाच पाहत होता!

''आसंल पासा हज्जारपत्तोर!''

''रुपये आठ हज्जार मोजल्यात!'' अण्णानं भम्प मारली.

''अण्णा, आम्हीबी काय भोज गळदग्याकडलं पटकंवालं काय? आम्हालाबी पुडी लगावतोस?''

''बरं बाबा, पाच पैशाला आनलीया समज, उगंच वाद का?'' अण्णानं यशस्वी माघार घेत म्हटलं, ''चिल्लर चिल्लर काम हाय गाडीचं. करतोस का न्हाई बोल?''

''कामाची गांड कुट!'' मेस्त्री अजूनीही चेष्टेच्याच मूडमध्ये होता. ''आधी च्या द्या चला पैला. त्याशिवाय गाडीला हात लावणार नाही आम्ही!'' बोलता बोलता मेस्त्री एकेरीवरही घसरे केव्हा केव्हा. ''नवी गाडी आणलाईस, आम्ही तुला सैल सोडू तरी कसं?''

अण्णाला असं एकेरी संबोधायची हिंमत कधी कुणाला व्हायची नाही एरव्ही; पण चेष्टेच्या सुरात मेस्त्री सगळं धकवून नेई व अण्णाही खपवून घेई...

"बरं, चला बाबांनो, चहा पिवू या!" आणि मर्तिकाला निघाल्यागत अण्णानं चेहरा केला व चालू लागला.

बळीच्या बोकडासोबत पराक्रम गाजवायला निघाल्याच्या आवेशानं लोक चालावेत, तसं आम्ही अण्णाबरोबर चालू लागलो... मग हॉटेलात शिरा काय, भजी काय न् चपाती-भाजी काय... अण्णाला चांगलं चार-पाच रुपयांना कापलं, तेव्हाच आमचे आत्मे शांत झाले...

"जरा टायमिंग बघायचं, कार्बोरेटर साफ करायचा, व्हॉलसटींग करायचं... बाबू, असं इंजन टून अप कर; 'गाडी सुरू हाय का बंद हाय' असं गाडीजवळचं माणूस ईचारावं! शिवाय गेर नि डिफरन्सल मदी नवीन श्याईल घालायचं, इंजन ऑईल बदलायचं, झालं तर..." हॉटेलातून गॅरेजकडे परतताना अण्णानं कामाची अशी लांबलचक यादीच लावली...

गॅरेजकडे आल्यावर मग कामाला एक टाकी सुरुवात झाली... इंजन टून अप केल्यावर मेस्त्री गाडीखाली घुसला. मी डिश पुढं केली. मग मेस्त्रीनं गेअर हंडीचा तळचा नट काढला. आतलं श्याईल भास्सदिशी भाहीर आलं. बोटाइतकी धार डिशमध्ये पडू लागली...

"आता निथळू दे सगळं श्याईल..." म्हणत मेस्त्री बाहेर येऊ लागला. एवढ्यात त्याचं गाडीच्या चेसकडं लक्ष गेलं... "अरेच्याऽआयीला!" म्हणत हातातल्या वाईसनं त्यानं चेसवरील संशयाची जागा पुसली अन् सांगितलं, "मधू, त्या आंगानं जरा या तिकडं!"

तसा अंगाबुडी पोतं घेऊन मी खाली घुसलो...

"बघा जरा हितं, वरखडा हाय का चीर..."

चेसला आतल्या आंगाला एक काळी रेघ वरच्या फूटपत्र्यास्नं खालपर्यंत आली होती... मी माझं नखंच त्यांत दाबलं ते एकदम आतच गेलं...

"मेस्त्री, चीरच हाय ही..." अन् खालपर्यंत मी नख ओढत नेलं...

ऐकून मेस्त्री ठिस्क्यातच बाहेर आला नि अण्णाला म्हणाला, "मोटार धंद्यात जलम जाऊन फुकट हाय तुजा! गाडी मंड पडली. चेस तुटलीला..."

"आँ..." अण्णा अंत्राळी चाटच पडला...

"घेतावख्ती तेवढं कसं दिसलं न्हाई तुला? का भट्टीची कापडं घाण हुईत हुती– खाली वाकून बघिटला असता तर..."

आता अण्णा अंगावरच्या कापडाची पर्वा न करता चक्क खालच्या मळक्या पोत्यावर झोपला. पडल्यापडल्याच खिशातला चष्मा काढून डोळ्यांवर चढविला व

खात्री करून घेत म्हटलं, "आयलाऽ व्हय की!" आणि भाहीर आला अन् विचारलं, "आता रे?"

"एखादं गिऱ्हाक बघून आदी झाडून टाका हिला! ही गावभर बोंब झाली की फुकटबी गाडी घ्यायचं न्हाई कुणी!"

"तेच करतो आता! तूबी मतोर हे कुटं भाहीर फोडू नकोस!"

"मी का खुळ्याबोड्याचा हाय? तुमची आबरू ती माजी आबरू..."

आणि अण्णाचं तकदीरच शिकंदर! आठ-दहा दिवसांतच जवळच्याच खेड्यावरचं एक गिऱ्हाईक आलं, तंबाखूचा मनगंड पैसा बाळगून असलेला तो माणूस. अण्णानं त्याच्या खांद्यावर हात टाकून कानडी बोलत बोलत म्युनिसिपालटीच्या बागेकडे त्याला जे नेलं, ते तिथंच बोलून बोलून गाभणं करून टाकलं! साडेनऊ हजार देऊन त्यानं ती गाडी नेली अन् तेव्हा गुड कन्डिशनच्या शेव्हरलेटना तेवढं मार्केट होतंच...

जिवावरच्या संकटातून सुटका झाल्यागत अण्णानं श्वास सोडला...

दिवस सरले, वर्षं पालटली, तसं वॉक्झल व शेव्हरलेट गाड्यांचं मार्केट डाऊन झालं. पाच-सहा हजारांच्या वॉक्झलवर नि नऊ-दहा हजारांच्या शेव्हरलेटवर हजार दीड हजारालाही कुणी तांगडी वर करीना. जो तो ॲम्बसडरच्या मागं लागला. स्टॅण्डर्ड वा फियाटपेक्षा टॅक्सी धंद्याला ॲम्बेसडर सर्व दृष्टीनी चांगल्या होत्या. फोर्ड-शेव्हरलेटसारख्या त्यात सात-आठ सिटा बसविता येत अन् पेट्रोल ॲव्हरेजला पण त्यांच्यापेक्षा वाढून. त्या गॅलनला अठरा मैल जात, तर या पंचवीस... म्हणून सगळे मोटारवाले ॲम्बेसडरच आणू लागले... अण्णानंही सांगलीहून गजगी कलरची एक ॲम्बेसडर आणली... मिशांचं कंगाल कानांपर्यंत फिरवीत पाच-सहा महिने टेसात भाडंही थापटलं... आणि एके दिवशी दिल्लीचे सी.आय.डी. आले... आले ते सरळ अण्णाच्या भावाच्या हॉटेलातच शिरले...

"सांगलीसे तुमनेही ॲम्बेसडर लायी ना?"

"मैं... मैं नव्हे जी; मेरा भाऊ... नव्हे नव्हे... मेरा बडा भाई!"

"किधर है वो गाडी?"

"गोवा गई है... तीन-चार दिन हुना– आनेको... मगर... मगर क्यों... क्या...?"

"वह गाडी चोरीकी है! दिल्लीसे वह चोरी हो गअी, वहाँसे बम्बई लायी, वहाँ बेची गअी; वहांसे फिर कोल्हापूर, कोल्हापूरसे सांगली और सांगलीसे यहाँ... हम जप्ती लेके आयें है!"

"मगर मेरे भाईने तो चोरी नहीं की! वो खरीदकरच..."

"वह सब अदालतमें कहो! हम गाडी लेके जानेवाले... गाडी आनेतक हम इधरही गेस्ट हाऊसमें ठैरनेवाले! गाडी आयेबाद पहले हमें खबर करो, नहीं तो हमें मजबुरन तुम्हें अरेस्ट करना पडेगा!"

आणि चौथ्या दिवशीच अण्णा गोव्याहून आला. सबंध स्टँडभर गाडीबद्दल बोंब उडाली होतीच. अर्थात् अण्णाच्या कानांवर सगळं साजिलवार गेलं, तशी झटकन अण्णानं गॅरेजकडे गाडी आणली अन् रिव्हर्सनं भास्सदिशी गॅरेजमध्ये गाडी घातली. उतरला नि म्हणाला, "बाबू, गाडी खोलून टाका बघू सगळी झाटझाट!"

अण्णा मनोमन खरोखरीच घाबरून गेला होता. सर्वस्व हरवल्यासारखा त्याचा चेहरा झाला होता... आम्हीही झटदिशी गाडीला झटलोच... तोवर कोठूनसा अण्णाचा भाऊ तरातरा आलाच. बहुधा गाडी आल्याचं त्याला समजलं असावं... आम्ही गाडी खोलत असल्याचं पाहून त्यानं आपल्याच कपाळावर हात मारून घेत म्हटलं, "अरे अरेऽ, काय कराय लागलाईसा हे?"

"का? खोलू द्यात की!" परस्पर अण्णानं उत्तर दिलं...

"आता काय डोस्कीबिस्की फिरल्यात म्हणायची का काय तुमची? असं करून सरळ तुरुंगात जायचा इचार हाय काय? गप्प त्या लोकांच्या ताब्यात गाडी देऊ या. त्यात श्यानपणा हाय!"

"त्या लोकांच्या ताब्यात गाडी देण्यापेक्षा पेट्रोल वतून पेटवीन मी! माजं पैसे का हरामाचं हैत? घसासा राबून घाम गाळून मिळविल्यालं पैसे वतून गाडी आणलिया मी! कुठल्या रांडच्याची चोरी तर करून आणली न्हाई...?" अण्णा अशी बराच वेळ भंकस करीत राहिला...

तोवर स्टँडवरील आणखी बरेच टॅक्सीवाले जमले. सर्वांनी मिळून अण्णाला समजावलं... आपली बाजू खरी असली, तरी ते तुम्ही-आम्ही म्हणून काय उपयोग? तसं कोर्टात सिद्ध करून द्यायला हवं, तेव्हा कुठं तुमचं खरेपण पटतंय... तुम्हाला न्याय मिळतोय वगैरे... वगैरे...

परिणाम म्हणून दिल्लीहून आलेल्या लोकांच्या ताब्यात गाडी दिली गेली... खटला दिल्लीच्या न्यायालयात सुरू झाला... तारखेला येथून तेथे जायचं म्हणजे कुणी तरी गळफासच लावून घेतला असता! पण अण्णा तितक्या कमजोर दिलाचा नव्हता. त्यानं खटला तर लढविलाच, शिवाय पूर्वीच्या मालकाकडून पाच एक हजार वसूलही केले. सर्वच गमावण्यापेक्षा चोराची लंगोटी तरी गावली म्हणून समाधान मानलं. तसा त्या गाडीत काही तोटाही झाला नव्हता, कारण दिल्लीची ती धाड येईपर्यंत अण्णानं भाडं करून त्या गाडीवर चार-पाच हजार मिळविलेच होते. मुद्दला मुद्दल निघालं होतं. तसं थोडं वाईटच वाटायचं तर केवळ याबद्दल, की या व्यवहारात फायदा मात्र काही झाला नव्हता!

तोवर अण्णाच्या दोन वॉक्झलपैकी एकीला गिऱ्हाईक आलं. एकदा दोनदा त्यानं ती गाडी भाड्यानं नेली होती. तशी ती गाडीही गुड कंडीशन होती. वाऱ्यागत पळायची. फियाटची पण साईड मारायची. आदल्या दिवशी सौदा ठरला. सस्कार

म्हणून थोडी रक्कमही त्यानं दिली. दुसऱ्या दिवशी बाकीची रक्कम देऊन तो गाडी घेऊन जाणार होता. गिऱ्हाईक आपल्या गावी निघून गेलं अन् इकडे अण्णाची गडबड उडाली. रात्र पडताच त्यानं दोन्ही गाड्या गॅरेजपुढं आणून लावल्या अन् आम्हाला सांगितलं,

"२५५६ गाडीला गिऱ्हाईक आलंय, तवा २०२१ चं मशिन तिला नि तिचं हिला बसवायचं. काय म्हंतो आलं नव्हं ध्येनात. आज रात्रीत हे सगळं व्हायला पायजे!"

अण्णा असं का म्हणतो, ते आमच्याही आता चांगलंच ध्यानात आलं होतं. पंचवीस छप्पन्नचं मशीन स्टँण्डर्ड होतं नि महिन्याभरापूर्वीच आम्ही पूर्णपणे ओव्हर आयलिंग केलं होतं नि वीस बाराचं मशीन कामाला आलं होतं, शिवाय ते साठ पॉईंट बोअर होतं. पुन्हा काम करायचं झाल्यास स्लू मारून स्टॅण्डर्ड करून घेऊन नव्या पिस्टनी व रिंगाही घालाव्या लागणार होत्या. पाच सहाशे खर्चाचंच काम होतं. तेव्हा अण्णानं ही आयडिया लढविली होती. एकदा व्यवहार ठरल्यावर खरं तर असं वागणं गैरही होतं; पण मोटार धंद्यात असे गैरव्यवहारच बहुतेक वेळा घडतात...

आम्हीही मग एका रात्रीत मशिन चेंज केलं आणि दुसऱ्या दिवशी त्या गिऱ्हाईकानं मोठ्या आनंदानं ती गुड कंडीशन गाडी नेली! फार तर त्याला ती महिना दोन महिने कट्टाकट्टी चालली असेल, मग एखाद्या गॅरेजमध्ये मशिन ईस्कटून बसायची वेळ आली असेल! त्या वेळी अण्णाच्या नावानं खडे फोडून तरी काय उपयोग? तो चक्क म्हणणार, "मी तर काय त्या मशिनमध्ये शिरलोय, ते कसं काय हाय ते मला म्हाईत असायला?"

अण्णाजवळ आता एकच गाडी होती, म्हणून असेल, त्याला करमेनासं झालं. हाती तीन-चार गाड्या असाव्यात, या, केव्हा त्या ड्रायव्हरला हुकूम सोडत सत्ता गाजवावी, यात जीवनाचा नेट आणणारी नशा होती अन् कणा मोडकं आयुष्य जगणं अण्णाच्या स्वभावात नव्हतं! त्यामुळे तो बेंगलोरला सुटला आणि त्यानं एकदम दोन ॲम्बेसडर आणल्या. परत पूर्वीच्या जोमानं टॅक्शी धंदा सुरू केला. अण्णाच्या नजरेसमोर ईराप्पा गावडेचा आदर्श होता. ईराप्पाचा जन्मच टॅक्शी धंद्यात गेला होता. तो आपल्या स्टेशन वॅगनमधून सिटा वडायचा धंदा करी. त्याला जमीनदोस्त करायला ट्रॅफिक इन्स्पेक्टरांनी व आर.टी.ओ.नी जंग जंग पछाडलं. कचेरीत नेऊन त्याच्या स्टेशन वॅगन जाम केल्या, खटलं घातलं; पण ईराप्पा या सगळ्यालाच पुरून उरायचा! एक वकील दिला, की तिकडे खटला चालूच व्हायचा, ती स्टेशन वॅगन तशीच कचेरीत पडायची अन् दुसरे दिवशी ह्याचा दुसरी स्टेशन वॅगन घेऊन सिटा वडवायचा धंदा परत सुरू! कितीही संकटं आली, तरी तो धंदा बंद पाडायचा नाही. मग तो बेकायदेशीर का असेना!

अण्णा रंगात असला, की मला ओढून हॉटेलात न्यायचा नि चहा पाजायचा. बोलता बोलता आपल्या खासगी आयुष्याचं एखादं पान पटकन माझ्या पुढं टाकायचा. मी चकित व्हायचो... एकदा असंच आम्ही गॅरेजपुढच्या अड्ड्यातून रस्त्याच्या पलीकडील हॉटेलमध्ये चाललो होतो. एवढ्यात समोरच्या रस्त्यानं मध्यम वयाची एक गिर्रेबाज बाई लबाक् लबाक् ढुंगण हलवीत चालली होती. तिला पाहताच अण्णा एकदम खाकरला. तशी तिनं चमकून पाहिलं अन् अण्णा दिसताच गालाला घडी पाडत निघून गेली...

"बघिटलंस मधू कशी हाय मज्जा! हिचं पहिलं उद्‌घाटन मीच केलं बघ! आता तंबाखूच्या वखारीत कामाला जातीया. खळ्यातल्या दिवानजीची न् हमालांची धन सगळी! या गावच्या आजूबाजूंचा एकही माळ मी सैल सोडल्याला न्हाई. मनात भरलेल्या बाईला टाकायचं गाडीत नि रातीची माळावर मळणी सुरू! आठ आण्यापास्नं आठशे रुपयेपर्यंत एका-एका बाईला एका एका पेट्टाला मोजल्यात मी मधू आणि तीन आने कपाच्या गावठी दारूपास्नं तीनशे रुपयांच्या इंग्लिश बाटलीपर्यंत हरतऱ्हेची दारू रिचीवलीया!" आणि एकदम विरक्तीच्या स्वरात अण्णा म्हणाला, "आता कसली हौस म्हणून राहिली नाही बघ. आता आमची लाकडं गुण्डावर गेली!"

ऐकता ऐकता अण्णाच्या साध्वी पत्नीची आठवण मला आली. पोटी पोरंबाळं नाही नि ज्याच्या खांद्यावर मान टाकून आयुष्याचा हा दीर्घ न् कंटाळवाणा प्रवास सुरू आहे, तो पती हा असा! एक वेळ वाऱ्याला बांधून ठेवता येईल; पण याला कसा बांधून ठेवायचा? कलंदर वृत्तीच्या अण्णाला घरातील कुणाबद्दलच कधी आस्था वाटली नव्हती, मग पत्नीबद्दल तरी काय वाटणार? पाठीला पाठ लावून आलेल्या सख्या भावाच्या हाटेलात जरी चहा घेतला, तरी गल्ल्यावर पैसे फेकून बाहेर पडायचा, असा अण्णा! माणसाचा भरोसा धरता येत नाही, कुणी केव्हा उलटेल न् गळ्यावरून सुरी फिरवेल, सांगता येत नाही. त्यापेक्षा गाड्यांवर प्रेम केलेलं भरोशाचं, निदान त्या माणसाइतक्या तरी कृतघ्न होत नाहीत, असं अण्णाला वाटत होतं. जीवनातल्या बऱ्यावाईट अनुभवांचे खूप चटके अण्णाला आजवर बसले होते... अण्णाच्या वडिलांचा तेल घाणा होता, घाण्याला जुंपलेल्या बैलागत अण्णा तेथे राबला होता, शिवराम शेठजीच्या तंबाखूच्या वखारीतल्या धुसखाटात काड्या चेंचत हाताला न् काळजाला घट्टे पाडून घेत दिवस काढले होते. १९३४ साली तळ्यावरील थिएटर बांधलं, तेव्हा तेथे दगड वडविण्यासाठी वड्रागत अण्णा खपला होता. गाठीला गाठ मारून पैसे साठविले होते नि १९४१ मॉडेल शेव्हरलेट घेऊन टॅक्शी धंदा सुरू केला होता. बाबू मेस्त्रीकडून गेअरचं काम करून घेऊन ट्रायल बघायला जात असताना पहिल्या वर्षीच गावाबाहेरच्या एका चिंचेच्या झाडाला जाऊन गाडी आदळली होती. अचानक एक सायकलवाला आडवा आला

नि ब्रेक मारला ते गाडी एकदम झाडावरच! त्या अपघातात केवळ खरचटण्यापलीकडे अण्णाला विशेष काही लागलं नव्हतं; पण बाबू मेस्त्री मात्र मरतामरता वाचला होता. तो पूर्णपणे बरा होईपर्यंत दवाखान्याचा, औषधपाण्याचा व त्याच्या घरचाही सर्व खर्च अण्णानं सोसला होता... दैवानं अशी बरीच वेळा ससेहोलपट केली होती. या ठिकाणाहून त्या ठिकाणी कोलवलं होतं; पण खचणं, हातपाय गाळणं माहीत नव्हतं अण्णाला. पूर्वीच्याच नेटानं तो परत-परत उभा राहिला होता नि दैवाशी झोंबी खेळली होती... असे अनेक बरे-वाईट घाव बसल्यामुळे अण्णाचा स्वभाव खडबडीत झाला असेल कदाचित!

असं सगळं व्यवस्थित गाडं चालू होतं, तोवर अण्णा एकाएकी आजारी पडला. पोटातल्या कळांनी बेजार झाला... आयुष्यात कधी आजारी न पडलेलं माणूस एकदा अंथरुणाला खिळलं, की परत लवकर उठत नाही, तसं अण्णाचं झालं. इथं काही उतार पडेना म्हणून मिरजेला नेलं. तोंवर इकडे ड्रायव्हरांना चरायला मोकळं कुरण मिळालं. अण्णाचा हॉटेलवाला भाऊ गाड्यांची व्यवस्था पाही. त्याला मोटारधंद्यातलं काय कळतंय? ड्रायव्हरांनी त्याला केव्हाच गुंडाळून ठेवलं अन् रोज, 'खावडी' करायला सुरुवात केली! रोज पंचवीस तीसतीस रुपयांची खावडी! दारूच्या गुत्त्यात गेल्यावर त्याचा हिशेब सुरू व्हायचा! "तुझी किती रे खावडी?", "आनी तुझी किती रे बेट्या?" अशी एकमेकांशी पृच्छा व्हायची. एक रात्रीत बाई-बाटलीत ते पैसे खलास व्हायचे अन् दुसऱ्या दिवशी ड्रायव्हर चहाला महाग होऊन जायचे!

चार महिन्यांनंतर अण्णा खडबडीत बरा होऊन मिरजेहून परत आला. आम्ही भेटावयास गेलो. 'या' म्हणून अण्णानं स्वागत केलं. शेजारी भावाच्या हॉटेलात चहा सांगितला... चहा येऊपर्यंत गप्पाला सुरुवात झाली...

"ह्यो उन्हाळ्याचा धंद्याचा सीजन तुम्ही आजारी पडून बोंबलला! असला कसला हो ह्यो आज्यार, चार महिने अंथरुनावर खिळून पडलासा ते...?"

"बाबू, आजवर दारू प्याली, ते सगळं आता निस्तरायची वेळ आली बघ!"

"काय दारूनं? पेट्टाला आख्खी बाटली मला लागती; खरं मला कुठं काय झालंय?"

"एकेकाला दारू मानवती बाबू, एकेकाला न्हाई! आनी आता डाक्टरनं दारू घ्यायचं बंद करायला सांगितलंय. घेटलास तर फार काळ जगणार न्हाईस, म्हणाला."

"आनी हो, तुम्ही काय ठरविलंय?"

"जसं ईल तसं घ्यायचं! मरणाला भिवून कधी वागलो नाही बाबू नि ते आता

भिईन काय? मरण कुणाला चुकलंय? ते कवा यायचं हाय तवा येणारच की. त्येला कसलं भ्यायचं!''

अण्णाच्या मनात काय होतं, समजलं नाही; पण पुढं काही दिवसांनी ते कळलंच...

सदलग्याजवळ पाटलाच्या गाडीचा आक्सल तुटला होता. तो बसवायला मी व मेस्त्री गेलो होतो. गाडी मध्ये रस्त्यातच आडगारात होती. वेळ रात्रीची. रॉकेलच्या चिंध्या पेटवून त्याच्या उजेडात आमचं काम चाललं होतं. तोवर अण्णा भाडं सोडून सदलग्याच्या बाजूनं आला. आम्हाला पाहून त्यानं आपली वाक्झल उभी केली.

''बाबू, येणार हैसा काय?'' अन् अण्णा गाडीतून उतरून आम्हाजवळ आला.

''जाऊ या, थांबा की, झालं एवढ्यात काम!'' मेस्त्री म्हणाला.

काम आवरायला चांगलं तास दीड तास लागलं. तोवर अण्णा बसून होता. पाटलानं बिल दिलं. गाडी स्टार्ट केली. तोवर मेस्त्रीनं त्या गाडीतून कोठूनसा एक शिसा बाहेर काढला. हत्याराच्या पेटीत मी हत्यारं व्यवस्थित लावत होतो, चाटच पडलो. आम्हाला पाहून अण्णानं अगत्यानं गाडी थांबवून आमची चौकशी करण्याचं हे कारण होतं तर अन् मेस्त्रीनं त्याला 'थांबा' म्हटलं, त्यामागं हाच अर्थ होता म्हणायचा! त्या दोघांच्या दीर्घकाळच्या मैत्रीमुळे त्यांच्या वागण्या-बोलण्यात एक निराळीच सांकेतिक पद्धत आली होती. त्याचा याला नि याचा त्यालाच केवळ मतलब समजायचा आणि तिसरा खुळ्यात जमा व्हायचा!

मग मेस्त्रीनं शिसा तोंडाला लावला नि त्याचं वजन थोडं हलकं झाल्यावर अण्णाकडे दिला. अण्णानं तो तोंडाला लावला ते पूर्ण रिकामा झाल्यावरच तोंडापासून अलग केला!

म्हणजे, अण्णा स्वत:हून स्वत:ला मृत्यूकडे असा ढकलत नेत होता का? पाऊण लाखापर्यंत नगद कमाई करून, तीन गाड्या बाळगून, जीवनातील सर्व सुखोपभोग घेऊन आता, अण्णाला इतकी विरक्ती आली होती? की आयुष्यातील एकदा अर्थ समजला म्हणजे जगणं-मरणं सगळं सारखंच वाटतं माणसाला?

अण्णाच्या या पिंडकफुल्लपणानं जे व्हायचं तेच झालं, तो पूर्वीसारखा परत आजारी पडला. परत मिरजेला नेलं. तेथे महिनाभर खटपट करूनही काहीच उपयोग झाला नाही. अण्णाला घरी आणल्याचं समजताच आम्ही पाहायला गेलो... बाहेरल्या सोप्यात अण्णाला झोपविलं होतं. बिछान्याजवळ अण्णाची आई होती. आम्ही आल्याचं पाहताच रडूच लागली... रडतारडताच बोलू लागली, ''काय बोलायला ईत न्हाई, का ऐकायला ईत न्हाई... शिप्पीभर तोंडात काही घाटलं, तरी ते पचत न्हाई...''

अण्णाच्या आतड्याला भोकं पडून ते निकामी झालं होतं. आता अण्णाचा केवळ डोळ्यांत जीव होता. ते भावहीन डोळे निव्वळ टकाटका जगाकडे पाहत

होते. आम्ही आत येऊन बसलो, तरी आम्हाला पाहून त्या डोळ्यांत ओळखीचा पुसटसा भावही उमटला नाही... केवळ जीव जात नव्हता इतकंच. बाकी कशात काही अर्थ राहिला नव्हता...

तेथून आम्ही गॅरेजकडे केव्हा न् कसे परतलो, समजलंच नाही.

गॅरेजमध्ये आल्यावर मेस्त्री सारखा हळहळू लागला,

"आयला, अण्णाचं काय हुतं नि काय झालं बघा... अण्णा कसला हुता नि त्येची काय ही हालत?"

तोडानं सारखं असं बडबडत मेस्त्रीनं कोपऱ्यातील दारूची बाटली काढली अन् अण्णाच्या अवस्थेबद्दलचं दु:ख विसरण्यासाठी ती तोंडाला लावली. आपल्या त्या कलंदर दोस्ताच्या पाठोपाठ आपणही जायची तयारीच जणू मेस्त्री करत होता...

—मराठवाडा 'दिवाळी अंक' १९७२

■

सजा

"**ये.** तुझ्याच वाटंकडं डोळं लागलंत..."

"का बलीवलीस? काय इषेस आनी?"

"इषेस आनी काय असायचं? रोजचंच रडगानं... मला तर कावकिच्च यिऊन गेलाय!"

"काय झालं तरी काय आसं?"

"काल राती परत त्येनं मारलं मला!"

"ईनाकारनच? का आपलं..."

"मारायला कारन घडायला पायजे, आसं कवा झालंय आजवर? दारू ढोसून याचं, कायतरी खुपसट काढायचं... बघ बरं हे वळ, पाठीची चाळण झालीया नुस्ती– मारानं. आज सगळं आंग नि आंग मोड्यावून आल्यागत झालंय..."

"कसं सोसली आसशील बिचारे, वळ तर तरारल्यात, रमरमल्यात, हिर्वं-निळं झाल्यात! कसला भोग ह्यो तुज्या नशिबाला आलाय! झाक आंग ते!"

"आज तर वाटायला लागलंय– कुठंतरी कोपड्यात मुरगाळून पडावं... खरं, पान तर आणलंय हे कारखान्यास्नं, बिड्या तरी बांधून व्हायला पायजेत. पोटाला बिब्बाबी घालाय ईत न्हाई!"

"अजूनबी वाराच्या वाराला घर खर्चाला पैसे देतच न्हाई त्यो?"

"दिला असता तर बिड्या बांधायची वेळ कशाला असती आली ही? कुठल्या एका नोकारीवर थरंबल तर शप्पथ! त्येला सांजंच्या दारूपुरतं पैसे मिळालं की पुरं, मग बायकूची कुठली आलीया आठवण नि आगत! सुद्दीवर आल्यावर मग घराची आठवण, तेबी पोटात आग पडल्याली आसतीया म्हणून यायचं. हाताला लागलं ते घिऊन हांदलायचं नि परत भाहीर ढांसळायचं. व्हय बा, ही एकली घरखर्च्या कसा चालवत आसंल, कशाकशाचा म्हणून इच्चार न्हाई... ह्यो असाच परपंच्या चाल्लाय माजा. मी तरी किती दिवस घोटून घिऊ? मला सुक मिळायचं तरी कवा?"

"खुळे, सुक हे पोर फटव्या पाखरागत असतंय. माळरानावरली ढोरंराखी पोरं

ते पाखरू धरायला जवळ जाताच फार्रकन् कासराभर लांब उडून जाऊन बसतंय. आशेनं आनीक तितवर गेलं, की पुना वावभर उस्साळी घेतंय... मान्सालाबी आसंच वाटतंय. सुक आता हाताला गांवल आसं वाटतंय, तंवर ते निसटतंय असं... परत माणूस ते धरायसाठनं पळाय लागतंय... म्हणून कुणी आसं तुझ्यावानी डोस्क्यात राख घालून घेत न्हाई!''

''मान्साला आशा असतीया, म्हणून माणूस तसं वागतंय. मी कुठल्या गोष्टीची आशा धरावी? ह्यो माणूस सुद्दीनं वागून चार लोकांगत परपंच्या करंल, ही आशाच न्हाई... ह्येच्याबरोबर असाच जलम पोतेरंहून जायचा... मी तरी माज्या जलमाची अशी नासाडी करून का घ्यावी?''

''त्यो दाल्ला हाय तुजा. आसं कसं चालंल...''

''दाल्ला झाला म्हणून न्हाई त्यो आळ घ्यावा त्येनं? काल राती काय बालंट ठेवलं माज्यावर, म्हाईत हाय? तू माझ्याबरोबर बोलतोस– सवरतोस हे डोळ्यांवर आलं त्येच्या नि त्येनं ठपका घेटला– 'तुजा त्यो यजमान हाय' आसं म्हणाला. आवलगामी घाव घातल्यागत लागलं मला ते! धुतल्या तांदळावानी आजवर पाक ऱ्हायल्याचं हे फळ पदरात बांधलं त्येनं! आसंबी त्यो बोंबलतोय, तसंबी त्यो बोंबलतोय, तर मीबी तसंच करून दावणार हाय!''

''आँ?''

''मला... मला पळवून न्हे. तू ठेवशील तितं मी आनंदानं ऱ्हाईन.''

''खुळे, मी तसा सडा गडी कुठं हाय? माजं हात तर बांधल्यालं लगीनहून...''

''असंच जर तुझ्या मनात हाय, तर मला माजी वाट दाव... म्हायारकडं आयी-बा असतं, तर माज्या जलमाची अशी इस्कोटवाडी कशाला झाली असती! लाजंकाजंनं मामानं कसं तरी मेंटाकुटीनं सांभाळल्यालं नि उरावरला धोंडा ढकलावा, तसं मोठं झाल्यावर हितं ढकलल्यालं... तितं परत जायाची येळ आली, तर मी हीर-आड जवळ करीन, खरं तितं जाणार न्हाई...''

''परत आनी तू डोळ्यांत पाणी भराय लागलीस... शांत हो बिचारे, शांत हो...''

''आता मला ह्येचं उत्तर दे– आजवर तू मला धीर का दिलास? माणसात का आणलीस? त्याच येळंला मी मरून गेलो असतो, तर गेलो असतो. तू मला का अडविलंस, का वाचविलंस?''

''तू अशा ईचितर चापात गांवल्याली बघून मला कणव आली. बुडणारं माणूस बघणारी अनेक असत्यात. खरं उडी टाकणारा एकटाच निघतोय...''

''एवढंच? नुसत्या कणवंपोटी हे घडलं, घडत गेलं?''

''छे, छे, नुसतं एवढंच न्हवं. खोटं सांगून तुला तरी कशाला फटवू मी!

त्याआधी तुज्याबद्दल आपुलकी वाटत हुती मला...''

"हेबी तेवढं काय खरं न्हवं, बाप्यानं इतकंबी...''

"तू लाजवट म्हण, आनी कायबी म्हण. खरं तुला पयल्यांदा बघितली, तवाच तू मनात बसलीस. व्हावं तर असं समज, तवाच तुझ्यावर मन जडलं... आभाळातल्या चान्नीकडं नुस्तं बघतच बसायचं असतंय. तूबी अशीच वाटलीस मला.''

"ती चान्नी तर आता जवळ आलीया...''

"जवळ आल्याली चान्नी झेलायला आपली वंजळबी त्या तोलाची असायला लागती!''

"हेच तुजं आखीर म्हन्नं तर...''

"तू अशी एकदम अडीच कांड्यावर येऊ नकोस, मला ईच्यार तर करू दे...''

"तू नुस्ता ईच्यारच करत बस, मला तेवढी मरायची परवानगी दे. एक तुज्यात तेवढा जीव अडकलाय न्हायतर माज्या जिवाचा मलाच कट्टाळा, कावकिच्च यिऊन गेलाय...''

"तुज्यावर जसं माजं मन हाय, तसंच माज्यावर तुजंबी हाय, म्हणून दोघास्नीही जगलं पायजे. जिवाचा काव यिऊन गेला, तरी जगलं पायजे. मला तुज्यासाठी, तसंच तुला माज्यासाठी...''

"ह्यो जलम असाच जळायचा मग?''

"व्हय. असाच जळायचा, जायाचा. मनाला असं समजायचं, देवानं ही सजा दिलीया. दोघास्नी जल्माला घाटलं नि दोघांची लगनं झाल्यावर ही अशी वळक करून दिली. एकमेकांवर मन बसलं. खरं, लगीन कराय ईत न्हाई, एकमेकांच्या संगंसोबतीनं परपंच्या कराय ईत न्हाई, तर बिचारे असंच एकमेकांसाठी झुरत ही सजा भोगायची– तुला नि मला– मला नि तुला–''

– दै. 'मराठा', रवि. पुरवणी, सप्टेंबर १९७१

■

यशोदा

लोक म्हंत्यात– "या राम्याला रांडांचा लै नाद हाय. आपल्या धंद्यावर येचं ध्यान नाही. सदा आपला रांडांच्या घरात घुटमळत असतोय!"

म्हणणारे म्हणोत साले! आपुनला तरी कुठं हे सारं नाकबूल हाय! पन धंद्यावर ध्यान न्हाई, हे मात्र खरं नव्हं... आपुनला हे पटणार नाही. तुम्हांस्नीबी हे पटणार नाही. या बायांच्या जवळ जायाचं म्हंटल्यावर अगोदर खिशात पैसा खुळखुळावा लागतोय. बिन पैशाचं हितं काम नाही! माझं धंद्यावर ध्यान नसतं, तर माझ्याजवळ पैसा कुठून येतो?

खरं, ही माझी गोष्ट झाली. जगाला ती माहीतच हाय. आपलं तर सारं खुल्लम्‌खुल्ला असतंय... लपून सवरून कराय मी काय कुणाच्या बाचं देणं लागत नाही! माझ्या बाचंबी लागत नाही, मग दुसऱ्याची काय पत्रास! बाबाबरोबर वांदं आलं नि त्येनं ढुंगणावर लाथ मारल्यागत घरातनं भाईर हाकललं... गळ्यात एक बायकू, एक प्वार, जाणार कुठं? करणार काय? खाणार काय? तर हातपाय गाळून बसलो नाही. बसण्यासारखं न्हवतंबी... या शहरात आलो. व्हल्कनायझिंगच्या दुकानात ऱ्हायलो तिथं गॅसवेल्डिग हुतं... दोन्ही कामं शिकलो... बायकूबी बिड्या बांधाय शिकली... आसं दिवस काढलं... आता माझ्या सोताच्या मालकीचं व्हाल्कनायझिंगचं दुकान हाय... ट्रक-टोरींगच्या ट्युबांचं पंचर काढायचं असतं... गाव वाढलं, गाड्या वाढल्या, कामबी वाढलं. सकाळपास्नं सांजपतोर कामाचा धुंबडा असतोय... आसं लै राबलोय... राबतोयही... तवा जरासं सुख मिळावं म्हणून धडपडलो, तर त्यात काय गैर हाय?

पन मला सांगायचं हाय ते तिच्याबद्दल– यशोदाबद्दल! तिचं खरं नाव हेच की आणि दुसरं कुठलं हाय, देवाला माहीत! पन ती या गावात आल्यापास्नं याच नावानं तिला ओळखलं जातंय... तसं हे गाव तीस-पस्तीस हजार वस्तीचं. त्यातही ही एक सभ्य लोकांची वस्ती. सभ्य म्हंजे? तर आपुनसारखं खुल्लम्‌खुल्ला नव्हं, तर चोरून-मारून भानगडी करणाऱ्या लोकांची वस्ती! ती ही सभ्य वस्ती... गावातनं

पूना-बेंगलोर रोड जातोय. त्यावरनं खाली उतरून समोर दिसल्याल्या बोळातनं चालाय लागलं म्हंजे पाच एक मिनिटांत ते बैठं घर येतंय.... हे घर या सभ्य वस्तीत आगाऊ शिरल्यागत वाटतंय– कुणाकुणाला! तर या घरात धा खोल्या हैत. या धा खोल्यांत अठरा धंदेवाल्या बाया ऱ्हात्यात. एका एका खोलीत दोघी-तिघीबी हैत... एखादी गिऱ्हाईक घिऊन आत असली म्हंजे दुसरी भाहीर उभी असती. या अवधीत एखादं गिऱ्हाईक लागलं गळाला, तर त्येला तटवून धरलं जातंय आतलीचं आटपुस्तोर... आणि मग...

तर या अशा घरातली मधली खोली हाय शांतीची. शांती म्हाराची. धंद्याला हुबळीला हुती... हितं तीन एक महिन्यांपूर्वी आली. या धंद्यात मी जेवढ्या म्हारणी बघिटल्या तेवढ्याजणी एकजात काळ्या; पण शांती गोरी हुती. बरी हुती. हुबळीसारख्या मोठ्या गावात गाडी ठोकरून आली असली, तरी अजूनीही सेफ चांगला हुता बॉडीचा... माझ्यासारख्या उल्लूंची वासना चाळविली जाईल, अशी घेरेदार गोलाई-पुठ्ठ्याची व छातीची– अजूनही टिकून हुती. नुस्ती गोलाईच न्हवं, तर ताठपणाबी... आणि ही साली छापील पातळात व नॉयलॉनच्या झंपरात इतकी मस्त दिसायची, की शाळा-कॉलेजात जाणाऱ्या पोरींची आठवण व्हावी... ड्रायव्हर-किन्नर लोकांच्या संगतीनं असाच मला नाद लागलाता– रांडांचा व दारूचाबी. तर असाच एक टैम शांतीकडं गेलो... झोपलो... नि लट्टू झालो... तवापास्नं ती माझी रांड झाली... नि मी तिचा यजमान... मी तिला ठेवूनच घेटली म्हणंनासा...

तर अशाच एका दुपारी मी यशोदाला पाहिली...

शांतीकडं मी बहुशा दुपारीच जायचा. गुलगुलू बोलायचा. कवा इतकंच. कवा झोपूसं वाटलं, तर झोपायचाही तिच्याबरोबर... तर त्या दुपारी असाच शांतीकडं गेलो हुतो आणि यशोदा दिसली. खोलीबाहेर... या भागातलीबी न्हवं, या गावचीबी न्हवं... कारण या गावातल्या साऱ्या रांडांस्नी मी ओळखून हुतो. ओळखत हुतोबी... रांडांचं मोहल्लं तुडवीतच अनेक रात्री गेल्या हुत्या. जातबी हुत्या... कवा एखादं नवं पाखरू आलं, तर माझ्या नजरेतनं सहसा लपत नसे...

"कोण गं ही?" मी शांतीला विचारलं.

"आनी कोण असणार– रांडच की!"

"ते तर दिसतंयाच. त्याशिवाय हितं ईल व्हय कोण? खरं कवा आलीया, कुणाकडं आलीया ही?"

"आलीया मुंबैस्नं– कालच. यल्लवाकडं ऱ्हायलीया..."

"धंद्याला गाडी चालू हाय का नाही अजून?"

"मुंबैस्नं आल्याली गाडी अजून बिन धंद्याची ऱ्हाती?"

"तसं न्हवं गं, हितं आजून चालू झालीया का नाही म्हंतो?"

"चालू हुना तर! काल तर सगळ्यात जास्त कमाई तिनंच केली!"

"ते न्हाई ईचारत मी!"

"मग? झोपणार हैस तिच्याबरोबर?"

"ये तुज्या आयलाऽ, लागलीस का उगंच डिवचायला!"

"मग इतकं खोदून का ईचारा लागलायास तर...?"

"बाई नवी दिसली, म्हणून ईचारलं आपलं सज! का ईचारूने तसं?"

"तसं नाही म्हणत मी... लै खोदखोदून ईचारतोस म्हणून म्हटलं मी... का, गोष्ट लागली?"

"लागायसारखं बोलल्यावर लागूने तर काय हुणार?"

आणि ते बोलणं एवढ्यावरच कटलं!

...तरी अशी मी यशोदाला बघितली... यशोदा एकटी नव्हती... तर तिला एक पोरगीबी हुती. चार-पाच वर्साची, गुटगुटीत, देखणी, गोरी. कॅलेंडवरच्या चित्रातल्यागत आणि तिचं नाव तर किती चांगलं हुतं– पद्मा! असं चांगलं नाव ठेवणारी यशोदा तर अप्रतिम हुती... गुलजार, गोंडस, गबगबीत, घवघवीत, गोरीपान, देखणी. लांबसडक नाकाची, उंच सडसडीत बांध्याची. तरीही गबगबीत वाटणारी; पन लठ्ठ नव्हे. मातलेलीही नव्हे. रांडमांस अंगावर चढलेलीही नव्हे आणि हडकुळीही नव्हे... या नाही त्या जागी परमेश्वरानं नको तेवढं उधळलं हुतं... आणि ते साऱ्या गावाची धन म्हणून लुटलं जात हुतं...

इतकी देखणी, इतकी सुंदर आणि तरीही जवानीनं इतकी उफाळणारी पोरगी अजूनपर्यंत मी तरी या धंदेवाल्या बायकांच्या जगात बघितली नव्हती. आपला तर भेजा चालत नव्हता... शांती म्हणत हुती म्हणून मानायचं, नाहीतर यशोदा धंदा करतीया या गोष्टीवर ईश्वास बसणं कठीण हुतं! नखरे नव्हते, इशारे नव्हते, रस्त्यानं कुणी जाताना खाकरणं नव्हतं, खोकणं नव्हतं, फिदीफिदी हसणं नव्हतं, की तोंडावर रंगरंगोटी नव्हती. या धंदेवाल्या बायकांना निदान पान-तंबाखूचं तरी जबर व्यसन असतंय. तेही तिला नव्हतं... अशी ही साधी, शांत, हसतमुख यशोदा... चोवीस-पंचवीसच्या उमरीची... पूर्ण उमल्याली... या धंद्याच्या खडतर, कठोर, किळसवाण्या, लाजमुंड्या जगात वावरतेय कशी? ही कोमेजून गेली नाही, वाळली नाही. सुकली नाही... दुःखीही दिसली नाही... रोज इतक्या माणसांबरोबर झोपून, इतकं सारं करून अशी नि इतकी टवटवीत कशी राहिल्येय ही? माझी तर तिच्या आयला मतीच गुंग व्हायची... तिच्या व्यक्तिमत्त्वाचा प्रभावही असा, की माझ्यासारख्या मुरलेल्या गड्यालाही तिच्याबरोबर बोलण्याची छाती होत नव्हती, मग सोम्यागोम्यांची तर गोष्टच अल्लग!

गिऱ्हाईक येत ती यल्लवाशी बोलत, सौदा पटवीत नि हिच्याशी झोपत... हीदेखील झोपे... या अवधीत ही गिऱ्हाइकांशी बोलत असेल? आणि बोलत

असल्यास काय बोलत असेल?– हे एक भयंकर कुतूहल... यशोदाला पाहिल्यापासून हे माझ्या मनात फिरत राहिलं... या कुतुहलापोटी वाटायचं, एकदा झोपावं हिच्याबरोबर... निदान बोलायला तरी मिळेल... ती काय, कसं बोलतीय ते तरी समजेल...

तसं तिच्याकडं बघितलं, की मनावर दडपण यायचं... तिला दबाव वाटायचा, मग झोपावं अशी भावना होणं लांबच... मला तरी वासना व्हायची नाही!

पन मला वाटत राहायचं– एकदा तिच्याबरोबर बोलावं... यल्लवाशी सौदा ठरवावा आणि हिला घेऊन झोपायला जावं– खोलीत; पन झोपू नये, तर बोलतच बसावं– रात्रभर. तसंच...

सालं, हे एक अजबच हुतं आपलं... तरीही ते खरं हुतं... जेवढी यशोदा खरी हुती, जेवढी पद्मा खरी हुती, जेवढी शांती खरी हुती, जेवढी यल्लव्वा खरी हुती, तेवढंच हेही खरं हुतं!

या एकाच गोष्टीसाठी मन वडनी खायाय लागलं हुतं... घोकत हुतं आणि... आणि अचानक एके दिवशी यशोदानं अंथरुण धरलं. या गावात येऊन तिला अजून दोन-तीन आठवडंबी उलटाय नव्हतं. तेवढ्यात अंथरुणावर खिळणं आलं. या पाखराला हितली हवा मानवली नाही की काय कुणाला दक्कल, पन तिच्या अंगात सणसणून ताप भरला... ती अंथरुणावर खिळली... थकिस्त, भकास डोळे भिरभिर भिरभिरायचे– खोलीभर... कवा तापाच्या भिरंबिटीत ती जाबडायची... बडबडायची... मीबी एकदा गेलो हुतो तिला बघाय– अंगात हात लावून बघितलं, तर वेल्डिंगच्या पेटल्या बत्तीगत अंग गरम, रमरमीत लागलं! ही इतकी आजारी पडलीया आणि... मी यल्लव्वाला विचारलं,

"काय औषधपाणी दिलंय का आपलं...?"

"औषधाच्या दुकानातनं तापाच्या गोळ्या आणल्यात... आज रातीपतोर उतार पडला, तर बघू, न्हायतर दवाखान्याला न्हीवू..."

"उगंच या बाबतीत दिरंगाई उपेगाची नाही... डॉक्टरला दाखवून काय ते 'व्हय न्हवं' केल्यालं बरं... कुठली, कोण कुणाला दुक्कल. खरं उगंच या जागी या अश्राप जिवाचं काय बरंवाईट व्हाय नको!"

"तेबी खोटं न्हवं. खरं डॉक्टरला द्यायला पैसा तरी कुठं हाय जवळ? बघताव आच्या रोज, न्हायतर उद्याला निर्वाश्या अप्पाकडलं पैसे काडताव येजानं नि करताव काय तरी येवस्ता!"

यल्लव्वाचं हे बोलणं ऐकून माझ्या घ्याईची आग-आग झाली. च्या आयला हिच्याऽ, ही रांड म्हंती– पैसे जवळ नाहीत! दोन-तीन आठवड्यांची यशोदाची कमाई गेली कुठं? मला खात्री हुती– या रांडनंच ती हाडपली असणार... दडपली असणार! यशोदाच्या जिवापेक्षा हिला पैसा मोठा दिसत हुता? यशोदा बिनऔषध-

पाण्याची तशीच जगाय पायजे हुती आणि तशीच जगली असती, तर बरंच हुतं या यल्लव्वाला... पुन्हा धंदा करून पैसा लाटता आला असता आणि यशोदा मेली असती, तरीही बरंच हुतं. तिनं साठविल्याला पैसा घशात घालता आला असता नि शिवाय पद्मासारखी गोंडस पोरगीबी ताब्यात गावली असती... तिला मोठी करून धंद्याला लावता आली असती... सोन्याचं अंड देणाऱ्या कोंबडीगत पाळता आली असती...

यल्लव्वाचे दांत, यल्लव्वाची नखं पूर्णपणे दिसून आल्यानं मी गडबडलो... हडबडलो... डोस्कीत किडं पडल्यागत झालं... यशोदा नि पद्मा.. पद्मा नि यशोदा... या अश्राप जिवांना कसं वाचवावं– समजेना.

सुन्न डोस्क्यानं तसाच शांतीच्या खोलीकडं आलो... शांतीनं चहा केला हुता... त्यो नेहमीसारखा गोड लागला नाही... रोजचीच एक सवय, तसा प्यालो... भाहीर पडलो... दुकानाकडं आलो... दोघं ड्रायव्हर नि एक किन्नर यिऊन दुकानापुढं बोंबड्या मारत हुतं... पंचर काढून ठेवल्याल्या त्यांच्या ट्युबा आत अडकून पडल्या हुत्या... त्या दिल्या... दाराच्या फटीतनं कुणी कुणी आत टाकलेल्या पंक्चर झाल्याल्या ट्युबा सुलोशन, कच्चं रबर वगैरे लावून मशिनवर लावल्या... मशिन प्रेस केलं... वरच्या वाटक्यात रॉकेल वतून त्येला काडी लावली. राकेल पेटू लागलं. गरम वाटक्याखाली प्रेस झालेलं कच्चं रबर मऊ होऊन इन्नरीला चिकटू लागलं... मी पेटत्या राकेलकडं बघत हुतो... मनात तशीच आग उसळू लागली हुती... यशोदाशिवाय काय सुचत नव्हतं... डोस्क्यात अनेक विचार उसळत हुतं...

अशीच सांज झाली... मग रात्र पडली... साडेआठचा टैम झाला... तशी मी मशिनवरची शेवटची इन्नर काढली. त्यावर खडूनं मोटार नंबर घालून दांडीवर टाकली. दुकान बंद केलं नि निघालो... शांतीकडे... नव्हे, यशोदाकडे...

कोण ही यशोदा? काय संबंध तिचा-माझा? आणि इतकं बेचैन तरी काय म्हणून व्हावं मी?– मला कळत नव्हतं! यशोदा एक वेसवा हुती... अनेकांखाली आपल्या देहाची गादी पसरत हुती– हे पटवून घेणं कठीण जात हुतं... ती आजारी पडली काय नि मेली काय– कुणालाही नि कसलंही सोयरसुतक होणार नव्हतं... ती झोपली असेल, पण पैसे घेऊन. बोलली असेल, पन पैशासाठी... तेव्हा ती मेली तर का रडावं? नि कुणी? अशा अनेक येतात, जातात, अख्ख्या आयुष्यातनं उठतात, मरतातही... कोण उराला वाळू लावून घेणार? नि संबंध तरी काय? आपली खाज असती. त्यांची गरज असती. म्हणून तर धंदा थाटलेला... पैसे फेकले, खाज भागविली, संपला संबंध! चहाची तल्लफ भागविल्यावर गल्ल्यावर पैसे फेकून चालू लागावं तसाच नि तितकाच रुक्ष व्यवहारी संबंध, चटकन् संपणारा. ना जिव्हाळा गिऱ्हाईकाला, ना हॉटेलवाल्याला; आणि अशा या धंद्याच्या वातावरणात

कुणी कुणाला माणुसकी दाखविण्याची जवळीक तरी का करावी? अशी जवळीक केली, तर प्रकरण अंगाशी लागतंय... पैशालाही चाट बसतोय आणि खिसं सांभाळून तर रांडबाजी करायची असत्येय, पन तेच जर का सैल सोडलं, तर ठोकरीनं उडविलं जातंय.. हे तर अनेक वेळा दिसलेलं... प्रत्यक्ष बघितलेलं... मग...?

मग यशोदाविषयी अशी आपुलकी का वाटावी? माझे सारेच विचार तिच्याभोवती केंद्रित का व्हावेत? काय तिचा-माझा संबंध?

मला हे कळत नव्हतं नि होतंही... ती बाजारू औरत, बाजारू वाटत नव्हती... रांड, रांड वाटत नव्हती... एखादी गरीब, अश्राप गरती बाई असावी नि ती अडचणीत गावल्यावर तिच्याबद्दल कणव यावी, तशी मला येत हुती... हे सगळं वेगळं हुतं... अजब हुतं... विलक्षण हुतं...? तरीही किती खरं हुतं!

आणि म्हणून माझी पाऊलं त्या वस्तीकडं वळत हुती... त्या बैठ्या घराकडं झपूझप् पडत हुती... झपूझप्...

घर आलं... शांतीची खोलीही... दार ढकललं... आत शांती हुती... स्वैपाकाच्या उसाभरीत हुती... आत गेलो. शांतीजवळ भिंतीलगतचा पाट सरळ केला आणि त्यावर टेकताच शांतीनंच ईचारलं, "आज लौकरच आलास?"

"का येऊ ने जनू?"

"आलास तर घराकडनं जेवून-खाऊन येतोस सदाचाच... खरं जेवायच्या आधी येत नाहीस म्हणून ईचारलं!"

"मी जेवूनच आलो असलो तर?" आणि हसून म्हणालो, "किंवा जेवायलाच आलो असलो तर...?"

"तर काय हुणार हाय असं! मला आनी एक भाकरी चढ टाकायला लागंल, एवढंच नव्हं?" आणि शांतीही तोंडभर हसली...

अशी ती थोडी बेसावधच झाल्याचं दिसताच सहज वाटणाऱ्या आवाजात, मी प्रश्न केला, "यशोदाचं कसं हाय...? थोडा उतार हाय? डॉक्टरकडं नेलीत का..."

प्रश्नामागून प्रश्न... सुचणारे... ओठी येणारे... विचारत हुतो... विचारणारही हुतो... पन पाणी कुठल्या बाजूला वळतंय् हे शांतीच्या मुरलेल्या धंदेवाईक नजरेनं हेरून काय तरी भलतंच सांगितलं असतं, म्हणून जीभ तुटल्यागत मध्येच थांबलो... आणि मान उचलून शांतीकडं बघितलं– निरखून...

उजव्या बाजूला मान कलती करून ती हातावर भाकरी थापटत हुती... थापटलेली भाकरी उजव्या तळव्यावर तशीच ठेवून डाव्या हातानं तव्यातील भाकरी उलथीत ती म्हणाली,

"कुठलं बरं असतंय बिचारीला नाव-नाव जास्तच, खरं कमी न्हाई!"

"डॉक्टर..."

"न्हेलतं की डाक्टरकडं..."

"कुणी यल्लव्वानं..."

"घ्यायचं घिऊन कुनाचं नाव घेतलास बघ! ती रांड कशाला न्हील? बाळारामनं न्हेलतं!"

एकदम काळजावरची धोंड हलकी झाल्यागत वाटली, म्हणालो, "ह्यो कोण बाळाराम?"

"हाय असाच मांगाचा. तिच्याकडं येत हुता– सारखं सारखं... कवा रोज, कवा एक दिस आडानं, कवा दोन रोजानं..."

"बिचारीला मग औषधपाणी मिळलं म्हणीनास!"

"व्हय... आता कायबी हुईना तिचं... औषधपाणी केलं न्हाई असा तरी तळतळाट व्हायचा न्हाई. सराप लागायचा न्हाई...!"

मला समाधान वाटलं... औषध मिळतंय हे एक चांगलं झालं... कुणी बाळाराम नावाचा वेळेला धावून आला, बरं झालं... आता जगली-वाचली तिचं नशीब म्हणायचं...

खरंच, एक समाधान वाटू लागलं... त्या भरात शांतीच्या उघड्या मांडीला एक चिमटा घेऊन मी म्हणालो, "बरं व्हावू दे ते; खरं तिच्या आयलाऽ वाढशील का न्हाई मला!"

"यव्वा!" शांती हळहळली नि तिनं हाताची चापटी उगारली...

काही दिवस असेही आले नि गेले... यशोदा हिंडू-फिरू लागली... अशक्त, पालीगत पांढरीफटक पडलेली यशोदा उठू-बसू लागली... आणि मग एके दिवशी यल्लवानं तिच्याकडे पैशांची मागणी केली... पस्तीस रुपयांची! अर्थात हे ऐकून यशोदा चाट... आपलेच पैसे हिच्याकडे असून आनी...? पद्माचा फ्रॉक फाटलाय, नवीन घ्यावा म्हणून आजच यल्लवाकडं धा रुपये मागायचं ठरविलं हुतं तर... तर यल्लव्वानं हे काय न्यारंच हेटाक काढलंय...? यशोदा अवाक् झाली. तिचे सुकलेले ओठ आणखी सुकल्यागत झाले... आणि जीभ तर टाळ्याला चिकटल्यागत... नवीन शहर... नवीन माणसं नि यल्लव्वागत कैदाशिणी बायका... एक बोलावं तर बेक व्हायचं... अनेक जणींना अनेकांसाठी घालणारी यल्लव्वा... आपली काय पत्रास ठेवणार...?

यशोदा गप्प बसलेली बघून यल्लव्वानंच खुलासा केला, "तुझं साठल्यालं सगळं पैसे खर्चलं आजारीपनात ओषीदपाण्याला... शिवाय जेवानखाण, न्हाणंबिणं... खोलीभाडं... आसं तुझ्या अंगावर पस्तीस रुपय फिरत्यात! मीबी तुजं हाल वनवास

बघतोच... मागावं का मागूने आसं वाटलं... खरं गरजच पडली. निर्वंश्याचं पैसे काढल्यात, त्येनं सारखा तगादा लावलाय, तवा त्येला द्यायला पायजेत पैसे! बाळाराम आल्यावर मागून बघ. उसनं म्हणून का आसंना– मागून घे... दीलबी त्यो...''

यल्लव्वाचं हे मानभावीपणाचं बोलणं न समजण्याइतकी काही यशोदा दुधखुळी नव्हती... पण परिस्थितीच्या दणक्यानं ती यल्लव्वाच्या कात्रीत गावली हुती. चांगलीच गावली हुती... आणि त्यातनं सुटका व्हायसाठी पस्तीस रुपयांची गरज हुती... नुकत्याच आजारीपणातून उठलेल्या यशोदेला हा आकडा डोंगरागत वाटला असेल... बाळारामनं जर नाकारलं तर हा डोंगर उभा करायला तशा आजारी अवस्थेत ती किती जणांशी झोपणार हुती? तिच्या दुबळ्या प्रकृतीला ते झेपलं तरी असतं का?

यशोदाचे पैसे पचविण्यासाठीच यल्लवानं हा डाव टाकलेला... यशोदा पूर्ण बरी होईतो तिला पोसत बसून ते पैसे खर्चून टाकण्याइतकी यल्लव्वा कमकुवत मनाची बाई नव्हती... मिळालं तेवढं कसं गडप करावं हे ती चांगलंच जाणत हुती... जाणून हुती... आणि यशोदाच्या स्वभावाची नाडी तिला अचूक गावली हुती... ही मऊ जमीन ढोपरानं खणण्यासारखी अन् यल्लव्वा तशीच वागत हुती– क्रूर... निर्दयपणे...

यशोदापुढे भला मोठा प्रश्न पडला असेल. स्वत:ला, नशिबाला दोष दिला असेल तिनं! असेलही असं... मग लाखदा मनाशी 'होय नाही' करीत शरमेनं, लाजेनं जीव तिळाएवढा करीत बाळारामकडं पैसे मागितले असतील... 'हे अशान् असं' म्हणून सगळी हकिगत सांगितली असेल... आणखी बरंच काही घडलं असेल...

पण हे खरं, की बाळारामनं यल्लव्वाचे पैसे भागविले आणि त्या वेळेपासून आपल्या मुलीसंगं यशोदा बाळारामजवळ राहू लागली...

तंबाखूच्या एका वेअरहौस मागं बोळकुंडी हुती. त्या बोळकुंडीत चार-पाच खोल्या हुत्या. छोट्या छोट्या. अशा तशाच बायका राहणाऱ्या. पावसाळ्यात आत ओल यायची म्हणून बहुश: त्या रिकाम्याच असायच्या. अशाच एका खोलीत बाळारामनं तिला ठेवली.

आणि मग तिच्या आयुष्याला एक वेगळंच वळण लागलं... उंबरठ्यावरचं माप लवंडून आलेली बायकोही काय राहील, अशी ती बाळारामबरोबर राहू लागली... देवाबामणासमक्ष हात धरलेल्या लग्नाच्या बायकाही एखादेवेळी धोका देतील; पण यशोदानं धोका दिला नाही. अशी गरती, सोज्वळ, संसारी बाईगत यशोदा राहू लागली... मध्ये तिनं धंदा केला, अनेकांशी शय्यासोबत केली, हे जणू काय एक किळसवाणं स्वप्न हुतं, असं वाटावं, असं वागणं हुतं तिचं. पहाटेच तिचं तोंड

धुणं, न्हाणं, पाणी भरणं वगैरे व्हायचं. मग ती खोलीत गडप होई. दार पुढं ढकलेलं असायचं. यशोदा आत हाय हे कळायचं; पण ती कशी, कसली हाय हे कुणाला पाहता आलं नाही...

वेश्यांच्या नादिष्ट लोकांचं एक वेगळंच जग असतं. या जगात यशोदाबद्दल हे सारं उडतउडत ऐकायला मिळायचं आम्हाला. अजबच वाटायचं. एक वेश्या अशी वागेल, वागू शकेल हे मनाला पटवून घेण्यास फार कष्ट पडायचे. रात्रीच्या वेळी बाळाराम येण्यापूर्वी आम्ही काही जण त्या मोगळातही गेलो हुतो. यशोदाच्या बंद दारावर धक्के व थापा मारल्या हुत्या. पैशाचं प्रलोभन दाखविलं हुतं. झोपण्याबद्दल विनवण्या केल्या हुत्या... पण त्या घट्ट मनाच्या बाईनं दार उघडलं नाही! अशी यशोदा आम्हां इब्लीस लोकांच्या परीक्षेत पास झाली आणि मग आमच्या जगानंही तिच्याकडं पाठ फिरविली.

म्युनिसिपालटीनं मास्टर प्लॅनिंग काढलं आणि तो अरुंद बोळ रुंद करून राजरस्ता केला गेला. यामध्ये वेश्यावस्तीचं ते घर भुईसपाट झालं. त्यातल्या साऱ्या पोरी, बायका गावात इकडे तिकडे विखुरल्या, जागा मिळेल तिथं राहायला गेल्या... शांतीला गावात दुसरीकडं खोली मिळाली नाही, म्हणून तिनं नाइलाजानं यशोदाशेजारची खोली घेतली नि तिथं राहायला गेली...

शांतीमुळं का असेना, असा मी यशोदाशेजारी आल्यानं यशोदाचं हे नव्यानं सुरू झालेलं जीवन जवळून बघायला, ऐकायला मिळत हुतं... बाजारहाट करायला यशोदा आपल्या त्या छोट्या पोरीला लावून द्यायची. तीही चिमुरडी सांगेल ते बिनचूक आणायची. केव्हा ती 'आण्याचा गूळ, आण्याची च्या पावडर' असं स्वत:शी पाठ करीत दुकानाकडं चाललेली दिसायची, केव्हा आण्या-दोन आण्याचं शिप्पीभर येशेल न्हायतर खोबरेल तेल घेऊन परतत असलेलं आढळून यायची... केव्हा बाळारामही काहीतरी घेऊन यायचा... असं चाललेलं...

सुरुवातीचे काही दिवस असे सुखाचे गेले, फुलले... नंतर तेही कोमेजले. बाळाराम आजूबाजूच्या खेड्यावरनी गोळ्या, बिस्किट, केव्हा गारेगार नि असलंच काही विकायला जायचा– सायकलीवरनं. खर्चअर्ज जावून दिवसाला दोन एक रुपये उरले तर उरायचे. असल्या या तुटपुंज्या मिळकतीवर किती दिवस झेले फुलत राहणार?

मग तर तो यशोदेला घरखर्चालाही पुरेसे पैसे देईनासा झाला... हे अजब हुतं. विचित्र हुतं. विपरीतही... मला आठवतंय, पक्कं माहीत हाय. एकेक दिवस यशोदा... व तिची छोटी पोर कपभर गुळाचा च्या नि पावाच्या तुकड्यावर राहत!

शांती एखादे दिवशी जेवणाचा आळस करी. अशा वेळी मग मी कुणा तरी स्टेपनी करणाऱ्या पोऱ्याकडून घरी बायकोला निरोप कळवी आणि दुपारचं जेवण

दुकानाकडे मागवी... जेवणाचा डबा आल्यावर दुकान बंद करी अन् डबा घेऊन शांतीच्या खोलीत जेवत बसे. संगं संगं शांतीही असेच... असाच एक दिवस शांतीच्या खोलीत जेवत हुतो. दोघंही... आणि बाहेर यशोदाची पोर येऊन उभी राहिली– पद्मा. सहज म्हटलं, 'पद्मा, जेवायला ये.' येईना... मग आग्रह केला... तरीही येईना... शांतीनंही बोलावून पाहिलं, तरीही ती मानेना... पलीकडून यशोदानं 'जा गं, खा जा घासभर' अशी अनुमती दिली, तेव्हा कुठं बहाद्दरीन आत आली... आणि जेवली सपाटून. तीन एक भाकरी अन् बचाकभर भात खाल्ला तिनं... तिच्या वयाच्या मानानं हे अजब होतं– तरी माझ्या मनाला विचार स्पर्शून गेला– ह्यो कोवळा, अस्राप जीव किती दिवस उपाशी, अनोसी, अर्धपोटी हाय, कुणाला दक्कल! आणि यशोदा तर...?

मनात आलं, अशी उपाशीतापाशी किती दिवस रेटणार यशोदा? बाळारामबरोबर अशा झट्याझोंब्या खात स्वत:ची अशी आबाळ करून घेण्यापेक्षा हिनं पूर्वीसारखा धंदा का करत राहू नये? थोड्या धाडसानं, भीतभीतच हा प्रश्न एकदा विचारलाही तिला... तेव्हा ती दूर कुठंतरी शून्यात बघत म्हणाली, "काय करायचं दादा, माजा जलम तर आसा नासून गेला... निदान... निदान या पोरीचं तरी तसं हूने म्हणून ही झडती द्याची झालं... न्हाईतर मला यात काय सुक हाय बघतासाच न्हवं तुमी?"

कदाचित् हे खरं असेल... पण मला तर दिसत हुतं– यशोदा धंदा करत हुती तवाच या मायलेकी खाऊन पिऊन कशा गरगरीत हुत्या! पद्मा तर कॅलेंडरवरच्या चित्रातल्यावानी बाळसेदार गुटगुटीत दिसायची; पण यशोदाही कशी एखाद्या मासिक-पुस्तकावरच्या चित्रागत दिसायची... भरल्या अंगाची; ज्वानीची आखीव मापीव चढउतरण असल्याली! आनी... आनी आता काय ऱ्हायलंय्? दोघीबी पार हाडसून गेल्यात... एवढ्या रोडावल्यात– जोरात वारं आलं, तर उडून जातील... माझ्या देखतच या काय हुत्या नि आता ह्येंचं हे काय झालं...! मला माहीत हाय, त्या वेळेला रोज पद्माला तीन डझन केळं खायला लागत... आणि आता?... आता पोटभर जेवणही मिळायची मारामार हुती! स्वत:ची राहू द्या; पण आपल्या या लेकीची अशी आबाळ करून यशोदा तिला कसं जगविणार हुती? दिवसेंदिवस दोघी वाळून खारकंगत होत हुत्या, ह्येची जाणीव तिला नव्हती म्हणावी, का परिस्थितीच्या चक्रात चिरपाडून चिपाड झाल्यागत तिचं मन झालं हुतं?

बघताच बापयगड्याला चळ भरावी, असं यशोदाचं अंग हुतं, ते आता झडून गेलं हुतं. आनी म्हणून बाळारामचंच तिच्यावरचं मन उडालं हुतं... मला तर हेच स्पष्ट दिसत हुतं! कदाचित् तिचा कंटाळाबी आला आसंल त्याला... पन यशोदामतोर त्याला चिकटून ऱ्हायला धडपडत हुती... त्याचा निर्दय कठोरपणा नि तिची ही धडपड, दोन्ही चीड आणणारी हुती... मला वाटे त्या साल्याच्या पाठीत बाकदिशी

लाथ घालून तिनं त्याला बाहेर हाकलून द्यावं नि स्वत:च्या पायांवर उभं ऱ्हावं... मग पुढं प्रश्न उभा राही– असं झाल्यास मग पुढं तिच्या लेकीचं काय? आणि मग काहीच सुचत नसे...

बाळारामचं लगीन झालं हुतं... इतके दिवस बायकोला त्यानं सोडून दिलं हुतं... "माजं काय व्हायचं ते हुंदे, मी नवऱ्याकडंच ऱ्हाणार" असं मनी यवजून एके दिवशी ती आली... बाळारामनंही तिला घरात घेतली. ती दिसायला तशी काळीच हुती. खरं ज्वानीनं टंचाचल्याली हुती... जांभळावरच्यासारखी तकाकी तिच्या काळ्या रंगावर हुती. शिशवी लाकडाचा टणकपणा तिच्या घाटदार अवयवांवर असल्याचा जाणवून येत हुता... आल्या आल्या ती कामाला जावू लागली. कुठं तंबाखूच्या, कुठं काडी चेचायच्या, कुठं ऱ्हाळ पाकडायच्या...

आणि मग सहाजिकच रोडावलेल्या, खंगलेल्या दुखणाईतागत दिसणाऱ्या यशोदावरनं बाळारामचं लक्ष उडालं नि ज्वानीच्या त्या नव्या पाण्याची भूल त्याच्यावर पडली... बाळारामच्या नजरेतला, वागण्यातला हा बदल यशोदाच्या नजरेतनं निसटला असेल, असं मला तरी वाटत नाही... तरीही... तरीही यशोदा तिथंच राहत हुती!

बाळारामच्या बदलानं एका पावलानं प्रगती केली... एके दिवशी त्यानं यशोदाला मारलं... बाळारामच्या या वागण्यानं यशोदाही अवाक् झाली असेल... पण हेही तिनं पचविलं... केव्हातरी घडलेलं हे मग वारंवार घडू लागलं... तेही यशोदा सहन करीत राहिली... पन असं हे कुठपर्यंत, केव्हापर्यंत? याला उत्तरं नव्हती...

वास्तविक यशोदाची ही गोष्ट इथंच संपायला हवी. पन खऱ्या आयुष्यातल्या गोष्टी अशा संपत नसतात... संपणाऱ्याही नसतात. त्या चालूच असतात...

किंवा असं तरी घडायला हवं हुतं– यशोदाची सहनशक्ती संपून गेली... आपलं एक बोचकं नि पोर घेऊन स्टँडवर जाते. मी व शांती तिला पोहोचवायला जातो... यष्टी हालते... निरोपाचा हात यशोदा हलविते अन् लगेच तो हात पदराला जाऊन डोळे निपटले जातात... यष्टीचं लाल धूड दूर दूर जातं... आणि माझ्या मनात विचार येतो– 'यशोदा, आता तू कुठं जाणार?'

पन असं काहीच घडलेलं नाही. यशोदाचे दिवस मात्र असेच चाललेत... कदाचित बिघडले असतील किंवा सुधारलेही असतील. हल्लीचं मलाही तितकं माहीत नाही... कारण गावात दुसरीकडं चांगली खोली मिळाल्यानं शांतीनं ती खोली सोडलीय... आणि म्हणून अर्थातच तिकडला माझा राबता बंद झालाय... अगतीनं यशोदाकडं जावं इतके तिचे माझे संबंधही नाहीत... माझ्या मनात तसा जिव्हाळा असला, तरी जवळीक नाही... तशी ती व्हावी अशी इच्छाही नाही... कारण तसं काही झालं, तर ते माझ्याच खिशाला खार घालणारं होईल, असं माझं धूर्त व्यवहारी

मन मला बजावतंय...

खरं सांगायचं तर– पूर्वी वाटत हुतं, तसं आकर्षण आता यशोदाबद्दल वाटत नाही मला... राहो, जावो, कशीही असो– मला काय त्याचं? मी का म्हणून उराला वाळू लावून घ्यावी?

तिची ती पोर पद्मा– ती मात्र कधी कधी बाजार करण्यासाठी जाताना दिसते... आणि तिच्याकडं पाहिलं, की माजं काळीज तुटल्यागत हुतं... एवढंच... कधी आलं मनात, तर तिच्या हातावर धा-पंद्रा पैसे ठेवतो... एवढीच काय ती माझी तिच्याबद्दलची सहानुभूती! यशोदा आणि मी, आमच्या दोघांमध्ये हा इतका दुवा ऱ्हायलाय आता!

–'मेनका' दिवाळी अंक, १९६७

■

मासाय्

ते घर आलं. घराचं दार पुढं केल्यालं. ते उघडून मी आत गेलो. मी असा दिवसाचा बिगरटाइम आत आल्याला बघून ती वळखीची घरवाली आपलं ढब्बालपन पेलत मेटाकुटीनं उठली. आपल्या पानचट सलगी हसण्यात तिनं मला बुचकळून काढलं. म्हणाली,

"आवो किलेंडरसाब! कब आये?"

"आज आया– बेंगलोरसे!"

"कितनी देर हैं– इस गाँवमें?"

"आज राततक. खाली ट्रकका कुछ काम है– 'गॅरेज डेक्कन'में छोडी हैं रिपेअरिको..." खालीपिली उपचार पाळायचा असतोय म्हणूनच केवळ मी तिच्याबरोबर बोलत हुतो नि आतमंदी बघत हुतो.

त्या छपन्न टिकल्याच्या बाईनं माझं मन वळीकलं असावं, कारण तीहूनच म्हणाली,

"मासाय् ना? उधर हैं– पिछलेवाले कमरेमें..." आणि ती डाव्या कमऱ्याकडे वळली नि त्या निरुंद दारातनं अजब वाटावं अशा बेफिकिरीनं आत निघून गेली.

मी त्या पिछलेवाल्या कमऱ्याकडं जायला निघालो. वाटंत अशाच चार-पाच खोल्या. कुणाची जराशी, तर कुणाची सताड उघडी दारं, त्यात अशाच पोरी– कुणी पत्ते पिसत बसलेल्या, कुणी सिगरेटी फुंकत, पान चघळत बसल्याल्या, कुणी बॉडी-परकरावरच निस्त्या लोळत, आळसावून पडलेल्या, तर कुणी...

खरं तर तेवढ्यातच मी त्या पिछलेवाल्या कमऱ्यापुढं उभा ऱ्हायल्याला. त्यो पिछलेवाला कमराच, ह्येची खातरजमा करून घेतच मी दार पुढं ढकललं.

आत एक एवढीशी खिडकी. त्यातनं उन्हाचा एक चकचकीत खांब आत घुसल्याला नि त्या उजेडात ती पलंगावर पडल्याली– काय तरी ईनत. दोन हातांत दोन सुया चलाखीनं हलत्याल्या. अगदी मन लावून तिचं ईनकाम चाललं असावं. कारण दार वाजताच कपाळावर आठ्या घालत त्रासल्यापणानं तिनं दाराकडं बघितलं नि मी दिसताच हसत ती उठून बसली.

"कवा आलास?" तिनं इचारलं.

"आज. मघाशीच."

"कुठनं?"

"बेंगलोरास्नं. चाल्लोय मुंबैयला!"

"ट्रक घिऊन?"

"व्हय."

"आजून किन्नरच हैस का डायवर झालाईस?"

"ड्रायव्हिंग करतोय, खरं ड्रायव्हर न्हाई..."

"का?"

"लायसन् न्हाई."

"मग काढावं?"

"काढायला जवळ दमडा शिल्लक ऱ्हात न्हाई!"

"मी दिऊ?"

"हट् गे! औरतची कमाई मर्दानं घ्याची नसती!"

"खरं, का?"

"ते माहीत न्हाई. तर ते वाईट हाय हे मतोर जाणतो मी!"

"बरं, माझं ते काम केलंस?"

सालं, ते तर मी इसरूनच गेलतो. तिनं याद देताच मनोमन कोलमडलो... सगळं सगळं आठवाय लागलं... आठवलं...

चार महिन्यांपूर्वी एक रात्री इथं आलोतो. निर्ढावल्यावानी. रुळल्यागत. गौश्या ड्रायव्हरकडनं पत्ता लागलाता– या घरवालीनं नवं कबूतर आणलंय. हाय लाजबाब. कबाबावानी, खरं रेट मतोर खिशाला भोक पाडणारा. पर मनात आलं की केलं, असा मी टायर-रॉडगत सरळ. तवा जमीवलं नाटानिटीनं कसंबसं आनी भरल्या खिशानं त्या घरात गेलो. चारमिनारचा एक जोरदार झुरका मारून जोसदार फवारा सोडला धुराचा. आनी घरवालीला इच्यारलं,

"कुठं हाय– नवा माल?"

"हाय तो ड्रायवरसाब!"

तिनं मला डायरेक्ट ड्रायव्हर करून माझी बढती केली. मनोमन खूष. खिशातल्या नोटा तिच्या हातात कोंबीत म्हणालो,

"तो बुलाओ उसको!"

"बुलातै तो शेठ!" आणि लबाबा पुठ्ठं हलवीत आतल्या दाराजवळ जाऊन तिनं हाक मारली, "अगे मासाय्, जरा बाहर तो आ! देख कौन खुबसुरत नौजवान आया हैं, तेरे इन्तजारमें बैठा हैं!"

खरंच, १८-१९ च्या उमरीचा मी जवान होतो. खरं तर खुबसूरत? ह्यो मतोर टाळकं खांजळण्यासारखा सवाल हुता. माझ्या अंगावर ग्रीस, मोबाईल, डिझेल, शॅईल, रॉकेल यांचं डाग पडल्याली नि मुंबई-बेंगलोरच्या दरेक टर्नमदी धुळ्यानं मळल्याली कापडं. आनी दाढीचा ब्रश झाल्याला. मुंबईला दाढी केली की बेंगलोरला टच हुईस्तोंवर वाढलीच नि बेंगलोरला केली, तरी मुंबईला थडकूपतोर झालाच ब्रश! ह्यो एबाव नि भरीरभर म्हणून डाव्या गालावर डोळ्याखाली जखमंचा एक व्रण. एका शिखड्याच्या हाताखाली किन्नरकी करीत हुतो. त्या टायमाला त्येच्याबरोबर झनापनी झालीती, त्येची ती खूण! तर असा मी खुबसूरत हुतो.

"देखो, आ गयी..." घरवालीनं पुकारा केल्यागत म्हटलं.

मी तिच्याकडं बघितलं. अगदी निरखून बघितलं. अशा वख्ताला असंच निरखून बघायचं, समोरची दोन घडीची सोबत डोळ्यांत साठवून घ्यायची हा माझा नेहमीचा खाक्या. खरं डोळ्यांत डोळं गुंतायला समोरचे डोळे तर आपल्यावर खिळायला पायजेत. खरं ती... तिची नजर खाली जमिनीवर हुती. त्या नजरांच्या आधारावरच जणू ती उभी हुती. वर पाहाती तर कोलमडती! भरलेल्या स्टेपनीगत ती हुती. सगळं कसं ठासल्यालं. ठसठशीत. ज्या सुखासाठी मी ही आडवाट धरली हुती, ते सुख भरपूर देणारं हुतं... आनी तिचा चेहरा... चेहरा असा काही निरागस, निष्पाप दिसत हुता, त्यो नूरच असा काही हुता, की मन नौ दो ग्यारा कराय लागलं... खरं पावलं मतोर तिच्याकडं पडली... तशी तिनं मागच्या मागं दार लावून घेतलं. मग ती पलंगावर बसली आणि पदर बाजूस करून पोलक्याची बटनं काढू लागली. शिकविल्यागत, सवयीनुसार.

तसा मी साईड दाखविल्यागत हात हलवीत म्हणालो,

"नको... नको."

"काय नको?" आनी तिनं माझ्या नजरेत नजर खुपसली, "सारे तर यासाठीच येत्यात हिकडं!"

"पर मी..."

"यासाठी आलो नव्हतो- असंच न्हवं?" नि हासून ती म्हणाली, "मग कशाला आला हुतास हितं?"

"तुला बघायलाच की... खरंच, तुलाच बघायला आलोतो...!"

"ते काम तर आजपतोर लै जणांनी केलंय!"

"मग...?"

"खरं जे करायला पायजे हुतं, ते केलं न्हाई!"

"म्हंजे...?"

"किती तरी जणांनी सांगितलं- 'तुला मी हितनं भाहीर काढतो, बाच्या घरात पोचिवतो,' खरं..."

"कुठं असतोय तुझा बा?"

"असतोय तिकडं चिक्कोडीला..."

"मीबी त्या भागातलाच..."

"कुठलं गाव तुझं?"

"एकसंबा, चिक्कोडीस्नंच तर रस्ता हाय... काय करतोय बा तितं?"

"गवंडीकाम करतोय. अल्लाबकस मुल्लाण्याची मी..."

"मग तूबी एखाद्या जातवाल्या गवंड्याला पकडायचं सोडून हितं कशाला आलीस– मरायला?"

"भाईर मरान आलं न्हाई, म्हणून तर आलो..."

"एवढा कावकिच्च येऊन गेलता– आपला, जगाचा?"

"कधी कधी येतोय, जीव नकोसा हुतोय... पर त्या अगोदर अंगात तरुणपणीचं वारं शिरल्यालं असतंय... मग एका ड्रायव्हराची वळख हुती. तिला त्येची नि त्येला तिची भूल पडली... त्यो तिला पळवून न्हेतोय, आन् आखरीला तिचा कंटाळा आल्यावर एका घरवालीला ईकून तोंड काळं करतोय..."

"असं झालं तर एकून..."

"हां..."

"मग अशी नासल्याली तू, आनी तरीबी तुला बाकडं जावं वाटतंय?"

"व्हय..."

"आनी त्येनं जर घरात घेतली न्हाई तर?"

"पुढचं फुडं... अल्ला परवरदिगार तर हाय..." हताशपणे ती म्हणाली होती...

...यावर मी मान हलविली होती... चिक्कोडीला जाऊन तिच्या बाला भेटून येण्याची यादच झाली न्हाई... म्हणालो, "तू सांगिटल्यालं काम करायचं एक राहिलंच बघ!"

"का केलं न्हाईस...?"

"अजून न्हाई जमलं..."

"मग भेटायला काबा आलास?"

"काम असल्यावरच भेटायला यावं असा काय नेम हाय का?"

"तसं काय न्हाई खरंन, पर आशा का लावावी मान्साला?"

तिच्या अशा या अवघड सवालावर काय बोलावं, क्षणभर सुचलं न्हाई. तशी मी खिशातून चारमिनारचं पाकीट काढून एक शिगार शिलगावली नि तिचा एक कडक झुरका मारून म्हटलं, "आता फुडच्या ट्रिपला जातो. मुंबैला गेल्यावर शेठकडनं रजा मिळवितो नि जाऊन येतो."

"निस्त्या एवढ्या कामासाठीच?"

"नाय बा. तसंच गावाकडंबी जाऊन यीन की... सगळ्यास्नी भेटून यीन..."

"लगीन झालंय तुजं?"

"तुला काय वाटतंय?"

"मला...? मला वाटतंय झालं नसंल... झालं असतं तर..."

"राईट, बरोबर."

नि ते बोलणं तेवढ्यावरच कटलेलं...

आनी माझी सदाची पनोती सुरू झाली... मुंबई ते बेंगलोर, बेंगलोर ते मुंबई– चौदाशे मैलांचा टर्न... रस्त्यातली जाग्रणं, बिगरटाईम झोपणं, खाणं, रस्त्यातली पंक्चरं नि ब्रेकडाऊन हून झाल्याली खोटी... कामानं, जाग्रणानं शिणवटा आला, तर बोंबडी मारणारा ड्रायव्हर– ही असली पनोती चालू झाली.

ऐन सीझनचं, उन्हाळ्याचं दिवस, त्यामुळं रजा मिळायला जरा वांदाच हुता. तर अशा टायमालाबी जरा डोस्कं लढविलं. आमच्या शेटची एक औरत हाय. दाल्ला गिळून बसल्याली नि चांगली गबरगंड, कणकीच्या लाद्यागत. शेटचं तिच्याकडलं काई काम केलं की शेट खूष... या टायमाला अशाच शेटच्या कामासाठी गेलो, तर त्या अव्वानं सरळ मलाच वडलं! अत्तराच्या हौद्यात बुचकाळून काढल्यागतच झालं सालं! मस्तक भनानून गेलं... जाताना ती म्हणाली, "तुझ्या शेटमध्ये काहीच दम नाही बघ! तुझं कसं पावरबाज काम आहे!"

तिच्या त्या थेट बोलण्यानं मलाच लाजल्यावानी झालं... मी पाय उचलला तसं कानांवर आलं, "येत जा कधीमदी... शेटचं काम असल्यावर यावं असं कुठं आहे?"

शेटकडं आलो तर त्योबी खूष. धाची आकबंद नोटच काढून हातावर ठेवीत म्हणाला, "जा, मजा मार लेका!"

बिन पैशाचीच मजा मारली हुती नि आता पैशानं मी आनी काय करणार हुतो? शेट खुषीतच हुता... चार दिवसांची रजा मागितली, तशी फुसदिशी कबूलही झाला... टेंपरवारी बदल्या किन्नर दिला नि शेटच्याच ट्रकातनं निपाणीपतोर आलो... स्टँण्डावर उतरून एस्टीतनं चिक्कोडी गाठली...

गावात अनेक गल्लीबोळ. घर सापडूंस्तोवर पायातलं बळ गेलं. बरोबरचं पोरकं नेटाक. त्येला कंटाळा कसला त्यो माहीत न्हाई... आखीरला त्येनं घर दाखविलं. बघिटलं तर– एक एवढंसं बुटकं दार नेटानं उभा असल्यालं– निम्म्या छपरानं भुईवर उडी घेतल्याली नि भिंताडाला खिंडार पडल्यालं. जवळ जाऊन बघितलं, तर एक कुत्री व्याल्याली, तिच्या थानास्नी लुचणारी चार-पाच पिल्लं... बिगर परमिटाचं गावल्यावर खाकी कुत्री गुरगुरत्यात तशी ती गुरगुरू लागली...

मी बाजूला झालो नि पोराला ईचारलं,

"हिंतला अल्लाबकस मुल्लानी कुठं गेला?"

"मेला!"

"हे आधीच तर सांगायचं न्हाई! कशाला हिकडं आणलास मला?"

"तुम्हीच तर म्हनालासा 'घर दाव' म्हणून दावलं!"

"आनी त्येची ज्योरू?"

"कुठं हाय कायकी बा! गेली आसंल एखाद्या पाव्हन्याच्या गावाला तुकडं मोडायला!"

"नि त्येची धाकटी पोरगी?"

"लिप्पाणीला हाय– धंद्यावर!"

....अस्सं हाय तर एकूण. सगळं वाटुळं झाल्यालं... जाग्यावर केवळ घर हाय, तेबी भुईसपाट व्हायच्या मार्गाला लागलंय... हेच तिला जाऊन सांगायचं का? हेच...?

रजा खल्लास झाली नि कंपनीच्याच एका ट्रकमदनं निपाणीस्नं फुकटात मुंबैला आलो... शेटची गाठ घेऊन ट्रकवर हजर झालो आनी मग परत पैलंची पनोती सुरू झाली... बॉम्बे-बेंगलोर, बेंगलोर बॉम्बे...

मदी दोन-तीन टर्नला तिच्या गावावरून हिकडं-तिकडं पासिंग झालं... खरं, तिला भेटायची संधी नि सवड मिळाली न्हाई. मुद्दाम त्या गावात ट्रक उभा करून जावावं म्हटलं, तर मला तेवढी मोकळीक नव्हती... मी नोकर माणूस नि वर हुकूम चालवाय ड्रायव्हरसारखा यजमान. अशी ताबेदारी. असंच दिवस चालल्यालं... एका टर्नला तिच्या गावाजवळ ट्रकचा मागचा पाटा तुटला नि त्यो काढून नवा पाटा बसविण्यासाठी त्या गावात थांबावं लागलं. एका लव्हारमेस्त्रीच्या कारखान्यात गाडी सोडली...

तिच्याकडं मी निघालो, तवा दुपार कलंडली हुती. रस्त्यावर तुरळक वर्दळ दिसत हुती. एखादी-दुसरी रिक्षा, सिटीबस नि कार जात-येत हुती. तेवढंच.

रस्त्यालगतच्या एका हॉटेलात गेलो, मिसळ-पाव चापला नि बिल चुकतं करून चार मिनार शिलगावीत भाहीर पडलो...

ते घर आलं. पिछडेवाला कमराही. दार उघडून आत पाऊल टाकलं तर आवाज आला, "कोण ते!"

कुठल्यातरी दुसऱ्याच खोलीत शिरल्यागत मी दचकलो नि बघितलं तर तिच्या खांद्यावरच्या पोपटानं ह्यो सवाल टाकल्याला. त्यो गुलाम पिंजऱ्यात बसाय न्हाई, तर तिच्या खांद्यावर...! म्हंजे पोपट पाळून लैंदी झालं जणू तिला! त्येच्यावानी तिचा पोषाखही हिर्वाच हाय नि तोंडबी तसंच लाल-पानतंबाखूनं.

"ये– बस की!" पलंगावर थोपटल्यागत करीत ती म्हणाली.
"टोचत तर न्हाई?"
"कोण मी!"
"म्हंजे, तूबी शिकलीस वाटतं– ह्येच्यासारखं टोचायला?"
"का शिकूने? सोबतीनं वाण नसला तरी गुण लागतोयच!"
"मग चांगला रोजगार हाय की ह्यो!"
"बरं, थट्टा राहू दे. लै दिवस कुठं फिरकला नाहीस हिकडं?"
"रजा काढून गावाकडं गेलोतो..."
"मग कामावर कवा आलास?"
"तसं तीन अठवडं हून गेलं ट्रकवर चढून. खरं मासाय्, सवडच झाली न्हाई बघ हिकडं यायला!" आनी म्हटलं, "तुझ्या कामाचं कुठं ईचारलं न्हाईस गं?"
"ईचारून काय उपेग आता?"
"का?"
"जावं आसं वाटतंच न्हाई बघ आता! तवा नवी-नवी हुतो, वाटत हुतं तसं. आता वाटतंय हेच आपलं जिणं आन् ह्यातच पुरा जलम जाणार असाच कुजून!"
"हे बघ मासाय्, मी काय बोळ्यानं दूध पीत न्हाई, उडत्याल्याची मोजतो नि रंगबी सांगतो! उगंच काय तरी झुटी बकवास करू नकोस मासाय्. सरळ सांग, की हितं राहणं आता आवडाय लागलंय. हे नटनं-मुरडणं, ही भारी पाताळं, गालाला पावडर, डोळ्यांत काजळ, आनी रोजच्या रोज हातात खेळणाऱ्या नोटा, ताजा पैसा... हे सगळं सोडून ते गावाकडलं दळभद्र जिणं, रोजच्या रोज भाकरीची रड, नेसाय संवराय चांगलं धडुतं मिळायचं न्हाई नि पै-पैशाला म्हागहून बसायचं... तर ते सगळं कसं आवडावं तुला!"
यावर ती ढसाढसा रडायलाच लागली... 'न्हाई... न्हाई...' असं मान हलवून म्हणाय लागली...
"मासाय्, मला तुझा राग आलाय बघ... वाटतंय– दोन लाफे चढवावेत..."
"बिचाऱ्या, मार की मग, राग थंड करून घे..."
"खरं तर, काय अधिकार हाय तुला मारायचा मला? तुला जर हितनं भाहीर पडायचं नव्हतं, तर मदल्यामदी उगीचच्या उगंच मला का बरं हुलीवर घातलंस? एवढं करूनच्या करून वर आनीक खोटं बोललीस! मासाय्, माज्या जिवाला ही गोष्ट लागली बघ! खरं ऐक– आता तू गावाकडं जातो म्हटलीस तरी तिथं तुझं कोणबी न्हाई. तू पळून आल्यावर बा हाय खावून मेला, आई बेपत्ता हाय नि भन तुझागतच धंदा करती लिप्पाणीला!"
ती सुन्न झाली... खुळ्यावानी माझ्याकडं बघाय लागली... तिचं व्हट हाललं,

थरथरलं, कापलं, ती काय तरी बोलणार असं वाटलं, पन तिनं कढ आतल्या आत जिरविला, आनी तिच्या तोंडून एक हुंदका भाहीर पडला...

मी पुढं आलो. तिच्या डोईवनं हात फिरवीत म्हटलं, ''गप्प बस मासाय्, शांत हो! गावाकडलं सगळं ऐकून तू त्रास करून घेशील म्हणून मी सांगाय कचवचतच हुतो. मग आनी मनात आलं, ही आशेच्या अंदेशावर तरंगत राहील नि कवा तरी का आसंना, तिकडलं सगळं समजल्यावर मोठा धक्का बसंल हिला म्हणून आताच सांगावं सगळं– असं ठरवून सांगितलं!''

आनी म्हटलं, ''बरं जातो मी मासाय्. उगंच रडून त्रास करून घिऊ नकोस.''

''थांब रामू'' ती म्हणाली, आनी डोळं निपटत कोपऱ्यातल्या कपाटाजवळ गेली नि ते उघडून आतनं स्वेटर भाहीर काढीत म्हणाली, ''हे घे, तुझ्याचसाठी ईनलाय... थंडीवाऱ्यात घालायला असू दे जवळ... बघ घालून. येतोय का न्हाई ते...''

...भाहीर आलो नि वाटाय लागलं– या स्वेटरनं आपली बावडी गुरफटून टाकलीया. खरं ते देणारनीनं आपलं मनबी गुरफटून, गुंतवून टाकलंय... त्यापास्नं आता सुटका न्हाई, सुटका न्हाई...

–'पैंजण', सप्टेंबर १९७१

■

लोडना

सांचं मळ्यास्नं घराकडं आलो. भाईरल्या सोप्यावर आज जरा न्यारंच कायतरी चिन्न दिसत हुतं. जररोजींगत म्हातारा एकलाच चिलीम वडत बसाय न्हवता, तर त्येच्या भोत्याभोर भावकीतला मायंदाळा गोतावळा जमला व्हता. धाकला काका हुता. मदला व्हता. त्येंच्या दोगी बायकाबी हुत्या. आनी गिजवन्यास्नं आल्याला थोरला मामाबी हुता. समद्यांचं आपापसांत कायतरी ख्यासफ्यास चाललं हुतं. त्येंनी आज काय क्याट् काढलं हुतं, कुनाला दक्कल; पर मी जोता चढून जवा वर गेलो, तवा मिंटभर सारी क्याचूब्याच् थांबली नि पान पालटल्यावानी मदला म्हनला,

"काय नामा– आता आलास?"

आता हे त्येलाबी दिसत हुतंच की! खरं उगंच आपलं तॉंडदेखलं इचारनं झालं... ह्यो काका सदा आपला घुम्मन घुस्यावानी असतोय. त्येचा तालामाला गावणं कठीण. मी का ह्येला वळकत न्हाई? भावकीतल्या समद्यास्नी, तसंच पै-पाव्हण्यास्नीबी मी तसा वळखून हाय! तरीबी आता ह्येनं इचारलं, तवा बोलायलाच पाहिजे– आसं यवजून म्हणालो,

"व्हय, आता आलो गा..."

तसा म्हातारा बोलला, "जा, घासभर खावून घे जा कोरतुकडा. ईळभर मळ्यात तंगाय लागतंय. फेसलटून जातंय मानूस. त्येनं लै भुका लागत्यात."

"आगा, ह्ये वयच त्येचं उमतीचं. या वयात लागायच्याच लै भुका!" मामा म्हणाला.

तशी काकीबी म्हणाली, "जेवून साटक्यान ये बघू हिकडंच. तुजंच काम हाय हितं बाबा!"

यावर काका उनातला, "तू गप्प बस गंऽ, ये जा बाबा. निर्मळवानी खावून ये जा. काय हितं अजून लगीनघाई उसळली न्हाई का काय न्हाई!"

मी आत गेलो. न्हाणीत जावून घसासा हात-पाय धुतलं, खळाळा चूळ भरली

नि डुईचा पटका काढून त्येनंच तोंड पुसत चुलीजवळ गेलो. पाटावर बसकन मारीत आयेला म्हणालो, ''वाड मला!''

तशी तिनं पितळी पुढं वडली नि तीत भुगुण्यातला भात उपशीत म्हणाली, ''घासभर खा तू निवांतवानी नि-भाईर जावून काय म्हंतील त्याला 'हूं' म्हन. आपलाच गोतावळा हाय सारा. उगंच कुनाचा पानउतारा नको... नस्ता हूंमदांडगावा करू नकोस, काय म्हंतो?''

''आज समद्यास्नी चळ भरलीया का काय! अशी का हुमान घाटल्यावानी बोलाय लागलाईसा सारी? कसलं हेटाक तरी कसलं काढलंय आज?''

ऐकू यीत नसल्यागतीनं आये वागत हुती. तिनं भाकरीचं कडाप पितळीत टाकलं, डाळीच्या आमटीची झाकणी म्होरं सारली. वाळवून ठेवल्याल्या हारबुऱ्याची भाजी आज केली व्हती, भाजीत आसक्या आसक्या लवंगी मिरच्या टाकल्या हुत्या... तोंडाला पानीच सुटलं. आज ईळभर वाकून वाकून पेंडकी फोडून उसाला पानी पाजविल्यामुळं कमरंची माकनहाडं दुकाय् लागली व्हती. मी पार भेंडाळून गेलो होतो. सपाटून भुका लागल्या व्हत्या मला. पितळी पुढ्यात येताच मी तुटून पडलो. हातांची तोंडाची झटापट् करताना भाम गेल्यागत झालं... तीन-एक भाकरी मुरगाळून झाल्या. आत्माराम गार झाला तवा आयेला काय इचारलं ते मला आटीवलं! मी मान वर उचलून आयेवर नदर टाकली. तिनं आपल्या गुडग्यावर हाताचा कोपरा टेकविला व्हता नि हाताच्या मुटक्यावर हनुवटी. तिनं मघापास्नं माझ्याकडंच टक लावली व्हती जनू.

''म्या काय इचारतोय?'' मी इचारलं, ''तुजं कान हैत का भिताड हैत!'' लहर फिरल तवा अशी खॅस माराय शिकलो हुतो मी. अलीकडं अलीकडंच ही सवं मला लागली व्हती... आईच्याबी हे सारं अंगवळणी पडलं हुतं...

''जेव की गप्पवानी. तुला कशाला घोर पडलाय त्येचा? काळजी करणार माप हैत मान्स आपली. तुला आंगुपती कारभार कशाला?'' आई म्हनली.

यावर मीबी जास्त वाडाचार लावला न्हाई... 'खरखर मुंड्या' गत खाल मान घालून जेवाय लागलो. मला कायच समजंना, उमजंना... उरल्यालं जेवान कसंतरी वाचूवाचू करत आरगलं नि हातावर पानी पडताच भाईर आलो.

म्हाताऱ्याफुडं सारी धुपळा कसून बसली व्हती. लै लांब न्हवं, लै जवळ न्हवं आसा मी बसलो– मागच्या भित्तीला टेकून. मग खिशातनं चंची काढली नि अडकित्त्यानं सुपारी कातरत इचारलं,

''का गा– सगळी गप्पशी? 'आळीमिळी गुपचिळी' घातलीया का?''

''तसं न्हवं, पर तुजंच तर काम हाय. उद्या पोर्गी बगायला जायचं हाय

लिप्पाणीला...'' मामा म्हणाला.

''पोर्गी आनी कुणाला?'' न उमजून म्या इचारलं. ''कुनाचं लगीन करायचं घाटलंय?''

''आनी कुनाचं परक्याचं? काय व्हैक म्हनायचं बाई एकेक! आरं लेकरा तुजंच की लगीन, आनी कुनाचं करणार हाव आमी?''

''पर काकी, मला कशाला घोटाळ्यात पाडतासा आताच? ह्या एकल्यापनी निर्मळ हाय की! मला नाय बा आताच लगीन करायचं, वाळ्ळा लोडना गळ्यात!''

''म्या म्हनतो ते ह्येच!'' म्हातारा ठिसाकला, ''ह्यो गब्रू माजं मानायचा न्हाई, आसा तसा बधायचा न्हाई, म्हणून तर तुम्हा समद्यास्नी गोळा घाटलंय! आता सांगा ह्येला!''

तसा मदला म्हणाला, ''व्हय गा नामज्या, लगीन करून घेणार न्हाईस तर काय आसाच स्वइभैरी ऱ्हाणार हैस?''

''का जोगता हून जोगवा मागत हिंडणार?'' म्हातारा तिड्यानं बोलला, ''व्हय बा, सांग तुज्या मनात काय हाय ते! मान्सानं कसं साळढाळ असावं...''

''खरं आताच काय इक्ती गडबड हाय? माजं का वयं झाली? का वारगीच्या दुसऱ्या पोरावानी वागाय लागलो– वळूगत!''

''तसं आमी म्हनलाव का? उगंच आपला येडाला खोड लावत ऱ्हावू नको! हे बघ– जरा इचार कर, तुज्या आईनं असं किती दिवस बडद्याडायचं, राबायचं? चार भनी हुत्या, त्या लगनं झाल्यावर चार दिसंला उडाल्या. ऱ्हाता ऱ्हायला तू. आता उमतीत आलास, मोठा झालास तवा एखादी बायकू आणून आईची चुलीपास्नं सुटका करशील, म्हातारपनी तिला चार घास सुखानं खाऊ देशील, का आपलं 'मी लगीनच करत न्हाई'चं तुणतुणं वाजवत ऱ्हाशील? तूच असा सोगा पाडल्यावर म्हातारा-म्हातारीनं कुणाच्या तोंडाकडं बघून काळ काढायचा, सांग बघू?''

आसं बरंच कायबाय बोलून साऱ्यांनी माजा घामटा काढला. बुक्कीनं बकाका बुकलावं, तसं केलं... समद्यांनी असं यरगटून घेटल्यावर मी रंजीस आलो. मला कायबी सुद्रना झालं... तरीबी शेवटची धडपड केलीच. ''पोर्गीचं चलनवलन कसं काय हाय, आपला-त्येंचा धागादोरा जमतोय का न्हाई, हे समदं साजीलवार बघशीला...''

''नामज्या, तुज्या परास धा पावसाळं तरी चढ काढल्यात आमी. तू आमाला कशाला शिकवितोस? समदा दूम काढलाय, पोर्गीला एक डाव बघूनबी आलाव. पोर्गी म्हंशील तर माणीकमोती हाय नुस्ती. आता बघशीलच तू!''

ह्यावर बोलण्यासारखं कायच ऱ्हायलं न्हाई... नंदीबैलागत मुंडी हालवून 'कायबी करा, तुमच्या म्होरं मी न्हाई' असा म्हनालो नि वस्तीला मळ्याकडं निघालो–

जररोजीगत... मळ्यात आलो. हांतरुनावर अंग टाकलं. पर झॉप काय येत न्हवती... मनात काय काय भिरंबिटत हुतं! कुस या आंगाला, त्या आंगाला आसं सारखं चालू व्हतं... मग पाटचं कवातरी डोळ्याला डोळा लागला.

आनी सकाळचं जागा झालो ते धाकल्याच्या आवाजानं. त्यो सारखा हाळ्या घालत होता– "नामज्या... नामज्या" त्यो असा कोकलतच माज्यावळ आला. त्येनं लडाडा मला हालवून उटीवलं, "आरं ऊठ मर्दाऽ तुला काय काळजी हाय का न्हाई? आज जायाचं न्हाई व्हय लिप्पाणीला– पोर्गी बघाय्?"

"मग मी कुटं 'न्हाई' म्हंतोय. जौया की!"

"आरं व्हय. पर ह्यो आट्टाला आटपायचा कवा तुजा?"

"मला काय लगनातल्यावानी वाजत गाजत न्हेणार हैसा काय?"

"पर न्हा-धू, तयारीत तरी ऱ्हा की! आजून गाडीवर सवारी घालायची हाय, ती घाल नि गावांत घिऊन ये. काय म्हंतो?"

"बरं..."

"मग मी आता चलू?"

"चल. ह्यो मी लगुलग आलोच मागुमाग."

गाडी न्हिवून जवा मी दारात उभी केली, तवा समदी तयारीतच हुती. खरं माजी अजून न्हारी व्हायची हुती, म्हणून बैलं सोडली. तितच जॉला बांदली, बावकाडावर चाबुक व्हलपटला नि आत जावून न्ह्यारी केली. शिळ्या भाकरी हुत्याच. त्येच्यावर बचाकभर धै वतून घेटलं, त्यात चिमूटभर चटणी टाकली, आनी त्ये समदं कालवून दोन भाकरी मुरगाळल्या. मगच भाहीर आलो... घडुचीवरच्या पोत्यावर आईनं माजी कापडं काडून ठेवली हुती, पांढरं धोट धोतार. भोकाभोकाचं गंजिप्रास, मखमाली पैरण नि आर घालून रंगिवल्याला हिर्वा पटका... आंगावरची कापडं काडून ती समदी घाटली. पटक्याच्या शेमला चांगला दोन हात काडला. भित्तीत आरश्याच्या तुकडा चिणला व्हता, त्यात नोकझोक बघिटला, मिश्यांचं कंगाल वर केलं. दाभणागतीनं त्येनला टॉच आनली नि मगच भाईर आलो.

"झाली का तयारी?" मी मामाला इचारलं, "निगायचं?"

"हां, निघू या की... बैल जुप्प तंवर..."

तसा मी गाडीजवळ आलो. जॉची बैलं सोडली, ज्यू त्येंच्या खांद्यावर ठेवलं, सापत्या बांधल्या नि बळीबंकागत पांढराघोट असल्याल्या 'सरदाऱ्या'च्या पाठीवरनं हात फिरवीत, भाहिरल्या सोप्यातच कॅलूब्याल् करत ऱ्हायल्याल्या मान्सास्नी म्हटलं, "हं. बसा बघू सारी चटाटा गाडीत... शिळोप हाय तंवरका पोचूया; माग्नं उनाचं आनी बैल फेसलटून जायाला नगत..."

म्हातारा-म्हातारी, दोनं काका, त्येंच्या बायका, त्येंची पोरं, गिजवन्याच्या मामा... समदी गाडीत बसली. गाडी भरून गेली. लगनाच्या वऱ्हाडागत. यवढ्या समद्यांचं काय काम हुतं कुनाला दक्कल-वाळव्या रानी बैलास्नी कार म्हनायचा!

...लिप्पाणीची शीव दिसाय लागली, तवा दिस चांगलाच वर आला हुता. चन्नाना ऊन बडवाय लागलं हुतं... गावाभाईरला जकातनाका वलांडून फुडं जाताच म्या इचारलं, "कुटं घ्यायची गाडी? कुनीकडं हाय ते घर?"

गाडीवर सवारी चढविल्यानं आत सावली झाली हुती. त्या सावलीत सारी निवान्तवानी पेंगत हुती... माजं बोलणं कानांवर आदळताच म्हाताऱ्यानं डोळं उघडलं जनू. कारन, त्येनंच पयल्याझूट इचारलं, "काय म्हनालास?"

"कुनीकडं हाय ते घर?" पुन्यांन्डाव म्या इचारलं.

"दबीव गाडी अशीच– साकरवाडीवर. तितंच घर हाय ते."

"आमी हायच रस्ता दावाय– दबीव बैलं तू!" मागनं आनी एक आवाज आला– त्यो मामाचा हुता.

...त्या घराजवळ गाडी उभी ऱ्हायली, गाडीच्या चाकांचा, कडाण्याचा नि बैलांच्या गळ्यातल्या घुंगरांचा आवाज ऐकून त्या घरातनं एक बापय गडी भाहीर आला. आमाकडं बगून मग त्यो मट्या आगतीनं गाडीजवळ आला. आत नदार फिरवून त्यो घटकाभर यडबडून गेला. मग म्हणाला, "आं...? तुम्ही व्हय... या... या..."

सारी गाडीतनं उतरल्यावर मी बैल सोडून जॉला बांदली. येतावख्ती गाडीतल्या घोंगड्याखाली वाळव्या गवताच्या चार पेंड्या टाकल्या हुत्या त्या काढल्या, बैलाम्होरं टाकल्या... यदुळका सारी आत गेली हुती, म्हणून मीबी गेलो.

त्या बापयानं पालपट्टी खाली हातरली हुती नि हातपाय धॉय पानी दिलं हुतं... साऱ्यांनी पाय गार केलं. चुळा भरल्या नि आत येऊन बसली.

"काय सांगावा न्हाई, फिंगावा न्हाई, आवचित आलासा?" त्यो बापय गडी म्हणाला.

"आसं कसं हुईल हो– त्या शिलीमन कासारानं सांगावा दिला न्हाई?" म्हाताऱ्यानं इचारलं.

"न्हाई बा... सांगावा पोचता तर आमी सारी तयारीत ऱ्हात हुताव का न्हाई, सांगा की?"

"आरं त्येच्या बायलीऽ त्या कासारच्या! असं त्यंगाड झालं व्हय सगळं, मग वाळ्ळी येडताकपट्टी झाली म्हणायची आमची..."

"तसं कसं हुईल... आता बलवाय लावून देतो की पोरीच्या आईला नि पोर्गीला."

"कुटं भाईर गेल्यात व्हय त्या?"

"भाईर आनी कुनीकडं न्हाई खरं. गेल्यात तंबाखूच्या कामालाच, हाय हितं जवळच वखार. बलवाय लावून देतो की कुणाला तरी..." आणि त्यो भाईर गेला...

तसा म्हतारा म्हणाला, "ह्योच पोरीचा बा म्हनायचा."

यावर 'अस्सं, अस्सं' म्हणत एक-दोघांनी मान डोलावली.

लगट त्यो भाईरनं आत आला. म्हणाला, "आता येतीलच एवढ्यात, तवर जरा इस्वाटा घ्या..."

तसा मी काकाला म्हणालो, "काका, तोपतोर मी जरा बाजार करून यिऊ?"

"हे काय आनी तुजं मदीच हेटाक निघालं? एवढा कसला आर्जंट बाजार नडलाय तुजा?"

"वाईच कुळती नि पेंड घ्याची हुती गा. घरातली कालच संपली. बैलाफुडनी राच्चं कुळतीचा भरडा न्हाय तर पेंडचा खडा नसला, तर ती चवताळल्यागत करत्यात... वैरणीला त्वांडबी लावत न्हाईत, म्हणून म्हणतो!"

"बरं आन जा तर, खरं भिगिद्यान ये. उगंच हिकडम्-तिकडम् करत बसू नको, काय म्हंतो?"

"न्हाय लगोलग जातो ते लगट परत येतोच!" आनी मी भाईर पडलो.

मी बाजार करून आलो. कुळतीचं नि पेंड्याच्या खड्यांचं चुंबडं गाडीत टाकलं नि आत आलो. तवा पोर्गी यिऊन पाटावर बसली हुती... एकूण बघणं-देखणं चाललं हुतं तर! दारात माजा साऊट पडताच तिनं मान वर उचलली नि बघिटलं... आता तिचं रूप माज्या नदरंस पडलं. ती लै काय गोरी नव्हती नि काळीढुस्सबी नव्हती. हुती आपली काळीसावळीच, पर तिचं रुपडं देखणं हुतं. नांगराच्या फाळागतीनं टोकदार नाक हुतं. नाकात चमकी हुती. तिच्यातला पांढराधोट खडा चमामा चमकत हुता. मळीच्या जमिनीगत काळभोर डोळं हुतं तिचं, नि गाल गोबरं हुतं... किती ल्हानखुरी वाटत हुती ती! का पाटावर ती मुरून बसली हुती, कुनाला दक्कल! आपुनला इक्ती बारकुळी बायकू...? मनात भिरंबटू लागलं– ही शोभंल आपुनला...!

सगळी आवराआवर झाली. आग्रेव झाला म्हणून कोरतुकटा खाल्लाबी... मग येतावख्ती म्हाताऱ्यानं इचारलं, "हं काय नामाऽतुजं काय मत? ऱ्हावू दे न्हवं–बायकू?"

"माजं काय आसायचं...? खरं ती लै बारकुळी दिसती... लै ल्हान..."

"या पोराचं आनी एक काय तरीच बघा!" काका म्हणाला नि त्यावर गाडीतली सारी हसाय लागली...

"अहो, ही लै बारकुळी हाय. कुठं तरी तीन-चार पोरांची बाई मिळाली, तर बघा.

म्हंजे ती तरी ह्येच्या मनात भरंल!'' मामानं बोलून घेतलं.

तशी आई माज्या मदतीला धावली, ''समदी असं फाडून खाता व्हय त्येला! प्वार अजून भावरथी हाय, त्येला वाटायचंच आसं. बायकाच्या जातीतलं काय कळतंय त्येला!''

''लक्षुमी, तू आजून त्येला थानचं लेकरूनच समजतीस व्हय्?'' मामा बोलला. मग माज्याकडं वळून म्हणाला, ''नामज्या, तू काय असलं मनात आणू नकोस... मर्दा, पोरीच्या जातीला वाढ लै असती. अगदी हुडागत वाढत्यात हां हां म्हणूस्तंवरका! हाळदीचं पानी पडल्यावर बगशीलच तू तिला, वळखूनबी येणार न्हाई तुला ती!''

समद्यांनी मत्तुन घेतल्यागत बोलणं चालू केलं व्हतं, म्हणून इचार केला– सगळ्यांच्या मनातच हाय, तर हून जावू दे काय व्हायचं ते, आनी मी गुमान बसून गाडी दबवू लागलो...

पर गाडीत बोलणं चालूच व्हतं, ''पोर्गी तर नक्षत्रावानी हाय. कुटं नाव ठेवायूलाबी जागा न्हाई. आनी ते घराणंबी गरीब हाय. आपल्या आरातलं हाय... आपल्यासारख्या कुरवाड्यास्नी आशीच गरिबाघरची पोर्गी पायजे-शेताभातात कामं करायची-सवरायची असत्यात, तवा उगंच बड्या घरचा घास घिऊन काय उपेग? वाळ्ळा डेबाजा भोगला तर त्यो कडंवर जात न्हाई... कड गाठलं आसं वागावं मान्सानं. गोष्ट खरी का वावगी!''

या समद्यांस्नी माजं लगीन करायचं यवजलंय, पर पैशाचं कसं काय? लगीन म्हंजे काय वाळ्ळ्या तोंडाची गोष्ट हाय? त्येला खर्च्या काय कमी येतोय्? आमचं तर सगळं आसं फाटल्यालं... चारीकडं चार दशा... त्यो काका येगळा, ह्यो येगळा, आमी येगळं... बामणाचा मळा तिजाईनं केलाता, त्यो मतोर समद्यांच्या समाकात व्हता, यवडंच. न्हाईतर सगळी फाटक्या सोग्याची व्हती! म्हणून मी इचारलं, ''ते सगळं व्हय खरं, पैशाची काय जोडणी?''

''आता बघाऽ, हे प्वार किती श्यानं हाय ते! कुणी 'खुळं' म्हनलं तर 'ओ' देणार हे! तुला रं कशाला ही उचापत? आमचा बामण माप गबरगंड हाय की! काय लागलं सवरलं तर काडायचं त्येच्याकडनं. त्यो काय 'न्हाई' म्हंतोय?''

आखीर व्हायचं तेच झालं... लगीन झालं नि येस्वदा घरात आली. म्हातारा-म्हातारी हारकून पानी झाली, त्येनला वाटलं, सून घरात आली, आपुनला सुखाचं दिवस आलं. निर्मळवानी बसून कोरतुकडा खायला गावंल. जेवान-पानी, धुणं-सवरणं यांसारखी समदी उसाभर एकदा सुनंवर टाकली म्हंजे झालं! मला दिकून आसंच वाटलं. म्हातारं हुस्तोवर आयेनं ह्यो गाडा रेटला. आता तिच्या खांद्यावरचं वज्जं जरा हालकं हुईल, वाईच इस्वाटा घ्याय् मिळंल... आणिक मळ्यात राबायला घरचं हक्काचं एक माणूसबी हुईल... कामाचं वडाप भरारा उपसाय बरं– अशा

माज्या उड्या हुत्या.

लगीन झाल्यावर 'हाळद काढायला' म्हणून पाच दिवस मला सासुरवाडीला न्हेलं... नव्या जावयाचा तेगारा तिथं मी भोगला. डेबाजामदी मिरीवलो, खरं पोलमीनं ऱ्हायलो. कुनाला वावगं वाटायसारखं वागलो न्हाई नि कुनाकडनं 'सर' म्हणून घेटलं न्हाई... या पाच दिसांमदी बायकूच्या घरचं एक एक समजायला लागलं... लगनाआदी तशी काय म्हायती मला तरी न्हवती. पर आता व्हाय लागली... बायकूचा थोरला भाऊ मिलिट्रीत हुता. त्येच्या पाठच्या तीन भ्हनी कवाच उजविल्या हुत्या. आनी चौथी म्हंजे ही– येस्वदा. सगळ्यात ल्हान हीच. ही तर आताच माज्या गळ्यात बांदली हुती– लोडण्यागत. आनी तिचं आई-बा बिन-घोरी झालं हुतं. बा तंबाखूच्या खळ्यात, का दुकानात हमाली करायचा, आनी ही, हिची आई नि हिची वयनी तंबाखूच्या खळ्यात कामाला जायच्या. अशी सारीच राबणारी, म्हणून खाऊनपिऊन टुमटुमीत ऱ्हायल्याली व्हती...

पाच दिस झाल्यावर मी सासुरवाडीस्नं परत आलो. संगट बायकूलाबी आंडलच. ती लटकुटक्यागत म्हायारलाच चिकटून ऱ्हायाय बगत हुती. तिचा बाबी म्हंतोय कसा, "ऱ्हावू दे हितं आनीक आठवडाभर, इत्की वर्सं हितं रुळल्यालं, यवढ्या लौकर म्हायारची वड सुटत नाही..." सश्याला खळगा जामीन म्हंत्यात न्हवं– तशातली गत! पर मी बदलो न्हाई. 'बायकूला न्हेणारच मी' म्हणून बसलो! तवा चट सारी घयंगटीला आली, गुळुमुळू कराय लागली... खरं, शेवटपतोर मी ताठच ऱ्हायलो... मग करत्यात काय?

निघतावख्ती आपल्या आईच्या गळ्यात पडून बायकू हमसून हमसून रडली, तिच्या आईनंबी गळा काढला. बाचं तर दोन्ही डोळं डबडबून आलं. त्यो भरल्या आवाजात बोलला, "जावाई पावनं, ही पोर घरात सगळ्यात बारकी, लाडायेडांत वाढल्याली. चुकभूल हुईल संवरल, तिला सांभाळून घ्या. जाचणूक करू नका!"

यावर मलाबी वाईट वाटलं... त्येच्या बोलण्यावर 'हां हू' करत मान डोलावली नि भाईर पडलो.

बायकू घरात आली, खरं नाव् नाव् न्यारंच गुण दावायला लागली... तिला जेवानपाण्याचं काई सुद्रंत न्हवतं. कवा आमटी कर म्हनलं, तर झुणक्यागत करायची, नि झुणका आमटीगत. कवा कोरड्याश्यात वाईच मायंदाळी चटणी टाक म्हनलं, तर हूंऽ म्हणून टाकून तिखाट डोम करून ठेवायची, तर कवा बामणाघरचं वरान खावावं तसं सपकसार करून टाकायची. कवा भाकरी करपून धुळ्ळा करायच्या, तर कवा कच्च्याच काढायच्या... आनी शेतातल्या कामाच्या नावानंतर सारा शिमगाच. तिला शेतातलं एकबी काम निभत न्हवतं!

सारीच चितागतीत पडली... आई तर उठताबसता म्हनाय् लागली, "काय म्हणून माज्या लेकराच्या गळ्यात ह्यो लोडना बांधला आसंल म्हंतो! आता माज्या

पोराचं कसं व्हणार...?''

कवा तरी मग मला सांगणं व्हायचं– ''तू तरी एका शब्दानं सांगून बग बाबा... आमी तर हात टेकलाव तिच्या म्होरं!''

यावर मी तर गप्पच बसायचा नि कवा म्हणूनबी दावायचा, ''तुम्हीच करून आनलंय् न्हवं तिला. आता तुमचं तुम्हीच बघा की! मी 'न्हाई न्हाई' म्हणून पाय मागं वडत हुतो. खरं तुम्हीच बळंनं घोड्यावर बशिवलंसा मला. आता त्येला मी काय करणार? निस्तरा तुमचं तुमीच! मी हाय, माजा मळा हाय, उगंच मला ह्या खोड्यात कशाला आडकतासा?''

चुकी त्येंचीच हुती, म्हणून सारी मुकाट बसायची... खरं, मी आसं बोललो, तरी मलाबी हे वंगाळ दिसायचं...

एका दिशी राच्चं मळ्याकडनं घरात आलो... जेवाय् बसलो. तर एक भरडा खावावा, तसं जेवान. ना चव, ना रव. दिळसारी मळ्यात राबराब राबायचं नि शिवाऽ म्हणून घासभर खायला यावं, तर ही तऱ्हा! डोस्कं भिरंबाटून गेलं. उठलो. वडली दाराऽरा बायकूला. पेकाटात चार लाथा घाटल्या, बकाका बुकललं... नि मळ्याकडं निघून आलो...!

सकाळचं न्हारीला घराकडं आलो, तर घरातली सारी डोस्क्याला हात लावून बसल्याली! येस्वदा उपाटली हुती कुटंतरी! का हिरी आडात पडली? राच्चं मारलं ते चुकलंच जनू!

आयी म्हणाली, ''आता काय करायचं लेकरा! आपलं नशिबच दळींदर, म्हणून आसली पोर्गी पदरात पडली आपल्या... आता कुटं उपाटली आसंल बग! का हीर-आड जवळ केला तिनं? ह्या आलीकडल्या पोरींचं काय सांगता येतंय? नुकतंच लगीन झाल्यालं, असं काई बरं-वाईट झालं, तर आपल्या घराण्याला बट्टा लागायची वेळ का न्हाई!''

''हिरी-आडात पडली तर पडली,'' मीबी चक्रावून गेलो, ''आपुन तिच्या नावानं आंगुळ करून मोकळं हुया! ही गेली, दुसरी आणाय ईल. ठेचंला एक पोर्गी गावतीया, पोरीस्नी काय तोटा!''

''खरं, हे आसं झाल्यालं ऐकून कोण आपली पोर्गी द्याय धजल व्हय या घरात! ते ऱ्हावू दे आता, तू लगुलग जा बघू लिप्पाणीला. बाच्या घरात तर उंडगी न्हाटलीया का काय बघ जा, तितं गावली, तर गतकाळीच्या झिपऱ्या धरून टराराऽ वडून आण जा!''

मग मी उठलोच. तरारा निघालो. सासुरवाडीला आलो. येस्वदा आपल्या बाकडंच आली हुती... मी घरात शिरल्याचं बघून ती आत सरली. सासरा भाहीरच हुता. चवड्यावर बसून भकाका चिलीम वडत हुता. त्येच्याम्होरं मी उभा ऱ्हायलो

नि बसवानाच्या जत्रंत सासणकाठी नाचिवत्यात तसा हात नाचवीत म्हणालो, “ह्येचा काय मतलब? आँ? मी काय म्हंतो– ह्येचा काय मतलब?” रागानं मला दुसरं काई बोलणंच सुदरना!

“आलायास तसं हात-पाय तरी ध्वा, वाईच टेका तरी. उगंच आग लागल्यावानी वरडलं की लै श्नानं म्हंत्यात व्हय?” सासऱ्यानं उलट मलाच चापलं नि तोंडातनं भाकदिशी धुराचा एक ढग सोडला!

बाचं बोलणं ऐकून येस्वादानं पाण्याचं तप्यालं आणून उंबऱ्यावर आदळलं हुतं... आच्चुती ठेवलं न्हवतं, आदळलं हुतं...! ह्येचा मतलब न समजण्याइतका मी काई बैलोबा न्हवतो... म्हंजे आजून मामला गरम गरम हुता तर! ह्येचाबी वजावट्टा कवातरी काढीन बरं बये!

मी तप्यालं उचललं, भाहीर यिवून हात-पाय धुतलं, चूळ भरली नि धोतराच्या सोग्यानं त्वांड पुसत सासऱ्याजवळ यिवून बसलो, तसं त्येनं इचारलं, “हं, काय म्हंतासा? खुल्लमखुल्लं सांगा बघू सगळं!”

“सांगायचं आनी काय मामासाब? इचार न्हाई, पाचार न्हाइ, आसं आवचीत निघून याचं म्हंजे काय; त्यॅला काय रीतभात हाय का न्हाई?”

“आता रीतभातीचं काडलासा म्हणून बोलतो, जावईबापू– उठसुट्या कुट् करायचं म्हंजे काय रीत झाली? पोरीची जात हाय, लहान हाय, आजून रुळायची हाय, सैपाकमैपाकाचं शिकायची हाय. तिला आसं जर माराय लागला, तर ते काय जनावर हाय व्हय हो?”

“म्हंजे तुमाला खेकटं काडायचं हाय तर!” म्या इचारलं.

तसा सासरा यडबाडला! एकदम त्येचा आवाज खाली आला. म्हणाला, “छॅः छॅ, आमी खेकटं करणारी मान्सं न्हवं बा!”

“मग उगंच वाडाचार कशाला? आता फुडं काय ते सांगा! मी तिला न्हायला आलोय!” वट्टात मी सांगितलं.

“मग न्ह्या की... आमी काय दावं बांधून दावनीला बांधलंय व्हय तिला? बायकू तुमचीच हाय. तुमचाच तिच्यावर हाक्क हाय. आमचा सपला लग्नादिशीच! पर आम्चं म्हन्नं काय, तर तिच्याबरोबर वाईच गोडीगुलाबीनं वागा... आहो, सर्कसीत हात्ती, सिंव्हांसारखी जनावरं माणसाळून त्येनला काय काय शिकीवत्यात, आनी हे तर मान्सासारखं मानूस...”

“ते सारं खरं मामासाब, पर सर्कसीत जनावरास्नी शिकवाय रिंगमास्टर आसतोय आनी त्येचा चाबूकबी बघिटला आसशीला तुमी...? म्हंजे तसं हिला शिकवाय पायजे म्हंतासा?”

“आता बघा बाऽ आमी सळ्यापनानं सांगाय गेलं, की तुमी टांगाय जातासा!”

आसं म्हणून सासरा मुकाट बसला. त्येचा चेरा आसा फुगला, की सासऱ्याच्या घरात जावई रुसलाय आसं वाटावं! पर मी त्येचा सासरा नव्हतो, म्हणून हे उलटंच गाडं वाटत हुतं! न्यारंच कंत्राट हुतं सारं!

येतावख्ती रस्त्यात येस्वदा मुकाट हुती. म्हणून मीबी तसाच... उगंच 'यांय् यांय्' करीत गोंडा घोळाय मी काय बाईल्या नव्हतो, तिच्या आरी गेल्याला नव्हतो...! मी ताठच हुतो नि तसाच वागत हुतो! दाल्ल्याचा एकदा अंदाज लागला, त्येचा पाचपोच कळला, त्येची उडी कुटंवर हाय ह्येचा एकदा अदमास लागला, की बाईल चढलीच डोस्क्यावर...! म्हणून आसं काई मी हुऽ दिलं नव्हतं... तोंडाला मुस्कं घाटल्यावानी दोगंबी तसंच गुमान गावापतोर आलाव्...

आल्यावर तीन-चार दिवस हून गेलं... आयी तिच्याकडनं मंगळून कामं करून घेत हुती... एकंदरीत सारं बरं चाललं हुतं... वाटलं, आता गाडं लागलं रुळाला. कसंतरी कुचंबत का हुईना, खरं चालाय लागलं...

मनात मी आसलं इमलं उठवत हुतो; पर कसचं काय नि फाटक्यात पाय! एक दिवस ती गेली की उपटून परत! हिची माय व्हलेऽ, आता काय करावं या बायलीला? काय जाणचूक न्हाई, फिसणूक न्हाई, आंजारून गोंजारून वागविलं, तरी पळून जायचं म्हजं काय? आँ? बायकू पळून जाती म्हंजे गावात केवडी नापत! केवडी नामुस्की! बायलीऽ हिला काय करावं आता? ही आशी पळून जाय लागली, तर रातध्याड हिच्यावर खडापारा ठेवला पायजे म्हनायचा? का हिच्या गळयात दावं बांधून ते हातात धरून बसाय पायजे! एकएक व्हैकच म्हनायचं!

आतल्या आत आसं घोटून घिऊनबी काय उपेग? हातबी आपलंच, व्हटबी आपलंच. मारलं तर दुकतंय नि चावलं तर रगात येतंय! तवा झक मारत परत गेलो– सासुरवाडीला. सांगतोय कुनाला? घरातल्यांनी लगनाचं ख्याट काडलं म्हणून हे न्याट् लागलं म्हनायचं! ते आता निस्तराय पायजे!

सासरा घरातच हुता. गब्रूचं दोपारचं जेवान आटपलं हुतं वाटतं, म्हणून जेवून तलंगा लावला हुता त्येनं. भला लांबलचक पासलला हुता गडी नि घोरतबी हुता...

"मामासाबऽ!" म्हणून मी जोरानं हाळी घाटली, तसं गड्यानं डोळं उघडलं नि मला बघताच सटपटला भाद्दर नि उठून बसला. जांब्या देत म्हणाला, "या जावाईबापू! लै उनाचं येनं केलंसा?"

मनात आलं– आता काय करावं या लाजमुंड्याला! भरल्या घरातनं वाळळ्यारानी पोर्गी पळून येती, ह्येची हेला काय लाजबिज हाय का न्हाई? का ती कोळून प्याला ह्यो नि निःसंग बनला? ह्या हुबाल्या बेन्याचं काय करावं, समजंना मला! मी माट्‌दिशी खाली बसलो. गावापास्नं केल्याल्या पायपिटीनं तोंडाला फेसच यायला बाकी उरला हुता...! म्हणालो,

"हे बघा मामासाब, त्यो पाव्हणंपना दावायचा ऱ्हावू दे, तुमच्या लेकीला पैलं बलवा भाहीर! आखीर डाव तिला इचारतो... सळ्ळंपनी नांदायचं हाय, का आसंच पळून याचं हाय ते!"

"आँ? पळून आली ती?"

"मग काय सांगून आली? तसं आसतं तर संगट सोबतीला म्हणून मुराळी-बिराळी धाडला असता का न्हाई?" आणि म्हनलो, "मामाऽ, उगंच येड पांघरून पडपासरी पडगावला जायचं न्हाई. आतमदी कुटं दडून बसली आसंल, तर जरा बलवा भाहीर तिला... मी काय दांडगावा कराय आलो न्हाई, संजाईतमदीच इचारनार हाय तिला. तिच्या मनात नांदायचं नसलं, तर सोडचिठ्ठी द्यायचीबी तयारी हाय माजी! हंऽ, बलवा भाहीर, उगंच आनमान नको!"

तसं सासऱ्याला कैचीत धरल्यागत झालं... पायतानानं मारल्यागत त्येचं तोंड उतरलं. कोरड्या व्हटावरनं जीभ फिरवत त्येनं पोर्गीला हाळी मारली, तशी ती दाराच्या चौकटीला आली. आर्धी आड, आर्धी भाहीर आशी दिसाय लागली... घरात दुसरं कुणी बाईमाणूस न्हवतं. तिची वयनी नि आई तंबाखूच्या कामाला ढासळल्या असतील... ही एकली माज्या तडाक्यात गावली हुती... आडवी उभी तासलून काढाय बरं हुतं! हिचा ह्यो खेडमा म्हातारा हुता, त्यो काय करणार हुता व्हळीकणीचा!

"हंऽ सांग बये,ऽ आता का पळून आलीस?" ती चौकटीला यिऊन उभी ऱ्हायल्या पेट्टाला मी इचारलं, "हंऽ बोल घडाघडा! आशी तोंड शिवल्यागत उभा ऱ्हावू नकोस. काय तुला मारलं सवरलं, का तुजी जाचणूक केली, का येळंला आन्न दिलं न्हाई, उपाशीतापाशी ठेवलं, का नेसायसंवराय धडुती दिली न्हाईत? सांग, काय झालं सांग?"

यवडं इचारलं खरं, ती गप्पच. काय बोलंना, सवरना! चुकी तिची हुती. मिंदी झाली हुती, म्हणून बोलतीया कसं? तॉंड नको बोलाय? तसं परत मीच बोललो, "खळ्यात तिवडा रवत्यात तशी उभा ऱ्हावू नकोस! काय ते 'व्हय-न्हवं' सांग, का पेकाटात लात बसाय पायजे एक?"

यावर ती लटपटली. तिला वाचा आली. म्हणाली, "मला... मला गमंना झालंतं तितं... आई-बास्नी बघावंसारखं वाटलंतं..."

"न गमाय काय आटंग्या वनांत न्हिवून टाकलं हुतं तुला? आनी आई-बाला बघाय त्येनला भेटून दोन-तीन म्हैने तर झालंतं का? भरल्या घरातनं उठतीस नि पळून येतीस... काय लाजबिज हाय का न्हाई तुला? आताच आसं, तर फुडंला काय दिवं लावणार तू. कसला परपंच्या करणार?"

"आसं आडीच कांड्यावर इवू नका जावाईबापू... पोर, ल्हानाची थोर हितं झाल्याली. तवा इतक्या लौकर हिकडली वड कशी कमी हुईल...? चार दिवस

हिकडं, चार दिवस तिकडं... आसं-चालायचंच...''

''तुमी आसं म्हंतासा, खरं. आसा पोरख्योळ खेळायला आमाला काय दुसरी कामं न्हाईत काय? एक दिस खाडा झाला, तर मळ्यात गाडीभर काम तुंबतय... तुमाला सांगून पटायचं न्हाई ते... ही आसं वागाय जर लागली, तर आमचं निभायचं कसं? बरं, हिनं यायचं तर सांगूनसवरून यायचं का न्हाई? आमची आई एक हारणकाळजीचं माणूस... जर येळंला त्या बापडीला काय काय वाटत आसंल... आता तुमीच इचार करा मामासाब, आसं जर व्हाय लागलं, तर हिचं कठीण दिसतंया नांदणं!''

''आता तुमीच आसं हात-पाय गाळल्यावर कसं जमणार? बायकू नांदत न्हाई, ही तुमालाच नामुष्की आणणारी गोष्ट हून बसंल! आता ती हिकडं पळून येती, यात आमची काय चुकी हाय? का आमची तिला फूस हाय, का 'तू बाई पळून ये' म्हणून आमी तिला सांगावा धाडताव? व्हय् बाऽ ते तर सांगा! आता तिला न्ह्या जावा. ती कसं नांदत न्हाई ते तुमचं तुमी ठरवा! तिला तुमच्या घरात दिली, तवाच तिची सारी जिम्मेदारी तुमच्यावर सोपिवली... तिचं कायबी करा जावा. 'का बा' म्हणून आमी इचाराय आलाव, तर पाच पायतानं मारा आमाला, मग तर झालं?''

सासऱ्यानं आसा उलटा मलाच खोडा घाटला! मी चक्रावून गेलो. घरातली तशी, ही भाहीरली अशी... आनी बायकू तर इचाराय नको... काय म्हणून माज्या गळ्यात ह्यो लोडना बांधला आसंल! कुनाचं मी वाईट चिंतलतं, का केलंतं? मग काय म्हणून आशी वाळळ्यारानी उराला वाळू लावून घ्याची येळ आणली देवानं माज्यावर?

बायकूला गावाकडं आणली. खरं ह्या एकाच इचाराचा खोंबारा मनाला सारखं ढुसनी द्याय् लागला... या लोडन्याचं काय करायचं...? ह्यो लोडना... ह्यो लोडना...

दुसऱ्या दिशी मळ्यात पानाचा खुडा हुता. खाऊची ती पानं तोडता तोडता वास्कराच्या येस्वंतानं इचारलं, ''नामज्या नाव, नाव ठकतच चाललाईस. एवढा कसला घोर लागलाय बाऽ तुला?''

''घोर आनी कसला येस्वंता! हे लगीन करून गळ्यात बायकूचा ह्यो लोडना बांधलाय न्हवं...! तवापास्नं काई दिकून सुद्रना झालंय मला बघ...''

''का, काय झालंय असं?''

मग मी त्येला सगळं सांजिलवार सांगिटलं... मन हालकं झाल्यागत वाटलं. डोस्क्यातली जिड्ड उतरल्यावानी झाली...

माजं सांगून झाल्यावर त्येनं इचारलं, ''बरं, आता मला हे सांग नामज्या, लगीन झाल्यापास्नं आजून तू कोराच हैस का न्हाईस?''

"म्हंजे?"

"म्हंजे असं– तू अजून मळ्यात झोपतोस का घरात?"

"मळ्यात... पर का बाऽ?"

"इत्का भावरथी कसा तू?" खदाखदा हासत येस्वंता म्हणाला, "आजून स्वट्टभैरीच हैस बग! मर्दा, लगीन झाल्यावर घरात झोपायचं असतंय– बायकूजवळ!"

"आँ?"

"आसं येडप्यागत बघतोस काय? आजपास्नं घरात झोपत जा, म्हंजे बग बायकू कशी वळणावर येत न्हाई ते! मग तुलाबी ती गळ्यातला लोडना न वाटता ताईत वाटाय लागंल..."

मारीऽमी, हे असं खेकटं हाय व्हयू सगळं! माज्या मनात आलं, हे आसंबी असतंय् तर!

राच्चं मळ्याच्या राखुळीला धाकल्या काकाला धाडलं नि मी बायकूजवळ झोपलो... काळीज माटमुट्ट कराय लागलं... धमनी धाड्धाड् उडाय् लागली. कानशिलं गरम झाली. डोळं राक्राक् कराय लागली... आणि मी भुलल्यागत बायकूला येंगंत घेटली... ती घुसमाटून गेली, मला एक ढुशी दिवून बाजूला हुईत म्हनाली, "आता बायकूची आठवण झाली व्हयू?"

आसं द्वाण्णी बोलाय बायकांचा हात कोण धरणार न्हाई! इचार केला– उगंच बोलण्याला बोलणं वाढवून इनारथी वाडाचार कशाला लावायचा? म्हणून चिप्प् ऱ्हायलो! आनी जरासा तिच्याजवळ सरलो... तसं तिनं दटावलं, "हांऽ तितंच झोपा; लै आगावपना करू नका!"

"कुणा दुसऱ्याच्या घरात घुसून त्येच्या बायकूबरोबर आगावपना करत न्हाई न्हवं! आपलीच बायकू हाय, कुनाच्या बापाचं भ्या हाय मला!" आता माजा तोल सुटला... सुटत चालला.

ती म्हणाली, "येगळं ऱ्हायल्याबिगर माज्या आंगाला हात लावू नका!"

"पुन्यांनंडाव बोल, मुस्काड फोडून दिन! तुज्या आयला तुज्याऽ, येगळं ऱ्हायला तुला का हितं जाचणूक केलीया?"

"या भरल्या घरात मोकळंपनी मला ऱ्हाय गावत न्हाई. काय करायचं-सवरायचं, खाय-जेवायचं, नेसाय-पासाचं झालं तरी सासुबाईला इचारावं लागतंय... कसली सत्ता म्हणून हाय मला हितं? राबणुकीला फुकापासरी सत्तंचा गडी आसावा, म्हणून लगीन केलंसा व्हय माज्याबरोबर?"

"सारी मान्सं ह्यो इचार करूनच लगीन करत्यात वाटतं? यवडी घोडीगत वाडलीयास, तुला आक्कल कवा यायची?"

"ते काय सांगू नगंसा मला... येगळं ऱ्हावू या. लिप्पाणीला जावू या. तितं

बिऱ्हाड करू या नि दोगं तंबाखूच्या कामाला जावून काय मिळंल ती भाजी-भाकरी खावू या... वाळळं कुनाच्या अध्यातमध्यात नको!''

आता मला समजलं– पाण्याची वड कुठल्या आंगाला हाय... पाणी कुठल्या बाजूला व्हायला लागलंय्! आयला ही बायकू हाय का हैवान हाय! चांगलं चालल्यालं घर मोडाय बगती, हक्काची भाकरी सोडून पळत्याच्या पाठी लागायच्या भरीला घालती...! एखांदा दूदखुळा असला म्हंजे हिच्या नादानं मान्सातनं उठायचा! नादानं येगळं व्हावा नि म्हातारा-म्हातारीला वाऱ्यावर सोडून द्याकी!

संतापानं माज्या आंगाची आग झाली...! चाबकानं झपाऽपा झोडपावं नि हिसका दावावा असं वाटाय लागलं... कैकडाव आसं वाटलं, खरं मोंड ढोराची औलाद ही, तवा ही आशी ऐकायची न्हाई... तिचा चांगलाच नांगा ढिला करूया, न्हाईती खॉट उसाभर कशाला. न्हायतरी आनी लैच चांडी हून बसंल ही भोरडी! जलमाची आद्दल घडंल, आसं काय तरी कराय पायजे हिला, त्या बिगार बधायची न्हाई ही... थंड डोक्यानं इचार करून काय त्यो जालीम उपाय हुडकाय पायजे... आसा इचार केला... संतापाला दाबून टाकलं... नि हांतरुनावर तसाच पडून ऱ्हायलो...

दुसऱ्या दिशी येस्वंतानं विचारलं, ''नामज्याऽ गाडं कुठवर आलं?''

''कसलं कुटवर मर्दा, वांड म्हशीगत सारं काम हाय! अंगावर हातबी थरमू देत न्हाई, आनी येगळं ऱ्हावू या म्हनून टुमणं लावलंय्!''

''हे कंत्राण निभणं कठीण हाय् गड्या मग तुला! मग फुडं काय करायचं यवजलैस आता?''

''मला तर गड्या काय सुचंना, सुद्रंना... जीव रंजीस इवून गेलाय. पारऽ घयंगटून गेलोय् मी! बायकू गावली तीबी असल्या तऱ्हंची! ह्यो लोडना कायमचाच गळ्यात पडला का न्हाई? न्हाई ती बैदा हून बसली नि काय!''

यावर येस्वंता तरी काय बोलणार नि मी तरी काय बोलणार? दोगं मुकाटवानी मळ्यात आलो. हिरीवर पैलं म्वाट चालायची. पर गेलं सालीपासून इंजान ठिवलं हुतं. म्वॉट बंद केली तरी हिरीवरली धाव आजून मोडाय न्हवती. मोटवानबी तसंच हुतं. डोणबी तशीच हुती. एखाद्या वख्ती इंजानाचं टाळकं फिरलं नि ते बंद पडलं, की मोट सुरू केली जात व्हती. इंजानापास्नं आल्याली पाण्याची पाईप डोणीत सोडली व्हती, डोणीतलं पाणी पोगरांत, पोगरांतलं पाटांत नि पाटांतलं उसात– अशी शिस्टीम केली व्हती...

येस्वंता उसात घुसला, नि मी हिकडं इंजान चालू कराय् साठनं हिरीत उतरलो... इंजान चालू केलं. पाईपमदनं भळाळा पाणी डोणीत पडाय लागलं... इंजानाचा 'पॉक पॉक' आवाज ऐकत, त्यावर देखरेख ठेवत मी हिरीवर यिऊन बसलो... तिकडं येस्वंता उसाला पाणी पाजवाय लागला...

दिवस कासराभर वर चढला. गावाकडनं आल्याल्या पांदीतनं बायकू येल्याली दिसली. दररोजीगत ती या वख्ताला धुणं ध्वॉय येत हुती. पोगरातलं पाणी पाटात पडत हुतं, तितं एक बक्कळ रुंदसा दगोड हुता. त्यावर ती धुणं ध्वायची.

रानची रानी आसल्यावानी ती मट्या तेगारात येत हुती. तिला येत्याली बघून मला एक ट्रिक सुचली... तिची मी वाट बघत ऱ्हायलो... ती दगडाजवळ आली. डोस्कीवरलं धुण्याचं घमेलं तिनं खाली ठेवलं. कापडं पाण्यात भिजिवली नि खाली वाकून ती ध्वॉय् लागली...

मला बगूनबी तिनं न बघिटल्यागत केलं, जनू मी तितं न्हवतोच. दाल्ल्याबद्दल ही माया!

खाली वाकून ती धुण्यात दंग हुती... मी पाय बिनवाजवता हळूच तिच्या मागच्या बाजूला गेलो नि एकदम तिला कवळा घाटला आन् गवताच्या भाऱ्यावानी वर उचलली. या माज्या आवस्ती वागण्यानं तिनं आपल्या तोंडावर हात मारून ठोंऽ ठोंऽ बोंब मारली! पर मी बधलो नाही. ती हात-पाय झाडत हुती, बोंबलत हुती, तरीबी तशीच तिला हिरीकडं आणली... या कालव्यानं उसात असल्याला येस्वंता "अरेऽ अरेऽ थांब थांब!" करत पळत येत हुता. त्यो जवळ यिऊन मला आडवायच्या आत मी हिरीच्या काठावर पोचलो नि तितनंच धाडदिशी तिला हिरीत टाकली!

यदुळका येस्वंता जवळ आला हुता. "आरंऽ, हे काय केलंस खुळ्या!" म्हणत त्यो हिरीत उडी घालायच्या तयारीत हुता. खरं मी त्येला तसंच मागं वडलं नि त्येला जाम करून ठेवीत म्हटलं, "तू उडी मारून तिला काडू नगंस! गप्प बस!"

"आरं परऽ, तिला बुडवून आशी ठार मारणार का काय तू?" आणि येस्वंतानं माझ्या हाताला हिसडा मारला.

खरं, मी त्येला तसंच घट्ट धरून ठेवलं नि म्हणालो, "तिला बरी ठार मारीन मी. आजून बामणाचं लगनासाठनं काढल्यालं कर्ज फिटायचं हाय! जरा पाण्यात गटांगळ्या खावू दे म्हंजे भ्या धरून सरळ वागायला लागंल! आनी मग काढू या तिला वर..."

आनी मी तिला बघिटलं तर...

तर ती पाण्यात गटांगळ्या खात न्हवती. तर... तर पाण्यातनं वर आली हुती नि पाण्यात सराईतवानी हात मारत चक्क पवत पायरीकडं येत हुती?

ते बघून मी माटक्यान खालीच बसलो! आनी गुडघांमिठी घालून सूर काढला, "येस्वंता, आता माजं कसं व्हायचं रं? ह्यो लोडना आता माज्या गळ्यातनं कसा निघायचा? कधी निघायचा रंऽ?"

– सा. 'माणूस', जानेवारी १९६८

■

एका फुलाची गोष्ट

माझ्या या जाण्या-येण्याच्या रस्त्यावरील एक पाच मजली चाळ. मजला दुसरा. मधली खोली. समोरच्या गॅलरीत ती नेहमीच आढळते. वय बारा-तेराच असेल, नसेलही. बांध्याला अजूनही स्कर्टचीच सवय. भरलेल्या उघड्या पोटऱ्या-मांड्या. छातीवरचे कळे– कोवळे टपोरलेले. अशी ती. गोरी, बरी, नीटस, एक फूलच. भूलच– अनावर मनावर.

मी आपला टिपटॉपमध्ये नेहमीसारखाच. बोटात सिगार रोवलेली. पेटती. तशीच नजरही. केव्हा वर बघे, केव्हा नाही. तिची नजर माझ्यावरच रोवलेली. हे समजतं. मग सवय होते... रोजच... एके दिवशी हसतो. अस्फुट. यावर तीही... अशी नजरेनजरेची ओळख– पसरत, साकळत जाणारी.

पण असा खेळ लांबविणं बरं नसतं. नव्हेही. मग त्याचाच कंटाळा येऊ लागतो. येतोही... म्हणून मी एके दिवशी तिच्या रस्त्यात उभा. ती हायस्कूलला जात असलेली.

''येतेस, चहा घेऊ?'' आणि खूप दिवसांची ओळख असल्याप्रमाणे हसतो.

''न... नाही... नको'' तिला सारं अनपेक्षित. बावचळते. घाबरतेही.

''का?''

''कुणी पाहील...''

''तसा वेळ कोणाला आहे– पाहत बसायला इथे! चल...''

''नको. मी जात नाही हॉटेलात कधी...''

''नसेनास का, पण आज सुरुवात करायला काय हरकत आहे? मुंबईत राहातेस, मुंबईकरांसारखी वाग की थोडी!''

आणि मग ती यावयास तयार होते. मागं-पुढं, आजूबाजूस पाहत झप्झप् चालू लागते. कुणी बघेल– ही धास्ती, भीती. चेहराही तसाच.

हॉटेल. फॅमिली रूम. ती संकोचून एवढीशी झालीय. नवी आहे. बुजणार अशीच... मग अशा वेळी घडतं, तसं नि तसलंच बोलणं.

"काय घेणार?"

"फक्त चहा. दुसरं काही नको!"

"पण मला हवं आहे ना!"

"पण... पण मी..."

अन् एवढ्यात वेटर आत डोकावतो. मी भरभर पदार्थांची ऑर्डर देतो. वेटर जाताच ती म्हणते,

"मी काही खाणार नाही हं- आताच सांगते!"

"बरं बुवा, खाऊ नकोस. घरी बांधून ने!" आणि मी हसू लागतो...

अशी सुरुवात. मग भीड चेपत जाते. मनाचीही. जनाचीही. या मध्यमवर्गीय मुली. घरी समाधानापेक्षा शिमगाच जास्त. चमचमीत खाणं, आवडीचा चित्रपट पाहणं, मनासारखे कपडे वापरावयास मिळणं- सगळ्याचाच अभाव... तिच्याही अशा कोंडलेल्या इच्छा-आकांक्षा; पण आता वाट मिळालेली. तिला हवं ते खिलवतो, हवं तिथे घुमवितो. एखादा चित्रपटही टाकतो... तिच्या मनाला पंख फुटताहेत... एक नवं, अनोखं, तरीही हवंसं वाटणारं जग तिच्या नजरेसमोर साकार झालेलं...

तिच्यावर एवढा खर्च करायला माझ्याजवळ पैसा काही उतू चाललेला नाहीय. माझीही प्रगती चालू आहेच. केव्हा फॅमिली रूममध्ये, केव्हा बागेत, केव्हा चित्रपटगृहातील काळोखात... या सर्व स्थानांचा अशासाठीच जास्त उपयोग... चुंबनालिंगनापर्यंत मजल... आणि मग एके दिवशी म्हणते, "आपण पळून जाऊ या!"

अंगावर आल्यावर शिंगावर घेणं किती सोपं असतं... पाणी तुंबल्यावर कट्टा फुटायला वेळ लागत नाही? म्हणून म्हणालो, "चल ना, माझी काहीच हरकत नाही!"

"आज येते. संध्याकाळी येथेच- बागेजवळ."

आणि खरंच ती येते... आठ दिवस असे नि कसे उडतात, समजत नाही... मग नव्याची नवलाई खलास होऊन जाते नि ती म्हणजे एक बलाच वाटू लागते... आणखी म्हणजे, माझी नव्हे माझ्या बाची म्हणून ही खोली इतके दिवस आपण वापरलीय. आजवर दिलावरखान गप्प बसलाय हा त्याचा भलेपणा. त्याची दोस्तानी सांभाळणं महत्त्वाचं. नाहीतर अशांसाठी पुन्हा ही मिळायची मुश्किल... विचार करून दिमाग खराब होऊन जायची वेळ... मग सुचतं नि बरीच माथेफोड करून तिच्या बाला एक पत्र लिहतो-

"मिस्टर- तुमची पोर इथं माझ्याकडं आलीय. हवी तर घेऊन जाणे. घरपोच करण्याची जबाबदारी माझ्यावर नाही, कारण कुणी कार्यकर्ता वा देशभक्त म्हणवून घेण्याची माझी इच्छा नाही आणि लायकीही... आपली, आपल्या घराण्याची अब्रू,

पोरीचं भवितव्य अन् अशाच पुष्कळ गोष्टींचा विचार करून हे सर्व पोलिसात कळविलं जाणार नाही, अशी आशा करतो. तसं काही केल्यास आपलंच जास्त नुकसान होणार आहे, हे लक्षात असू द्या, कारण माझ्यासारख्या लोपड माणसाचा नेहमीच एक पाय तुरुंगात अन् एक बाहेर असतो...''

पत्र मिळताच तिचा बाप येतो. बरीच भंकस करतो आणि मुकाटपणे आपल्या पोरगीला घेऊन जातो... कारण त्याचंच नाणं खोटं ठरलेलं...

आणि ती...? तिच्याकडे मी पाहतही नाही. फूल चुरगाळल्यावर विखुरणाऱ्या पाकळ्यांकडे कुणी पाहत नसतं!

दोन दिवसांनी तिनं आत्महत्या केल्याचं समजतं. चला, तेवढाच 'नियोजना'ला हातभार लागला! तर आता या नव्या रस्त्यानं मी पाकीटमारीसाठी जातो. जवळच एक शाळा. शाळेत एक जवान मास्तरीन. मी जाळं टाकलंय...

– सा. 'माणूस', फेब्रुवारी १९७१
∎

फडा

“**आ**टपलं काय गं श्यारे?” बाहेरनं बायजाचा प्रश्न येतो.

“आलंय आटपत. आंगुळ करायला लागलोय. चार भाकरी थापटल्या, की झालंच!”

न्हाणीतूनच ती म्हणते. शेवटचा तांब्या भडाकदिशी अंगावर अन् मग जवळच ठेवलेलं लुगडं अंगाभोवती गुंडाळून तशीच निथळत बाहेर येते.

चुलीत जाळ सारीत तिचं सात-आठ वर्षांचं पोर परश्या बसलेलं असतं. लुगडं नेसता नेसता ती त्याला विचारते,

“आला काय रं उसाळा– झुणक्याला?” नि म्हणते, “मी सांगितलंय तेवढं त्याला, मीठ, चटणी घाटलाईस न्हवं?”

“हां, व्हय.”

“हं, तर आता झुणक्याचं गाडगं ठेव वायलावर नि चुलीवर तवा चढीव. वाइच पानीबी वत तव्यात.”

परश्या तिच्या सूचनांची अंमलबजावणी करू लागतो.

तिचं लुगडं नेसून होतं. चोळीचं वरचं बटन लावायला जाते, तो नुसत्याच दश्या. बटन तुटलेलं. तशी ती तरातरा उतरंडीजवळ येते. खडाखडा गाडगी तपासते. सावं असलेल्या एका गाडग्यात हाती गावलेलं दहा पैशाचं नाणं घेऊन ती परश्याकडे येते.

“हं, हे धर. रामाण्णाच्यांत जाऊन पिन आण जा एक!”

नाणं घेऊन कोपऱ्यावरच्या किराणी दुकानाकडे परश्या पळतो.

हां हां म्हणूस्तोवरका पाच-सहा भाकरी थापटून होतात... चुलीवरचा तवा उतरून वर गाडगं चढतं. त्यात कुडचाभर तांदूळ नि पाणी.

“बायजाक्का, न्हारी तरी करू या, ये!” भाकरीवर झुणका ओतून घेत ती म्हणते.

“मी करूनच भाहीर पडलोय. तू आटप चाट्‌दिशी. नऊचा टैम हुत आला. येळ

झाला तर मुकादमीण खळ्यात घ्याची न्हाई, दोन रुपयांवर पाणी सोडाय लागंल...''

"आटपलं घे माजंबी, एवढी भाकरी मुरगाळली की झालंच..."

वचावचा भाकरी खावून संपते. वर अर्धा तांब्या पाणीही खल्लस होतं नि मग ती बाहेर येते. भिंतीत चिणलेल्या आरश्यात कपाळच तेवढं दिसतं अन् ते बंद्या रुपयाएवढ्या कुंकवानं भरून जातं... तेवढ्यात परश्या येतो, चोरागत खालमुंडी घालून दाराजवळ उभा राहतो.

"का रं– आणलास काय पिन? का? रस्त्यात द्वापलास का काय?"

"न्हाई..."

"मग...?"

तो आणखीनच खाली मान घालून तसाच उभा.

"काय म्हंतो मी द्वॉडा?"

"पैसं व्हगडलं– रस्त्यात!"

"काय?"

"व्हय, खिशातनं..." अन् तो खिशाचं भोक दावू लागतो.

खरं खरंच पैसे पडले, की दुपारी ईस्पीटानं खेळायसाठनं यानं ठेवून घेतलं? तिला कळतंच नाही... बा– तसं प्वॉर ईदरकल्याणी!

"ऱ्हावू दे गं बाई, चल-पड भाहीर लौकर. न्हाईतर दिवस खाडा हुईल!" बायजाक्का पुन्हा घाई करू लागते...

ही धास्ती तिलाही असतेच. "नल्याग कारटं पोटाला घाटलंय् देवानं!" असं पुटपुटत ती पायात चपल्या सरकावते अन् बायजाक्काबरोबर चटाऽटा पाय उचलू लागते...

वखार येते.

वखारीची किल्ली आणाय् गडी बाजारपेठीतील दुकानाकडे गेलेला असतो आणि बाहेरच्या खळ्यात शे-दीडशे बायका त्याची वाट पाहत बसलेल्या असतात. जथ्या जथ्यानं उन्हाकडे पाठ करून. कलकला करीत. दुसऱ्या वखारीतील बायकांच्या कुचाळक्या न् लफडी उगाळीत... त्या दोघीही त्यांच्यात मिसळतात... छपन्न टिकल्यांची पारी जवळच असते. तिला ती विचारते, "पारे, मुकादमीण आली न्हाई व्हय गं आजून?"

"ती काय ती याय लागलीया न्हवं?" अन् रंगल्या तोंडातून पिचकारी.

ती पाहते– मोठ्या तेगाऱ्यात मुकादमीण येत असते. म्हातारी, अनुभवी. एखाद्या उर्मट तंबाखूवाल्या साहेबागत तिची चाल. चेप्पलीचं चामडं चार्रचार्र वाजतं. त्यातून अधिकार नि दरारा स्पष्ट होत असतो. आल्या आल्या ती विचारते, "काय गंऽ येशी, त्ये हेंदरं ध्यान आलं न्हाई व्हय आजून?"

"न्हाय बा, गेलंयमतोर कवाच..."

"हांट्या गेल्या आसंल च्या-बिडी-हाटेलं करत.."

असाच काही वेळ जातो आणि ते हेंदरं ध्यान येऊ लागतं. त्याची बेरकी नजर मुकादमिणीला बरोबर टिपते अन् पावलांना गती मिळते...

"कारं– इत्का का योळ?" खॅस मारून मुकादमीण विचारते.

"काल ठेवल्याच्या किल्ल्याच गावंनात दिवाणजीला, आमी तर काय करावं? ईचारा व्हाव् तर या ह्येंद्याला..."

"साक्षीला दुसरा गडीही हाय काय रं?"

"व्हय..." ह्येंद्या मान डोलावतो.

"कोंचा त्यो दिवाणजी?"

"त्यो हो, पर्वा दिवाळीस्नं उमीदवारीवर ऱ्हायल्याला..."

"त्ये प्वार व्हाय? तसलंच हाय, धिंदुक धिसरं चिंधुक ईसरं!"

एवढ्यात वखारीचं कुलूप काढलेलं असतं. दोन-तीन कासरं लांब रुंद, आगळ-पगळ, ऐसपैस वखार. एका कोपऱ्यात तंबाखूचा प्रचंड ढीग आढ्यापर्यंत जाऊन लागलेला. तयार झालेल्या चाकीच्या तंबाखूच्या पोत्यांची भली मोठी थप्पी दुसरा कोपरा अडकून बसलेली. जवळच बारीक-मोठ्या घरांच्या थोरल्या चाळणी, आडं मिटून उभ्या असलेल्या.

बायका आत येतात. काही वखार लोटू लागतात. काही त्या प्रचंड ढीगाजवळ चाळणी उभ्या करून तंबाखू चाळू लागतात, तर काही जणी काल अर्धवट वाळलेला तंबाखू हाऱ्यातून भरभरून नेवून पुढल्या खळ्यात पसरू लागतात, तर काही काल वाळलेली तंबाखूची काडी जमिनीत रोवलेल्या दगडी फरशीवर पसरून मुंगल्यांनी कुटू लागतात.

या झिम्मडीमध्ये तीही गुरफटून जाते. स्वत:ची काळजी, संसाराची चिंता, काही न कमाविता बिड्या फुंकत गावातून हिंडणारा आळशी नवरा, चाप्टर पोरांत ऊठबस करणारं, हातचं गेलेलं तिचं पोर अन् त्याची अवचित मनात येणारी आठवण, हे सारंच विसरलं जातं. खोटं खोटं वाटू लागतं आणि खरं असतं ते केवळ या लांबलचक वखारीत राबणारं, पिचणारं एक एक दिवसाचा एक एक ठसा काळजावर उमटवून जाणारं कणामोडकं आयुष्य! ही तंबाखूची धूस, हा तंबाखूचा खाट, ती धमकावणारी नि दर हुकमाला एक शिवी हासडणारी मुकादमीण, या बारा घरच्या बाराबत्तर बायका, एक दाल्ला नि दहा यजमान करणाऱ्या, दुपारच्या चहासाठी कुणापुढंही हात पसरणाऱ्या. तशाच काही बायजाक्कासारख्या सरळ वर्तणुकीच्या, भल्याही. रोजी दोन रुपये मिळणाऱ्या हजेरीच्या आकड्याला हे सारं चिकटून बसलंय. आंगाला हाळद लागून हितं आल्यापास्नं हे असंच चालू हाय नि हात-पाय

ठकस्तोवर हे असंच चालू राहणार हाय. त्यात बदल नाही नि म्हणून त्यापासून सुटका नि सुटण्यासाठी धडपडबी नाही... दैवच असं हे फडा काढून राहिलंय नि त्या भयाण सावलीत माटमुट् करीत असाच हा जन्म जायचा...

दुपारचे दोन वाजतात. सुट्टी होते. आज बेस्तरवार. गावचा बाजार. म्हणून अर्धा दिवस सुट्टी. पगार घेण्यासाठी नि त्योच बाजारात खर्च करण्यासाठी...

आठवडाभर रातपाळ्या, पहाटपाळ्या यांचा धुम्मडा, त्यामुळे आजचा हा सुट्टीचा तुकडा समोर पडताच बायकांना किती मोकळं मोकळं वाटतं! एखाद्या प्रचंड गुहेतून कामाला जुंपलेले, थकलेले, श्रमलेले अनेक गुलाम बाहेर यावेत, तशा वखारीच्या त्या दारातून बायका बाहेर येतात. कपाळावर, केसावर, हाता-पायांवर, लुगड्या-चोळीवर तंबाखूची तपकिरी धूस बसलेली. काहींच्या पापण्याही धुशीनं तपकिरी झालेल्या.

वखारीतून बाहेर येताच अनेक बायकांप्रमाणे तीही छातीवरचा पदर बाजूस करून धूस त्याच पदरानं झडाझडा झटकते. मग तोंड, डोके, गळा या धुसीनं भरलेल्या वस्तू पुसून काढते अन् मघाच पुढं गेलेल्या बायजाक्काला गाठण्यासाठी चालू लागते...

घर येतं. घरात परश्या असतो. तिच्या पावलांचा तो परिचित आवाज कानांवर पडताच मघाच शिलगावलेली बिडी गडबडीनं विझवून ते थोटूक तो खिशात ठेवतो.

ती आत येते. पायातल्या चपल्या काढता काढता त्याला विचारते, "जेवलास व्हय रं?"

"जेवलो की..."

"आनी त्यो?"

"कोण बा?"

"व्हय!"

"त्योबी जेवला मघाशी नि गेला भाहीर..."

"गावातनं सोडल्याला वळू, गेला आसंल मालं मागत!"

कावदावरून ती म्हणते आणि न्हाणीजवळ येते. डेलचीभर पाणी घेऊन खळाळा हात, पाय, तोंड धुते नि शिवा म्हणून चुलीजवळच्या पाटावर बसते. थोडं जेवून घ्यावं म्हणून एक जर्मनी थाळी पुढं घेते. सकाळच्या झुणक्याचं गाडगं पाहते, तर ते रिकामचं असतं, तसंच ते बाजूला ढकलून भाताचं भुगुणं पाहते– तेही तसंच दिसतं! मग तिचे वखवखते डोळे भाकरीच्या शिबड्याचं झाकण बाजूस करून आत डोकावतात. एक चतकोरभर भाकरीचा तुकडा तळाशी असतो. तो हाती घेऊन ती कावदारते, "व्हय रं, त्या भाड्यानं सगळंच चाटूनपुसून खाल्लं?"

"आँ?" पोराला अजापच वाटतं.

"तूबी बघ ये हांट्या, बघ ये– काय सुदका राकाय न्हाई! जराबी मान्सांची काई काळजी? आंग मोडंस्तंवर लोकांची कामं वडायची, पोटात आग पडतीया नुस्ती... आनी खायाला यावं, तर ही तऱ्हा..."

काही स्वत:शी, काही पोराला उद्देशून ती पुटपुटते. मग भाकरीच्या त्या तुकड्यावर चमचाभर चटणी घेते. चटणीत खोलगट आळं करून त्यात येशेल तेलाचे एक-दोन थेंब सोडून ते मिश्रण तुकड्यानं कालविते अन् एक एक घास गिळू लागते... तिचा पहिला घास खूपच मोठा असतो.

तो चतकोर तुकडा खाऊन संपतो; पण भूक संपलेली नसते. तिला आवर घालायला काही तरी करायला हवं, तशी ती चूल पेटविते नि वर चहाचं आधण ठेवते आणि कमरेवरील लुगड्याच्या केळात खोवलेलं पाच पैसे काढून परश्याकडे देत म्हणते, "हं, हे घे, गूळ आण जा ह्येचा. पुन्याडाव सकाळवानी पैसे व्हगडलास, तर मुडदाच बसवितो तुजा!"

तो बाहेर पडताच ती आडदाणीजवळ येते. सकाळी अंघोळ केल्यावर पिळून टाकलेलं चोळी-लुगडं आता सोकलेलं असतं, ते ओढून घेऊन ती नेसू लागते...

नेसणं संपता संपता परश्या येतो. चहा होतो. एका घंगाळात तो ओतून ती बुरूबुरू पिऊ लागते. पाणी जास्त, च्या पावडर कमी व गूळ खूप असे ते चमत्कारिक गुळमाट मिश्रण जास्त वेळ तिच्यानं पिणं होत नाही. ती परश्याला हाक मारते. चहाचा एखादा घोट मिळाला तर मिळाला, अशी आशा बाळगून परश्या दाराजवळच टंगळमंगळ करीत असतो. त्याच्याकडे घंगाळ देत ती म्हणते, "एवढा च्या ढोस नि बायजा मावशीचं आटपलं का काय ते बघून ये. पगाराला जौया म्हणावं लौकर!"

चहा पिवून घंगाळ तिच्यासमोर सारून टणाऽणा उड्या मारीतच परश्या बाहेर पळतो अन् पळता पळता पुढल्या दारावरची फळी जोरानं ओढून घेतो, तसा कुडाला लिंपलेल्या मातीचा एक टवका धप्पदिशी खाली पडतो अन् दाराची फळी हेलकावत राहते. भांडी घासत असलेल्या तिच्यावर पहारा करीत असल्यागत...

ती बाजारहाट करण्यासाठी एक बुट्टी, नवऱ्याच्या धोतराचा एक धडपा, तेलाच्या दोन बाटल्या घेते आणि दाराला कुलूप घालून बायजाच्या घराकडे जाऊ लागते...

दोघी दुकानाजवळ येतात, तेव्हा दुकानाबाहेर पुष्कळशा बायका बसून असतात. अजून थोरला दिवाणजी येणार असतो, नि मग पगारवाटप. त्याच्या वाटेकडे डोळे लावून सगळ्याजणी बसून असतात. दुकानात बारमहा कामाला असलेले हमाल असेच मखखपणे बसून असतात आणि धाकटा दिवाणजी तिजोरीजवळच्या गादीवर बसून पेटीवरील वहीत हिशेब मांडत असतो. कुणी किती दिवस, किती रातपाळ्या न् पहाटपाळ्या कामाला होतं आणि कुणाला किती किती पगार द्यायचा.

थोरला दिवाणजी येतो. अंगात शुभ्र नेहरू शर्ट, डोक्याला कौचदार टोपी अन् कमरेला तलम धोतर व पायात कापशी माटाचं चप्पल. चाळिशी ओलांडून गेलेला. रंग काळारोम. डोळे सदाचेच गुंजगत लाल...

धाकाटा दिवाणजी नावं पुकारतो, पगाराच्या आकडा सांगतो आणि थोरला आपल्या जवळच्या वहीत त्या त्या बाईचा अंगठा उठवून घेत पगार चुकता करू लागतो.

आपलं नाव कानांवर पडताच ती उठून उभी राहते. उजव्या बाजूला चोळीच्या उसवलेल्या ठुशीतून आपले अंग दिसणार नाही, अशा बेतानं पदर अंगाभोवती लपेटून आतमध्ये जाते. समोरच्या पेटीवर शाईचं पॅड, त्यावर अंगठा रंगवून घेऊन थोरल्यानं दाखविलेल्या जागी उठविते...

पैसे देताना थोरला तिचा आटीव, घोटीव बांधा बघत राहतो. पदराआड मावेनासा झालेला भरगच्च ऊर...

तिनं पुढं केलेल्या ओंजळीला नोटांचा, नाण्यांचा नि थोरल्याच्या निब्बर जून बोटांचा दाबता स्पर्श होतो. ती तशीच खालमानेनं बाहेर येते...

त्या निब्बर जून बोटांचा स्पर्श आपसूक झाला? का मुद्दाम होऊन, मनी पाप धरून केला का? तिच्या मनातली शंकेची फडा उंच उंच होते, तिची प्रचंड सावली तिच्या माथ्यावर अन् आताही...

बुट्टी घेऊन ती थोडी दूर येते. मघापासून पगार दाबून धरलेली मूठ उघडते... सत्तवीस रुपये...! आपला पगार तर बावीस रुपये आणि...? जास्तीचे रुपये हे... हे पाच रुपये...? अजाणता आले?...का मुद्दाम होऊन दिले? ती धपापून जाते... अजाणता ऊर खालीवर होऊ लागतो... कोणाची तरी चाहूल लागते अन् ती मान वर उचलते.

समोर तिचा नवरा उभा असतो... डोकीला मुडपलेली टोपी, बोंदरट मिशा, अंगात मांजरपाटाचा मळकट शर्ट, जेमतेम गुडघ्यापर्यंत येणारं कमरेला धोतर अन् त्याखाली अनवाणी पावलांच्या दोन काटक्या!

त्या पाप्याच्या पित्तराला बघूनच तिला तिडीक उठते! तडाऽडा त्याला बोलावं नि चार लोकांत पाणउतारा करावा, असं क्षणभर वाटतं... अशा चिडीनंच ती मुठीतल्या रुपयारुपयाच्या तीन नोटा त्याच्या हातावर ठेवते...

पैसे हातात पडताच तो मोठं ओशाळं हसतो. ब्रशागत दाढी वाढलेले गाल क्षणभर विलग होतात अन् मग पाठ फिरवून तो चालूच लागतो...

पण इकडे तिच्या मनात खदखदू लागतं... याच्या... याच्यामुळंच ही कुत्तरओढ चाललीय. पगाराच्या वेळेला नेमका ह्यो हजर. हातात पैसे पडायची पुरसद, अशाच ओशाळं हसून चालाय् लागतो. काडीबिडीसाटनं आठवडाभरबी पुरुटी येत न्हाईत.

लगीन केलं ते असं बायकूच्या जिवावर ऐतगब्बुगत चरायूसाठी! काय सुक दिलं ह्येनं? दिलं एकच– ते किऱ्यानस्ट कार्ट! तेबी काय सुक द्यायसाठी? आपली नुस्तीच राबणूक चाल्लीय. जिवाला जराबी सुक न्हाई का ईस्वाटा न्हाई! आणि खळ्यातली ती इंदी कशी मजेत असतीया. सगळ्या कामाला फुडंफुडं. कशालाच ना न्हाई. घरास्नं वखारीकडं चाल्ली, तर कुणाकुणाला गंडवंल त्येचा नेम न्हाई. कुणाला 'दादा', कुणाला 'अण्णा', तर कुणाला 'मामा' म्हणायचं नि च्याला पैसे उकळायचं... अशा ढिल्ल्या कासुट्याच्या बायका किती तरी हुत्या खळ्यात... त्याही सौंसार करीत हुत्या, पोरी बाळंत होत हुत्या, दाल्ल्यापुढं पाकपतिव्रता म्हणून मिरवीत हुत्या... आणि आपुन...? परवा इंदी म्हणत हुती, "त्यो किराणा दुकानवाला धा रुपये देतो म्हंतोय, बघ जमलं तर!" तवा आपली छाती कशी धडधडाय लागलीती! आपुन नकार देताच इंदी म्हणाली हुती, "बघ बाई, एका झटक्यात घास्सकन् धाची नोट मिळती! आपलं काय जातंय? काय झिजत न्हाई, का कोण काढून न्हेत न्हाई!"

एका दाल्ल्याशिवाय दुसऱ्या कुणाचा ईचार मनात आणला न्हाई कधी आपुन. काय मिळविलं? ह्येची त्येला तरी अशी कितीशी जाण हाय? तसा जाणकदार माणूस हाय का त्यो? उन्हाळसारी तंबाखूचं काम नि पावसाळ्यात ते बंद झाल्यावर शेताभातात रोजगार लागतोय, म्हणून तर दोन वक्ताला हातातोंडाची मिळवणी हुतीया. न्हाईतर..? काय करायचं अशा दाल्ल्याम्होरं? नि परपंच्य तरी कसा करायचा?

ती बाजारात जाते. हे घे, ते घे करत बाजार करू लागते. जवळच्या पैशांपैकी आता दीडएक रुपयाच उरलेला.

मंडईत शिरताच अनेक आवाज तिच्या कानांवर येऊन आदळतात. 'ये मौसी, हिकडं या,' '–ओ अक्का, हिकडं बघा– ताजं हाय, ओ बाई.' पण नेहमीगत ती मोठ्या शांतपणे हे आवाज कानांआड करीत मटणाच्या एका दुकानाजवळ जाते. तिथं घासाघीस करून करून पुढं जाते.

दोन-तीन ठिकाणी अशी चौकशी, अन् मग एका जागी सौदा जमतो. बारा आण्याला तो चविष्ट पदार्थ ईस्तारीतून बुट्टीत घेऊन ती बाहेर पडते.

घर येतं, तेव्हा ठार अंधार होतो. दाराच्या उंबरठ्यावर परश्या बसलेलं. तिच्याच वाटेकडे डोळे लावून टुकुका पाहत. त्याला पाहून तिचा जीव गलबलून जातो. हे घे, ते घे, करीत लै वखोत झाला आज. पोरगं भुक्यावून गेलं आसंल. कॉळ कॉळ करत तोंडातलं पानी गिळत बसलंय! दाराचं कुलूप काढता काढता खुळ्याकावऱ्यागत कणवेनं म्हणते, "लै वाट बघिटलीस, लेकरा?"

"व्हय." तो म्हणतो, नि उघडलेल्या दारातून आत जातो.

तोवर तिनं कोनाड्यातील चिमणी पेटविलेली असते. त्या धुंधुक, धूसर उजेडात चुलीजवळ जात ती पोराला म्हणते,

"घे, गाजरं हैत बुट्टीत. खा. तंवरका जेवाण करतो!"

अन् ती भरभर स्वैपाकाला लागते. धडाधडा चूल पेटविते. चराऽरा चिरून आतडीकोथळा शिजत टाकते. भडाडा भाकरी बडविते. भात उकडते. चूल-वायल, दन्का जाळ. स्वत: धरून तीन माणसांचं जेवण हा हा म्हणता होतं.

तोवर दाल्ला आलेला असतो. व्हणाजवळ कुडाला टेकून बिडी ओढत, भकाका धूर काढत बसलेला असतो. जवळच पॉरही भोवरा फिरविण्यात गर्क झालेलं असतं...

ताटं करून ती त्यांना हाक मारते... दोघं तशीच बुरश्या हाता-पायानं येतात नि ताटावर तुटून पडतात. अन्नानं मोड्यावून गेलेलं माणूस दुष्काळातून यावं, तशी...

दोघांची जेवणं होतात... पोरगं आडदाणीखाली पोतं अंथरून त्यावर पासलतं अन् दाल्ला बाहेर पडतो. असाच नेहमी टळोऽ करून बाहेर फिरणार. दहा वाजता 'आकडा' फुटणार. पानाच्या ढेल्याढेल्यातून तो जाहीर होणार. आकडा 'बसला' की दाल्ला परत यायचं नाव नाही. रात्रभर तिकडेच, जुगार अड्ड्यावर पत्ते पिसत... अड्डा चालविणाऱ्या बादशहाचा महिना हजाराचा हप्ता पोलिसांना. मग कुणाची माय व्यालीय छापा घालायला! त्या अड्ड्यात बेफाम भीड. खेळणारेही न खेळणारेही, एखाद्या वेळी आकडा 'बसला' नाही, तरीही तो अड्ड्यावर जातोच अन् न खेळता नुसताच बसून राहतो. एखाद्याला डाव लागतो. ह्ये इतके बला पैसे येतात आणि तो हात पुढं करतो. आनंदाच्या त्या कैफात कुणी पैसे देतोही, कुणी तसंच, तर कुणी उसनं म्हणून, अन् मग पिवून तर्र व्हायचं नि पहाटेस केव्हा तरी हेलपाटत, हेलपाटत घरी यायचं.

तो येणं अगर न येणं तिच्या लेखी सारखंच आहे. याबाबत काही सोयरसुतक नसतं. त्याच्याबद्दल ओढ, आपलेपणा असा कधी वाटलाच नाही. आई-बाप केव्हा लहानपणीच उलथल्यालं. मावशीच्या घरी वाढलेली. तिच्या घरात मायंदाळी माणसं. घर पोरांनी बचबचल्यालं नि हा जिवाला काव. बांधली दिसंल त्या दाव्याला. काम खल्लास. असा जन्म नि असा पदरात पडलेला नवरा... आठवड्याला तीन-चार रुपयांचा मलिदा पुढ्यात टाकला, की जणू तू कोण नि मी कोण असा वागणारा... काय वाट बघायची अशा माणसाची? एखाद्या किडक्या जिवाणूसारखा हा विचार मनात...

त्या दोघांच्या तडाख्यातून राहिलेलं जेवण संपविते. पिंढऱ्या दुखू लागलेल्या. थोडाबहुत आळसही. सकाळीच भांडी उजळावीत झालं... मंदाणाजवळ तशीच भांडी

सावरून ती उठते. खरकटं लोटून काढते. मग आडदाणीवरलं घोंगडं कुडाकडंला हांथरून तशीच आडवी होते.

मग अशीच केव्हातरी जाग येते. डोळे किलकिले होतात... मघा अंथरुणावर लवंडताना खोलीतली चिमणी विझवायची तशीच राहिलीय... तेल संपत आलंय जणू... चिमणी विझवानी म्हणून ती झटक्यानं उठून बसते.

बाहेरची कडी वाजत असते. म्हणजे या कडीच्या आवाजानंच आपणाला जाग आली जणू? आला आसंल दाल्ला म्हंत्याला त्यो भाड्या– हांट पिवून! म्हणजे, पहाट झाली वाटतं... ती दाराकडं जावू लागते... आणि दारावर थाप पडते... व हळूच चोरटा आवाज येतो, ''श्यारे, ये श्यारे, ऽ दार उघड... श्यारेऽ...''

आवाज दुकानातल्या थोरल्या दिवाणजीचा!

ती ओळखते अन् जागेलाच खिळून उभी राहते. फडा झेपावत असते, तिच्या सावलीत ती असहाय, केविलवाणी...

'किर्लोस्कर', डिसेंबर १९७२

■

लव्हाळी

तिचं प्रेत उचलून नेण्यात आलं आणि अक्का सुन्नपणे बसून राहिली. एकुलती एक तरुण मुलगी अन् ऐन पंचवीशीतच हे असं... या आघातानं अश्रुंनाही आटवून टाकलं... कुणी कुणी जमलं होतं, सांत्वनपर बोलत होतं, त्यात क्वचित आपुलकी, क्वचित रीत पाळण्याचा शिष्टाचार व बऱ्याच वेळा शेजारधर्म म्हणूनही...

पुराचं पाणी ओसरल्यावर मागं लव्हाळी राहावी, तशी अक्का एकाकीच राहिली... बधीर मस्तकात अनेक चक्रं फिरू लागली.

पवित्र यल्लम्माच्या डोंगराच्या पायथ्याचं आपलं सौंदत्ती गाव. मावळतीला परसगड, उगवतीला जुगुळाबाई सत्यव्वाचं कुंड. यल्लमाला जाणारे भाविक त्या कुंडात स्नान करून लिंब नेसत, नवस फेडी. पौष पुनवेला किती मोठी जत्रा भरायची! ते लहानपण केव्हा संपलं व आपण तारुण्यात केव्हा पदार्पण केलं हे समजायच्या आत ठरलेलं लग्न... हवेरीचं स्थळ. मोठं श्रीमंत घराणं, कापसाचा व्यापार. घरी कशाचीच कमतरता नव्हती. पैसा... सुख... सारंच कसं दुधावरच्या सायीसारखं आळलेलं... अशा या सुखातच शरयूचा झालेला जन्म. सासऱ्याच्या हाताखाली व्यापाराचे धडे गिरवणारं आपलं दैवत, आपले पती शिवमूर्तीअण्णा. देवगुणाचे सासरे बसाप्पाअण्णा. मध्ये कसलासा आजार झाला, बळावला अन् त्यातच सासरे दगावले. पाच-सहा वर्षांपूर्वीच सासूबाईही अहेवपणी गेलेल्या... सासरे वारताच थोरल्या दिरानं वाटणी घेतली. स्थावर इस्टेट अण्णांना नि निम्म्या वाटणीचे रोख पैसे थोरल्यानं घेऊन गाव सोडलं, हुबळी गाठली अन् नवीनच बांधलेल्या तिथल्या भव्य एसटी स्टँडजवळ स्पेअरपार्टसचं दुकान थाटलं... अण्णांच्या एकाकी खांद्यावर धंद्याचं जूं. तरुण वय अन् अशा वेळी होते ते व तसेच... बायकांचे नाद... नको तेवढे... आणि असे रंग उधळण्यात धंदा केव्हा बसला व दिवाळं कसं वाजलं, ते खुद्द अण्णांनाही समजलं नाही. व्यापार बसला. डोकीवरच्या कर्जापोटी काजळाच्या वडीसारख्या काळ्या करंद जमिनी चुडाप्पाअण्णाला विकाव्या लागल्या. गावाच्या पूर्वेस रेल्वे स्टेशन होतं, स्टेशनला आडव्या गेलेल्या रस्त्यालगत वेअरहाऊस

होतं. ते पण सोडावं लागलं आणि उरलं फक्त टेबल, खुर्च्या, कपाटं व रिकाम्या बोदांचे गट्ठे. अण्णांनी तेही विकून टाकून भांडवल उभारलं, गावाच्या पश्चिमेकडून पूना-बेंगलोर रोड गेला होता. पलीकडे नवं एसटी स्टँडही झालेलं, तिथंच त्या भांडवलातून अण्णांनी एक किराणी दुकान थाटलं, कुचंबत-गचकत पाच-सहा महिने तेही चाललं अन् मग शेवटचे आचके देऊन एके दिवशी बंद पडलं आणि तेथेच एके दिवशी अण्णांनी 'शरयू स्टोअर्स'चा बोर्ड लावला. हे असे धंदे. इतरही व्याप. मध्ये होमगार्डमध्येही भरती झाले. खाडखाड बूट वाजवीत अण्णांचा तो भरगच्च देह जेव्हा प्रथम दारात आला, तेव्हा अक्काही दचकल्या. कुणी फौजदारच आला की काय म्हणून! स्टोअर्सच्या व्यापारातील चार दिडक्या साठल्या होत्या. त्या खर्चून अण्णांनी फटफट घेतली अन् त्या धुडावरून दावणगिरीकडील बाजूस चक्कर मारून यावयास गेले नि अर्ध्या रस्त्यातच फटफट स्लिप होऊन जे कोसळले, ते सहा महिने अंथरुणावरून उठलेच नाहीत. नोकरांनी तिकडे स्टोअर्सचेही तीन तेरा वाजवत आणले होते. तो सगळा पसारा आवरला, फटफट विकून टाकली अन् एके दिवशी पेंढा भरलेला वाघ कुठूनसा आणला. भारोभार पैसा देऊन अन् घरात दर्शनी बाजूस ठेवला. तो पाहायला सारं गाव लोटायचं, पोरंबाळंही. अण्णांचे अनेक उद्योग म्हणजे एक डोकेदुखी होती अक्काला. त्यात ही एक भर पडली.

कापसाचा व्यापार होता, तेव्हाच शांतम्मा अण्णांच्या आयुष्यात आली होती. बारा गावचं पाणी प्यालेली ती त्रेपन्न टिकल्याची आव्वा अण्णांच्या आयुष्याला चिकटली ती कायमचीच... राहतं घर खूप मोठं होतं. पिछाडीच्या अर्ध्या भागात शांतम्मा राहू लागली. सोबत तिची छोटी बहीण, म्हातारा बाप, आई... ही सारी... अण्णांपासून शांतम्माला दोन मुलीच झाल्या; पण शरयूनंतर अक्काच्या वेलीवर फूल फुललं नाही... शरयू वाढत होती आणि इकडे परिस्थितीही ढासळत होती. दारिद्र्याच्या खोल गर्तेकडे हळूवार, पण निश्चितपणे प्रवास चालू होता अन् त्याची जाणीव अण्णांना कितीशी होती, कोणास ठाऊक; पण ते आपले होमगार्ड्सच्या संघटनेत मग्न झाले होते. आता ते होमगार्ड प्रमुख झाले होते. सात फुटांच्या उंचीची त्यांची ती भरगच्च आकृती, ओठांवर मिशांचे कंगाल व डोळ्यांत एक प्रकारची पुरुषी गुर्मी. रस्त्यानं चालले तर कुठला फौजदारच समजून अनोळखी लोक टरकून जात... काही काळ बुटांच्या उत्साही टाचेखाली रस्त्यावर दगड असेच बेगुमानपणे चिरडत राहिले.

मध्ये शरयूचं लग्नही झालं. एकुलती एक लेक. लाडकी. दिवसेंदिवस परिस्थितीचे तीव्रतर चटके बसू लागले होते. तरी शरयूला काही कमी पडू दिलं नाही. धारवाडच्या स्टँडवर पिवळ्या चाफ्याच्या फुलांच्या दुरड्याच्या दुरड्या येत, दहा पैशालाही अस्सी ओंजळभर फुलं येत, तिकडे गेले, तर घरी येताना पिशवीभर

फुलंच फुलं. उपटी केल्यावर घरभर सुगंध साकळून राही, शिवाय खायला हुबळीचे टपोरे पेरू. अशा लाडात शरयू वाढली होती. वयात आली होती. अशी देखणी दिसत होती. कुठली कुठली तालेवार स्थळं सांगून येत होती! पण कुणा परक्याच्या घरात शरयूला देणं अक्कांना भावलंच नाही. त्यांनी स्वत:च्या लहान भावाची मुरग्याप्पाची निवड केली. मुरग्याप्पा रबकईला एका पावर मागाच्या फॅक्टरीत कारकून होता. बऱ्यापैकी पगार होता. शरयूला आपल्यासारखी दारिद्र्याशी झुंजत बसावं लागणार नाही... शिवाय तो आपला भाऊ, तिची खूप काळजी घेईल.

अण्णांनी स्वत:च्या दारात धुमधडाक्यानं लग्न लावून दिलं... दुसऱ्या दिवशी उगवत्या सूर्याच्या सोनेरी किरणांनी माखून गेलेल्या रस्त्यावरून शरयूला घेतलेली गाडी रबकईला निघून गेली... जमलेले पै पाव्हणे परतू लागले. जाताना हुबळीवालाही म्हणाला, "शिवाप्पा, काही लागलं सवरलं, तर कळव. अनमान करू नको." अन् आपल्या बायको मुलासह तोही निघून गेला... घर रिकामं झालं अन् रात्री जेवताना अक्कांनी विचारलं, "इतका सारा थाटमाट केलात, पैसे तरी कोठून आणलेत?"

"चुडाप्पाअण्णांकडून. निम्मं घर लिहून दिलं!"

ऐकून धक्काच बसला. त्यातून सावरण्यास अक्कांना खूप प्रयास पडले. बळ एकवटून त्या म्हणाल्या, "अहो, काय करून बसलात हे! हुबळीच्या भावोजींच्याकडे तरी एक वेळ..."

"नाव काढू नकोस त्या साल्याचं, माझ्या पुढं!" एकदम स्फोटच झाला, "अप्पा वारताच हरामखोरानं मला वाऱ्यावर सोडून दिलं. स्थावर इस्टेट माझ्या गळ्यात अडकावून रोख रक्कम आपण कनवटीला लावली... मी इथं टाचा घासून मरेन; पण त्याच्यापुढं हात पसरणार नाही." अन् मग जेवणावरची वासनाच उडाली, तसेच उठले, निघून गेले...

अक्कांनी कपाळावर हात मारून घेतला अन् मग हमसाहमशी रडूच लागल्या, किती तरी वेळ, एकट्याच.

मध्ये एकेदिवशी म्हैसूर सरकारकडून एक सर्क्युलर आलं. सध्याच्या परिस्थितीत गावात होमगार्ड संघटनेची काहीही आवश्यकता नाही, सबब ती बरखास्त करावी, वगैरे... अण्णांच्या हातावर कसलं नक्षत्र पडलं होतं कुणास ठाऊक, जिथं हात घालावा तिथं हटकून अपयश येत होतं अन् ते अपयश विजयी उत्साहाने त्यांना लोटत-ढकलत घरात आणून फेकत होतं... आयुष्यातील मेळच चुकला होता. एकही सूर संवादी लागत नव्हता. गुंतवळच होऊन गेली होती अन् व्यावहारिक अपयशाच्या कभिन्न काळ्या सावलीत बसून ती गुंतवळ चिवडीत राहायचं, एका एका दिवसाची शिक्षा भोगीत... आता हेच नशिबात...

ओसरती संध्याकाळ आणि अण्णा आत आले. माच्यावर बसले, नेहमीप्रमाणे घुम्यागत. मग म्हणाले, ''सावित्री, उद्यापासून तुझं तू पाहा!'' आणि त्यांनी नजर टाळली...

सूचनेमागच्या अर्थानं अक्का गुदमरून गेल्या. झऱ्याला जिव्हाळं सुटावं, तसं डोळ्यांचं झालं. आपसुक. मौनाची बाधा झाल्यासारखी दोघं बसून राहिली. मग केव्हातरी बऱ्याच वेळानं अण्णा स्पष्टीकरण करू लागले,

''मी तरी काय करणार...'' त्यांचा आवाज अपराधी होता. विकल, विव्हळ, जखमीही, ''हाती कुठला धंदा नाही. पैसा मिळवायचं साधन नाही, की कसली नोकरी नाही. अशा परिस्थितीत निदान माझा भार तरी तुझ्यावर नको आणि... आणि आपल्या पती-पत्नीच्या नात्याला अर्थ तरी काय राहिला आहे, नाही का?''

उकिरडे फुंकत फिरायची त्यांची सवय समजल्यापासून अक्कांनी त्यांना अंगाला हातही लावू दिला नव्हता. त्याच वेळी चापलं होतं, 'उष्टावलेला देह घेऊन माझ्या खोलीत येऊ नका यापुढं, नाहीतर परड्यातील आडात उडी घेईन मी!' ती व्यथा आज अण्णांच्या आवाजातून उमटत होती... अक्कांना वाटलं, पुढं व्हावं, नवऱ्याचं मस्तक छातीवर घ्यावं, त्यांच्या डोईवरून हात फिरवीत समजूत घालावी– अजूनीही काही बिघडलं नाही, आपण दोघं मिळून हा डोलारा सावरू. पुन्हा ताठ उभं राहू... घरात... गावात; पण अकस्मात शांतम्माचा विचार मनात आला, नवऱ्याबद्दलचे कोवळे विचार कुठल्याकुठे जिरून गेले... अण्णांना जोडायचं नव्हतं, तर तोडून, संपवूनच टाकायचं होतं... होय. होयच... म्हणून तर... नाहीतर म्हणाले असते– सावित्री आपण दोघं मिळून...

''सावित्री, पुढल्या आठवड्यात चुडाप्पाअण्णाला घराचा ताबा द्यावा लागणार, तेव्हा तू दुसरीकडे...''

''या घरात काही मी तुमचा हात धरून आले नाही, तर लग्न होऊन आले आहे. तेव्हा येथून बाहेर निघायचं, तर ते माझं मढं, मी नव्हे!'' अक्कांच्या क्षीण कायेत एक नवंच बळ आलं...

''पण सावित्री, चुडाप्पाअण्णा... '' अण्णांनी बोलण्याचा प्रयत्न केला...

''ती उसाभर करायचं तुम्हाला कारण नाही. तो हक्क तुम्ही होवूनच गमावला आहे! जा... आता जा तुम्ही... पुन्हा माझा उंबरा चढू नका. अवमान होऊन परतावं लागेल!''

कड्यापासून दगड निखळून पडावा, तसे अण्णा बाहेर पडले...

एके दिवशी दुपारचा चुडाप्पाअण्णा आला नि उभ्या उभ्याच म्हणाला, ''अक्का...''

''काय...?'' अक्कांनी आतूनच विचारलं.

''आज घराचा ताबा घ्यावा म्हणतो!''

"घ्या ना. तुम्हाला कोण अडवितंय!"

"पण... पण तुम्ही..."

"मी येथून हलणार नाही, तुमजं जे काही भाडं होईल, ते महिन्याच्या महिन्याला पोहोचतं केलं जाईल. तुम्ही काळजी करू नका!"

दक्ष व्यवहारात लोणच्यातील आंब्यागत मुरलेला चुडाप्पाअण्णा अक्कांच्या तेजस्वी आवाजानं सटपटला... ही बाई चार चौघांसारखी सामान्य नव्हे. आजवर ऐकून होतो, ते खरंच तर...

"इतकी काही माणुसकी सोडली नाही मी अक्का! तुमचं वैभाव मी काय पाहिलं नाही अक्का? वेळ कोणावर येत नाही? जिवमान आहे तोवर तुम्ही या दोन खोल्यांत राहा; पण बाकीचं घर..."

"कायदेशीर ताबा तुमचाच आहे अण्णा, आम्ही आडकाठी केलीय का?"

"बरंय अक्का येतो मी, वाईट मानून घेऊन का. माझे यात पैसे गुंतले, म्हणून मला हे असं..." या स्वाभिमानी बाईपुढं आपण बोलतोय हा मूर्खपणाच आहे, हे जाणवताच बोलणं अर्धवट राहिलं आणि चुडाप्पाअण्णा बाहेर जाण्यासाठी वळला... पराभूत माणसासारखा...

तो निघून गेला अन् अक्कांच्या पुढं अख्खं आयुष्य उभं राहिलं... पती-पत्नीची साताजन्मांची सोबत म्हणे अन् ती अशा एका क्षणात संपते? तटकन् तुटून जाते? इतकी वर्षं पती-पत्नी म्हणून प्रपंच केलेली माणसं इतक्या त्रयस्थ कोरडेपणानं वागतात? जणू तू कोण, मी कोण? माणूस एकटाच जन्माला येतो आणि त्याला एकट्यालाच सुख-दुःख तुडवत, पचवत एकाकीच प्रवास करायचा असतो. आपला पती, आपली मुलं, आपला संसार, आपली नाती-गोती, हे सगळं इतकं तकलादू असतं? अक्का सैरभैर झाल्या. जीवनावरची श्रद्धाच उडून गेली. उमेद नाहीशी झाली. आता जगायचं ते केवळ मरण येत नाही म्हणून अन् त्याच एका दिवसाची प्रतीक्षा करीत. तरी पण अक्का हात-पाय गाळून मुळुमुळू रडत कोपरा धरून बसल्या नाहीत. त्याचा परिणाम म्हणून ट्रंकातील दागिन्यांनी सराफकट्ट्याची वाट धरली. त्यातून आलेल्या पैशातून चुडाप्पाअण्णांचं तीन महिन्यांचं आगाऊ घरभाडं भागविण्यात आलं आणि एक कोरंकरकरीत शिलाई मशिन आणण्यात आलं... स्टँडवरच्या पुलाजवळ बनगराची तायव्वा राहत होती, ती सांजसकाळ येऊन अक्कांना मशिन चालवायला शिकवू लागली...

असे दिवस चालले होते... आणि एका कातरवेळी वावटळीगत शरयू आली. अचानक, अकस्मात. सोबत दोन मुलं, थोरली रेखा, धाकटा राजू... ती आली अन् गळ्यात पडून हमसाहमशी रडूच लागली. अक्कांची खुळ्यान्-देवऱ्यागत अवस्था झाली. काही समजेचना... कढ ओसरला... तशी शरयू हळूहळू सगळंच सांगायला

लागली... मुरग्याप्पानं मुसलमानची एक आवा ठेवून घेतली होती. कामावरनं आला, की तिच्याच घरी पडून राहायचा, दारू ढोसायचा, पगार तिकडेच उडवून टाकायचा. घरी आल्यावर मग शरयूला मारहाण... बाहेर सारी गल्ली जमायची. कुणाला तोंड दाखवू नयेसं होऊन जायचं... अन् आज तर घरातून बाहेरच काढलं. हातावर तिकिटापुरते पैसे टिकविले नि सांगितलं, "जा बापाकडे आणि त्याला शहाणपणा शिकवीत बैस, तो माझाच गुरू आहे. आयुष्यभर काय काय रंग उडविले ते विचार त्याला एकदा. मी तर त्याचा जावईच आहे... उगीच माझ्या कानांपुढं किरकिर नको तुझी. जा, काळं कर येथून. माझं मला बरं-वाईट समजतं. तुझा चोंबडेपणा तिकडे बापाकडे चालू दे!"

खाण्या-पिण्याची आबाळ झाल्यानं शरयू किती हाडसून गेली होती! गालाची चोबडं झालेली, डोळ्याखाली काळी वर्तुळं, ढोपराची कांकणं कोपरापर्यंत ओघळत असलेली... अक्काच्या डोळ्यांत टचकन् पाणीच आलं.

"शांत हो पोरी... गप्प हो. नशीब तर बघ कसं पिसाळलेल्या कुत्र्यागत एकाच्या पाठी लागलं म्हणजे एकाच्याच लागतंय! हेही दिवस असेच राहणार नाहीत. यातूनही आपण वर डोकं काढू. धीर धर..."

लेकीला समजावता समजावता अक्का स्वत:च्या मनालाही समजावीत होत्या... धीर देत होत्या...

अक्कांच्या हाताखाली शरयू कपडे शिवायला शिकली. अंगडी-टोपडी, चोळ्या-ब्लाऊज, परकर, पोलकी अन् असंच... रोजची निश्चितशी मिळकत नव्हती. क्वचित् रोख पैसे मिळायचे. नाहीतर बऱ्याच वेळी उधारी नि ती बुडवायची असेल, तर कपडेच चांगले मापशीर शिवले नाहीत, आमचं कापड बाद केलं म्हणून तंडत बसायचं. अशी गिऱ्हाईकं... याच लोकांना पडल्यानडल्यावेळी अक्कांनी कितीतरी वेळा मदत केली होती पूर्वी; पण तीच माणसं गिधाडं बनून टोंची मारत होती. अक्कांच्या राबणुकीचे पैसे देताना त्यांचे पितर स्वर्गातून खाली उतरत होते... पण गावात 'बसवेश्वर ड्रेसीस' नावाची तयार कपड्यांची फर्म निघाली अन् त्या दुकानाचं नियमित काम अक्कांना मिळू लागलं... दुकानातून हिशेबानं कापड आणायचं नि लहान मुलांचे कपडे शिवून द्यायचे, लगेच रोख पैसे मिळायचे कामाचे... अशी आठवड्याच्या आठवड्याला नियमित मिळकत येऊ लागली... दोन वेळच्या जेवणाची ददाद नाहीशी झाली. रेखा व राजू यांनाही शाळेला घातलं... सगळं गाडं असं सुरळीत चालू होतं. तोवर हे असं! कसार आली म्हणून एके दिवशी शरयू अंथरुणाला खिळली ते पुन्हा न उठण्यासाठीच...

गावातले दोघं डॉक्टर झाले. गाठीला गाठ मारून थोडा पैसा शिल्लक ठेवला होता, तोही त्यांच्या बिलापोटी उडाला; पण गुण नव्हता. मोठ मोठ्या शहरांतील

हॉस्पिटल पालथी घालण्याइतका पैसाही नव्हता जवळ अन् ब्याडगीचा राचाप्पास्वामी प्रत्येक पोर्णिमेस गावात येत असे, त्याचं मोफत गावठी औषध चालू होतं, इतकंच...

दिवस असेच संपत होते. आपल्याबरोबर आशेची एक एक ज्योत मालवून टाकत... आणि मग एके दिवशी अण्णा आत आले. खोकत खोकत आपला अस्थिपंजर देह भिंतीशी टेकवला. धाप ओसरूपर्यंत क्षणकाल ते थांबले अन् मग त्यांनी खिशातून नोटा काढल्या व त्या अक्कापुढं करीत म्हटलं, "घे सावित्री, अव्हेरू नकोस! शरयूच्या औषधपाण्याला उपयोगी पडतील..."

"या या पापाच्या पैशावर माझ्या पोरीला औषधपाणी करू का?"

संतापाच्या पहिल्या उसळीसरशी अक्कांनी विचारलं आणि मग जिवंतपणी मरणाच्या यातना भोगायला लावणाऱ्या एक एक घटना त्यांना आठवू लागल्या... आपल्या माथी यांनी परित्यक्तेचं जिणं मारून बाहेर काय काय करायचं बाकी ठेवलं? अर्ध्या घरात शांतम्माबरोबर राहिले अन् तिच्याच पैशातून स्टँडवर हॉटेल घातलं... गल्ल्यावर शांतम्माची थोरली मुलगी तंगव्वा बसे, तरीही हॉटेल चाललं नाही, ते फुंकून घरी बसले आणि मग शांतम्मा व तिच्या पोरी आजूबाजूंच्या शिवारात रोजगाराला जाऊ लागल्या. तेवढ्यानंही पुरं झालं नाही म्हणून की काय मावळतीकडील दोन खोल्या धंदेवाल्या बायांना भाड्यानं दिल्या... स्टँडजवळून पूना-बेंगलोर रोड गेला होता. तेथे त्या बाया जाऊन रोडवरचे ट्रकवाले जाळ्यात पकडत आणि... तर तसल्या त्या बायांच्या पैशावर, त्यांनी दिलेल्या घरभाड्यावर, पोट जाळून शेणामेणाचं जिणं जगताहेत सध्या... आणि तोच पैसा घेऊन इथे आले मदत करायला! तो नीच मार्गानं आलेला पैसा... त्या पैशावर...

अक्कांचा प्रश्न ऐकताच अण्णांचा चेहरा खर्रकन उतरला आणि सगळ्या जगाचे अपराधी असल्याप्रमाणे स्वर उमटला...

"बरंय जातो तर..." नि हताशपणे म्हणाले, "एवढे स्वीकारले असतेस, तर उपयोगी पडल्याचं समाधान मिळालं असतं मला!" आणि गुडघ्यावर हाताचा रेटा देऊन उठले. उठताना घोट्याची हाडं नेहमीगत कटकट् वाजली अन् हळूहळू अण्णा बाहेर पडले...

तसा मघापासून प्रयत्नानं दाबून धरलेला हुंदका अक्कांच्या तोंडून बाहेर पडला...

अंथरुणाशी एकरूप झालेली शरयू मघापासून गप्प-गप्पच होती; पण अण्णा निघून गेल्यावर ती म्हणाली, "यवू, पैसे घ्यायचे होतीस... ते खर्च न करता तसेच जरी ठेवून दिले असतेस तर चाललं नसतं का? अण्णांना इतकं दुखवायची जरुरी काय होती? लहानपणापासून किती माया केली त्यांनी माझ्यावर..."

"त्यांना पाहून माझं पित्त खवळतं पोरी! बाईच्या नशिबाला चांगला नवरा

लाभला नाही, तर तिचा जन्म विरलेल्या जुनेरासारखा होतो! तर त्यांनी माझ्या आयुष्याला अशी जुनेराची अवकळा आणली! पुरुष जातीच्या कृतघ्नपणाची तुला कल्पना यावयाची नाही लेकी! त्यासाठी अजूनही खूप खूप भोगायला हवं... खूप खूप सोसायला हवं...''

खूप खूप भोगायचं... खूप खूप सोसायचं...

तर ते सगळं अक्कांवर सोपवून शरयू अशी अर्ध्या वाटेतूनच निघून गेली...

...तिचं प्रेत उचलून नेण्यात आलं आणि अक्का सुन्नपणे बसून राहिली... पुराचं पाणी ओसरल्यावर मागं लव्हाळी राहावी, तशी...

– 'पुढारी' दिवाळी अंक १९७३

■

गायगुली

मुरगूडच्या नाक्यापाशी कालधरनं वस्ती पडलीया. चाळीसएक मानूस. तेवढीच ढोरं– गाई, बैलं, म्हशी. पोटावारी जिकडं वाट फुटंल तिकडं जायाचं... कामधाम हुडकत हिंडायचं. मिळालं नशीब, न्हाई मिळालं तरीबी आपलंच नशीब.

आज सकाळचं हितला मुक्काम हालवायचं ठरलं. पुढं साताट् मैलावर खडकीवाडा नावाचं गाव हाय म्हनं, तिकडं जायाचं म्हंत्यात. त्या गावाजवळनं नदी गेलीया, आजूबाजूला हिरवाचार गुलबा हाय, संगटच्या ढोरास्नी चरायसवरायला बरं होईल. मानसांचं निभावता यिल कसंतरी– पर ती मुकी अश्राप जनावरं तग धरली म्हंजे झालं, असा समद्यांचा इचार हाय. संगट 'गायवाले' हाईत, आमच्या खरसुंडीकडलंच ते, दर सुगीला येत्यात हिकडं. त्येनला म्हायती हाय हिकडली.

ह्यांच्याबरोबर मी नि माझी आजी हाय. आजी म्हातारी झालीया, लै ठकलीया. वाळून खारीक झालीया. तिची नजर कमी आलीया. डोळ्यांस्नी कायसुदीक दिसत न्हाई. तिची म्हातारीची काठी मी हाय. तुका नाव माजं. वय धा-अक्रा तरी आसंल.

या समोरच्या रस्त्यावरनं बिद्रीच्या उसाच्या फ्याक्टरीच्या ट्रका आजूबाजूच्या गावाकडली ऊस भरून आणायासाठी जा-ये करत्यात. जातावख्ती त्या रिकाम्याच असत्यात, परत्यात त्या शिगोशिगी ऊस भरून. पर त्येंचं डायवर जातावख्ती रिकाम्या ट्रकमदनी रस्त्यावरच्या सिटा घिऊन जात्यात-येस्टीच्या रेटनं.

ते बघून आमच्यातला येसबा गायवाला आजीला म्हणाला, "म्हातारेऽ या ट्रका चालत्यात खालतीकडं. त्यातनं जातीस का खडकीवाड्यापतोर?"

"आनी रं लेकरा?" आजीनं येसबाच्या आवाजाकडं मान फिरविली.

"तू व्हो म्होरं तितपतोर, आमी येतावच मागुमाग. म्हंजे तुजी साताट मैलांच्या तंगड्यातोडीची दमणूक तरी कमी हुईल, काय म्हंतो?"

"पर ट्रकवाल्याला द्याला पैसे कुटनं आनायचं, लेकरा? का ते पाव्हनं हैत आपलं फुकटवारी न्ह्याला?"

"सगळंच का ट्रकवाले सारखंच असत्यात, म्हातारे? कुणाला तरी पाजर फुटून माया यीलच की!"

"बघ बाबा काय यवजता ते. मी काय तुमच्या शब्दाभाईर न्हाई!"

तीन-एक ट्रक आमास्नी न घेता तसेच गेले धुरळा उडवीत. इचारलं तर कोण म्हनालं– 'आमी बाया मान्सांस्नी घित न्हाई गाडीत.' कोन म्हनालं– 'पैले पैसे निकालो!' कोन तर श्याप 'न्हाई' म्हनालं! पर एका लालभडक बावडीच्या रंगाच्या ट्रकवाल्यानं आमास्नी हौद्यात बसवून घेतलं नि आम्ही दोघं या खडकीवाड्याच्या तिङ्ठ्यावर आलाव्!

आता धा-अक्राचा टाईम हूत आला व्हता. तिङ्ठ्यापासनं उजव्या हाताला फर्लांगभराच्या अंतरावर खडकीवाडा गाव हुतं नि डाव्या हाताला तीन-एक फर्लांगांवर गलगलं नावाचं गाव हुतं. गलगल्याकडनं आल्याली नदी खडकीवाड्याच्या उगवतीकडनं खालच्या मुलकाला गेली होती. नदीवरनं रस्ता गेला हुता, त्यावर पाच कमानींचा जंक्शन पूल होता. तिङ्ठ्यापासनं कासराभर अंतरावर पूल हुता. गावात जो रस्ता गेला हुता, त्येच्या या नि त्या अंगाला अशी दोन हाटीलं हुती. गावातल्या पिठाच्या गिरणीचा 'पॉक पॉक' आवाज हितपतोर ऐकू येत हुता. तिङ्ठ्यावर तशी काय मायंदाळी मानसं नव्हती. जी काय हुती ती आमच्याकडं, आमच्यासंगट असलेल्या बोचक्याकडं आप्रुबाईनं बघितल्यागत करीत हुती. कुनी नुस्तं गप्प बसत हुती, कुनी एखादं चौकशी करत हुतं, "कोंच्या गावाचं म्हातारेऽ?"

"आमी खरसुंडीचं, बाबा."

"खरसुंडी? कुनीकडं आली ही खरसुंडी?"

"लांब तिकडं सांगलीकडं. सांगलीस्नं तीस कोस, बाबा!"

"मग इतक्या लांबचा पल्ला का म्हातारेऽ? का या भागात कुणी पावनं-पै हैत?"

"कुटलं पावनंफिवनं सोन्याऽ माज्या! सगळा दुकाळ पडलाय् तिकडं... आमच्या भागात सगळी माळवाट जमीन. नाचना, हुलगा, मटकी... आसलं समदं पिकतंय. पयला पाऊस पडला म्हनून नाचना घातला, त्या वल्लाव्यानं ईत-ईतभर उगवलाबी; पर पुढं पावसानं सोगा पाडला बाबा! उगवून आल्यालं समदं वाळून कोळ झालं! समदीकडे इस्तु पडल्यावानी झालं. हिरी आटल्या, आडं सुकलं, तळी तळाला गेली... हुत्याचं न्हवतं झालं बाबा! मग मानसानं काय करायचं? काय खायाचं? काय प्याचं? का टचाचा टाचा घासून परान् सोडायचा? का बारा वाटंची माती खाऊन जगायचं? का या पोटाला इस्तु घालायचा? तवा गाव सोडलं नि आलाव् झालं आशी गावान् गाव करीत– कुटं कामधाम मिळंल, कुटं-कुटं चतकोर मिळंल, आशी मनात यवजना करत!"

"मग म्हातारेऽ, तू एकलीच तारदाळ्या देत भाईर पडलीस व्हय? बाकीची तुजी गाववाली कुटं हैत?"

"हैत मागं मुरगूडला. मी आशी ही म्हातारी– मला का दिसतंय्-सवरतंय्! तवा एका मालमोट्रीतनं धाडली झालं फुडं. संगट नातूबी हाय ह्यो!" आणि म्हातारीनं मी बसलेल्या जागेकडं हात दाखवला.

एवढ्यात 'घाँय् घाँय्' करत नदीवरल्या पुलावरनं येस्टी येत्याली त्या ऐकणाऱ्या बापयाला दिसली आनी त्यो रस्त्याकडं पळाला.

पर आजीला हे कुटलं आलंया दिसायला! त्यो बापय पुढंच उभा हाय आसं समजून ती परत बोलायला लागली–

"काय च्याला आना दोन आनं आसलं तर दे बाबा. सकाळपासनं उपाशी अनुशी हाय... आमी काय भिकारी न्हवं, बाबा. आमी चार चौघांसारखंच कुर्वाड्याचं. आमच्याबी जमीनी हैत. खरं येळ ही आसली आलीया... काय करायचं बाबा? दे एखादा आना..."

"आज्जेऽ आगं त्यो बापय् गेला मघाच येस्टीतनं, उगच कश्याला त्वांड वाजवा लागलीयास?" मी कावदरलो.

आजी असं कुणाकडंबी त्वांड येंगाडायला लागली, की मला कुणीतरी नागडं करायला लागल्यावानी वाटायचं. लाजलाज वाटायची! आजीनं आसं का करावं? मी का तसा नाबर हाय. लहानगा असलो, तरी भीक मागून का हुईना, तुकडाभाकडा आनतोच न्हवं? आजीनं भीक मागनं वायलं, मी मागनं वायलं! सुखासमाधानाच्या भरल्या घरात नांदलेली ती. फुलाची झेला फुलल्यागत तिचं दिवस गेलेलं... निदान तिनं तरी आसं करू नये... तारदाळ्या द्याचं, तंगाडायचं, आन्न, आन्न करायचं– हे तर आमचं चालायचंच. दिवस हे आसलं वंगाळ आल्यात, त्येला कोन काय करणार? पर माज्या आजीनं...

मी कावदारल्यावर आजी गप्प गप्प बसली. आशी गप्प बसल्यावर तिची मान लटालटा हलायची. गप्प बसलेल्या आजीकडं बघून माज्या मनाला खोंबारा लागला. मगाशी तिच्यावर उगाचच कावदारून खॅस मारली आसं वाटायला लागलं. म्हणालो, "आज्जेऽ तुला लै भुका लागल्या का?"

म्हाताऱ्या मान्साला लै भुका लागल्यात हे मला ठावं हुतं; पर का कुणाला ठावं, माज्या तोंडातनं बोलनं बाहेर पडलं...

ते ऐकून आजी हेटावली. जवळच पडलेल्या बोचक्याच्या दश्या बोटानं वडत राहिली. तिच्या तोंडाकडे निरखून बघितलं मी– तिचं डोळं डबडबलं हुतं! मी काय समजायचं ते समजलो. मनी ताळा घालत म्हनालो, "आजी, घटकाभर कढ काड. गावात जाऊन येतो. काय तरी आनतो. मग कोर तुकडा खा म्हणंस."

नि झपाझपा मी चालाय लागलो. बोचक्यातलं एक लोटकं नि जरा धडसा हातभर फडक्याचा धडपा हातात घेतला व्हता. गावातल्या येशीवरच वडा हुता. त्यो तसाच जाऊन खालतीकडं नदीला मिळाला हुता. वड्यातल्या पाण्याला तुंबा घालून पाणी तुंबविलं हुतं नि ते जवळच्याच उसाला दिलं हुतं. उसाची नुकतीच लावण झाली हुती, तवा त्येचं जित्राप टग्गळसं हातभर वाढलं हुतं... या वड्यावर एक बारकुळा पूल हुता. त्यो वलांडताच एक चढण लागत हुती. ती चढताच मानूस सरळ गावात जात होतं...

'काय तरी वाड अक्काऽ!' म्हनत मी दारन् दार हिंडत हुतो. कोन कोर चतकोर टाकत हुतं. कोण वस्सकन अंगावर धावून येत हुतं. एखादी मायमाऊली झोळीत तुकडा टाकून दाराच्या चौकटीला टेकून सबागती इचारत हुती, "भिकाऱ्याचाबी दिसत न्हाईस लेकरा आनी भीक का मागतोस?" आनी मी माजा वनवास सांगताच हळहळत होती... एखादी डोलकाठीगत हात नाचवीत कडाडत हुती, "माप हुडागत वाडलाईस, धसासा राबायला आंग वाकत न्हाई व्हय? तुज्या वारगीचाच माजाबी ल्योक हाय– सा मैल पेकाटं ढिल्ली हुस्तोवर चालत लिप्पाणीच्या तंबाखूच्या खळ्यात कामाला जातोय नि तसाच चालत रातचा परत येतोय! आसं वंगाय लागतंय, फुकट भाकरी ईत न्हाई बाबा! व्हो म्होरं!"

तिचं तरी का खोटं म्हनावं? मी धा-अक्रा वर्सांचा हुतो खरं आक्शी हुडागत आरबाट वाढलो हुतो. उकिरडा कुणाच्या ध्यानीमनीबी न येता रोज कसा नावनाव वाढतो, तसा वाढत हुतो... पर कामाचं–? हितंच सारं घोडं पेंड खाईत हुतं! काय येळ आली हुती आमावर! कसलं दिस आलं हुतं हे! गेल्या साली पाऊस लै पडला म्हनून पिकं गेली. या साली पाऊस पडला न्हाई म्हणून पिकं गेली! पांडवागत वनवास लागला समद्यांस्नी! ढोरं, पोरं, शेळ्या, मेंढ्या समद्यांस्नी घिऊन वनावना हिंडायची वेळ आली. गायगुलीगत समदं घर पाठीवर बांधून पायाला चक्कार लावावं लागलं...! कुनाला उपासमार सहन झाली न्हाई, ती मानसातनं उठली... माज्या आईनं तरी का करावं तसं? इचलकरंजीच्या उसाच्या फ्याक्टरीतबी तशी कुनाला कामं लागली न्हवती... समदी तशीच निगाली पुढं.

चार-पाच मैल पेकाटं ढिली केल्यावर कुटलंसं गाव आलं... माजी तर आतडी भुकेनं पिरंगटायला आली व्हती... डोळं गापगाप मिटत हुतं... घाव लागून रगात यावं नि भळाभळा जिवाळा लागवं, तसं माज्या अंगातल्या ताकदीचं व्हाया लागलं हुतं... आज्जीचा तर भुकेनं निम्मा जीव झाला हुता... आईनं नजरंतनं ये समदं जाणलं. गाव येताच ती भिगीद्यान गावात गेली. चार घरं पदर पसरून शिळापाका तुकडा आनला, आमाफुडं ठेवला, म्हणाली, "खावा तवर वाईच पानी कुठं दिसतंया का बघून येतो– पियाला!" आनी झाटदिशी वळली, पदरानं डोळं पुसत निघून गेली...

आई रडत हुती. मी लहानगा हुतो, तवा चव्हाणाची हीर खणायच्या रोजगारावर बा जात हुता नि एकादिसी हिरीची वरची करपाड कोसळली, बानं रगतानं आंगुळ केली. त्यातच बा खरचला! तवापासनं आजीची न् माजी उस्तवार करता करता आई रगात आटवीत हुती. कुणाचं 'फट्ट' म्हणून घेतलं न्हाई, की कुणाचा वायला शब्द ऐकला न्हाई. नुसतं राबायचं, राबायचं, राबायचं! कधी तकरार न्हाई, चिडचिड न्हाई, आदळआपट न्हाई, रडणं भेकडणं न्हाई... आनी आजपत्तर आईची सहनशक्ती संपली हुती... रडत रडत पानी आनाय जात हुती. तिच्या पोटात किती दिसापास्नं अन्नाचा कण गेला हुता का न्हाई– ते एक देवाला ठावं!

त्यावर आई परत आलीच न्हाई! कुठं गेली? काय झालं? का विहीर आड जवळ केली? त्या हिरीतनी, आडातनी जीव जायला पुरतं पानी तरी हुतं का? का एखाद्या कोरड्या हिरीत पडून तळमळून तळमळून आईनं परान सोडला? कुणी हुडकायचं? कुणाला एवढी माया यायाची? आन्नाच्या घायट्यात ज्येचा त्येचा आदीच जीव चाललेला. कोण उसाभर करणार? कोण धावाधाव करणार? आनी तेवढी ताकद तरी कुणाच्या अंगात हुती?

चार-आठ दिसांत सारी विसरलो, मीबी, आजीबी. हेबी पचीवलं. परत गायगुलीचा परवास! कोण म्हनालं– बिद्री साखरकारखान्याकडं मानसाची जरुरी हाय– निगाली सारी तिकडं. मदी एका गावाबाहेर मुक्काम केला. रात झाली. समदी झोपली. पाटंचं उठत्यात नि बघत्यात तर आमच्यातल्या शिवा मगदुमानं जवळच्या रानातल्या बाभळीला फास लावून घेतलेला! त्याची बायकू नि तीन पोरं... हेबी त्येंनी पचीवलं. परत गायगुलीचा परवास!

असं करत करत बिद्री आली. कारखान्याची ही जंगी इमारत. उंच आभाळात गेलेला भकाभका धूर टाकणारी चिलमी. मुदाळ तिठ्ठ्यावरनं या कारखान्यापुढनं कोलापूराकडं गेलं तर समदा रस्ता उसानं भरलेला. बैलगाड्यांनी, मालमोटारींनी गच्चोगच्च भरून गेलेला. या फ्याक्टरीत चौकशी केली. पर समदी भरती झाली व्हती. तरीबी गुळूमुळू करत, हाता-पाया पडत काई थोडी चिकटली, बरीच ऱ्हायली.

परत गायगुली, परत परवास! कुटं नशीबातला शेर हाय हुडकत, कामधाम बगत, आन्नाच्या पाठी लागत! हे कुनाला सांगायचं? कोण ऐकून घेणार?

कुठं गेली ती खरसुंडी... कुटं गेले ते आमचं दिवस! खरं तर या दिसांत केवढी जंक्शन जत्रा भरायची आमच्याकडं. पूस पुनवपास्नं आमुश्यापत्तर चालायची जत्रा. जनावरांचा बाजार तर केवढा मायंदळा भरायचा. साऱ्या मुलकात आमच्याकडल्या बैलांचा डंका. अस्सल जनावरं. जात जवारी. (गोकाककडल्यावानी बामनी न्हवं.) तोंडातलं समदं दात पडूस्तोवर राबवून घ्या शेतात– आनमान करणार न्हाई. (बामनी

जात दात पडलं की 'यांय् यांय्!' कराय लागती. बैल नुस्ता गोठ्याच्या सोबागीला! काय उपयोग त्येचा?) आभाळ फाडायला निघाल्यागत कोच्यारी शिंगं... असली ही खोंडं बाजारात उभी ऱ्हायची, तर या अंगाचा बापई त्या अंगाला दिसायचा न्हाई. खरसुंडीजवळच पळसवणी हाय. त्या गावात एक मांग हाय. त्येच्या बैलाला तर दिल्लीच्या परदक्षीनात सोन्याचं पदक मिळालं. ह्यो असला आमच्या भागाचा डंका, असली ढोरं, आसली मानसं...

आनी काय वेळ आली ही आज! या साली जत्रा भरली असंल का खरसुंडीला? मनात दर्या उफाळला. इचार करत गावातनं भाईर पडलो. तिठ्ठ्यावर आलो. आजी माज्या वाटंकडंच ध्यान लावून बसली हुती. मी हाक देताच हुशारली. मी तिच्यापुढं झोळी ठेवली. कोरड्याश्याचं लोटकं ठेवलं नि खाली बसलो. तसं जमिनीवरचं खडं टोचलं. कमरेची चड्डी फाटली हुती; पर नागव्यापरास फाटकीधुटकी चड्डीच बेस हुती!

"आलास! लेकरा." म्हणत आजी जेवायच्या तयारीनं मागच्या पटकुरावर सरकून बसली. तसं तिच्या मांडीखालच्या धा नव्या पैशांच्या दोन चवल्या माज्या नद्रं पडल्या. मला रागच आला! म्हंजे आजीनं दोघा-चौघांजवळ त्वांड वेंगाडलं हुतं तर!

आता हिला तडातडा बोलावं का हिच्याम्होरं डोस्कं फोडून घ्यावं? मला काई उमगंना! कसातरी संतापाला कासरा लावला. तोंडाला मुस्कं घातल्यावानी गुमान ऱ्हायलो; बोचक्यातली एक डेलची काढली आनी ती घिऊन पुढच्या हाटीलात पाणी आनाय गेलो. हाटीलाच्या उसाभरीला एक बाई हुती. तिला म्हणालो, "वाईच पानी वाडा हो!"

तशा तिनं कपाळाल सत्रा आठ्या घातल्या. म्हणाली, "सकाळधरनं किती पानी वाडायचं बाबा! का पान्यालाबी दुकाळ पडलाय हिकडं? जा की नदीला आनी आन जा भरून!"

कसलं उपलानी बेन्याचं दिस आलं हे! तोंडात काडकन् मारल्यागत झालं... रस्त्याच्या दुसऱ्या बाजूच्या हाटीलाकडं गेलो. आत बापई हुता, त्येनं मातर पाणी वाडलं.

जरासं कोरड्यास आजीपुढं ठेवलं, जरासं मी घेतलं नि त्यात तुकडं बुडवून एक एक घास गिळू लागलो. म्हशीफुडं ठेवलेल्या आंबोणाला जसा वास मारतोय तसा त्या बारा घरच्या बारा मायमाऊलींनी वाढलेल्या कोरड्याशाला मारत हुता. अन्नाला नाकारू नये, नावं ठेवू नये. ते वंगाळ हे खरं; पर ते कोरड्यास खाताना असंच मनात येत हुतं. ही जीभच मटी चाटकी आसतीया, काय करायचं?

खाणं संपताच आजीला म्हणालो, "आज्जेऽ हे हाटीलवालं लै अडीच कांड्यावर

आल्यात. पानी वाडताना वरडत्यात. नदीला जाऊन डेचकीभर पानी घिऊन येतो!''

''आलबत ये लेकरा.''

''आलबत येतो!'' म्हणालो नि रस्त्यानं निघालो. पुलाजवळ येताच खाली नदीत एक घसारत होती, तिच्यावर दोन-तीन पायवाटेच्या सरी पडल्या हुत्या, एकीवरनं खाली उतरलो. मावळतीच्या अंगाला जी कमान हुती, तिच्यातनचं तेवढं पानी वाहात हुतं. बाकी समदीकडं वाळूचं वतच्या वत पडलं हुतं. गावाच्या बाजूनं एक रस्ता नदीत उतरला व्हता, तिथं घाट बांधलेला हुता. त्या बाजूला गावातल्या बायका धुनं धुवीत हुत्या, काई थोड्या डुईवर नि कमरेवर घागरी घिऊन पाण्याची वडापणीबी करीत हुत्या.

नदीतलं ते निर्मळ वाहतं पानी बघून आंगुळ करावीशी वाटू लागलं. डुईवरचं क्यास बेफाट वाढलं हुतं. कानाजवळचं क्यास कानात शिराय लागलं हुतं, त्यानं डोस्कं 'गाव गाव' खाल्यावानी वाटत हुतं. नदीच्या वतातनं गलगल्याच्या बाजूकडं मी लांबलांब गेलो. आजूबाजूला कुणी माणुसकाणुस नव्हतं. हातातली डेचकी खालती ठेवली, भरारा अंगातली समदी कापडं काढली नि पाण्यात शिरलो. पान्यातल्या पान्यात डुबक्या वाजिवल्या, गुडघ्याभर पान्यात लोळलो... मज्जा आली.

एवढ्यात माजं पल्याडल्या दरडंरवल्या लिंबाऱ्याच्या झाडाकडं ध्यान गेलं. त्या झाडाच्या शेंड्यापास्नं दोन कावळं आरडत आरडत खालती येत हुते; नि शेंड्यापास्नं वावभर लांबीचा हिरवागार नि अंगावर पांढरं ठिपसं असलेला साप सरारा खालती येत व्हता! ते दोन कावळे त्याला उचलायला पाठी लागले होते. झाटदिशी साप खालती आलाबी नि तसाच बुडक्याजवळच्या गवतात शिरला. काव काव करत कावळे गवतावरनं फिरले आनी मग कंटाळून उडून गेले. मी पान्यातलं भाहीर आलो नि समोरच्या वाळूवर आंग वाळवत बसलो.

पल्याडल्या दरडीवरच्या गवतात शिरलेला साप आता हिकडंतिकडं फिरत हुता. घुसप्यातनं कवा त्यो पान्याजवळ येत होता, कवा परत मागं फिरत हुता. त्येच्याकडं बघत आंग कवा वाळलं ते लौकर उमगूनबी आलं नाही. उघड्या अंगाला उनाचा चटका बसला तसा उठलो. सापाला हात जोडून नमस्कार केला. अंगात कापडं घातली. पान्यानं डेचकी भरली नि ती खांद्यावर घेऊन निघालो... डेचकीतलं पानी डचाम डचाम डचकळत हुतं नि पैरणीवर सांडत हुतं, पर तारेवर सर्कस केल्यागत तसाच हळूहळू निघालो.

आजीजवळ येऊन डेचकी खाली ठेवली. त्या आवाजावरनं आजीनं विचारलं, ''कोनऽ तुका जनू?''

''व्हय.''

"यदूळपतोर काय करीत हुतास, लेकरा?"

"वाईच आंगुळ केली नि आलो." खांद्यावर भिजलेलं आंगराक पिळीत मी म्हणालो, "पानी पायजे का पियाला?"

"व्हय, दे जरासं."

आजीला पानी पियाला दिऊन मी रस्त्याच्या दुसऱ्या कडेला जाऊन हुबा राहिलो. तिथं मोटारदुरुस्तीचं काम आता चालू होतं. मोटार रस्त्यातच बंद पडली हुती. मेस्त्री दुरुस्त करीत व्हता. त्याच्या हाताखाली हत्यारं द्यायला एक माज्याच वारगीचं पोर व्हतं. मेस्त्री नि मोटार मालक च्या पियाला समोरच्या हाटीलात गेले. तसं ते पोर मला म्हणालं, "तुला काटा काढायला येतो काय?"

"बघू– कुटं घुसलाय?" तसा त्यानं आपल्या पायाचा चंपा माझ्यापुढं केला. मी बोटानं त्यावर थुंकी चोळली नि म्हणालो, व्हय की. भादर टापरून बसलाय नि काय?

रस्त्याकडेच्या शिवाराला बाबळीच्या शिऱ्याचं कुंपण व्हतं. त्या शिऱ्यांतला एक काटा काढून घेऊन मी त्या पोराचा पाय टोकरू लागलो. एवढ्यात "तुकाऽ आरं तुकाऽ!" करीत आजी हाका मारू लागली... तसं त्या पोराला 'आलो थांब' म्हणून सांगत मी उठलो. आजीजवळ गेलो.

तिला कावून इचारलं. तशी ती म्हणाली, "जरा बघ बाबा वरतीकडं आपली मानसं येत्याली दिसत्यात का बघ... यदोळला याय पायजे व्हती!"

मी रस्त्यानं वरतीकडं बघितलं. दोन फर्लांगभर रस्ता चढत गेला होता. टेकाडावर रस्त्याकडेला एक झाड होतं आंब्याचं. त्या टेकडाच्या पुढला रस्ता मात्र दिसत नव्हता.

आता मावळतीकडं दिवस पुष्कळ कलला होता. उन्हाची तिरीप डोळ्यांवर मारत होती. म्हणून मी डोळ्यांवर हाताचा पंजा धरून रस्त्यावर नजर टाकली– रस्ता मोकळा होता!– आजीला तसं सांगून मी परत त्या पोराकडं येऊन काटा काढायला लागलो.

एवढ्यात हाटीलवाल्यानं च्या आनला. 'कुनी लावून दिलाय?' इचारलं तर त्येनं मेस्त्रीचं नाव सांगितलं. मग दोघांनीबी जराजरा घेतला. मी लै दिसापास्नं च्या प्याला नव्हता म्हणून आसल; पन मला त्यो च्या लै गोड लागला...

त्येचा काटा काढून झाला... त्येची मोटार दुरुस्तीबी झाली आनी ते लोक त्या मोटारीत बसून भुर्रकन निघूनबी गेले...

मोटारीभोवती माझा जीव करमत होता. मोटार निघून गेल्यावर मला करमेना झालं! हिकडं आजीचं तर सारखं सुरूच होतं– "तुकाऽ आपली लोकं आली का बघ... तुका कोन येत्यात का बघ!..." आजीच्या या किरकिरीनं मी कावून गेलो.

आता लोकं दिसली आसती, तर मी हिला सांगितल्याबिगार राहिलो असतो? मग मी तिला म्हणालो, ''आज्जे, वरच्या टेकाडापतोर मी जाऊन येतो. तितनं तरी आपली लोक येत्याली दिसत्यात का बघून येतो.''

आजीनं 'बरं' म्हटलं आनी मी निघालो. आता शिळोप झाला हुता. मावळतीकडनं गार वाऱ्याच्या झुळका सुटल्या होत्या, आनी खरं म्हणलं तर यदोळपतोर आमची मानसं यायला पायजे हुती. आजून का आली नाहीत? कुठं तटली? ती येतील का नाही? आणि नाही आली तर आजीचं नि माजं कसं काय?– या विचारानं मी रंजीस आलो. भराभरा सटक्यानं पाय उचलू लागलो... रस्त्याकडेचं आंब्याचं झाड ओलांडलं, तितनं कासराभर रस्ता तुडवला नि टेकाडावर आलो. उभा राहिलो. डोळ्यांवर उजव्या हाताचा पंजा धरला नि मावळतीकडं नजर टाकली.

लांब खालती सखलाटात घुसपा दिसत व्हता– माणसांचा, पोरांचा, ढोरांचा... माज्या गावची, माजीच माणसं, पोरं, ढोरं! दुकाळातनं आल्याली, जगल्याली नि जगायसाठीच धडपडणारी. समदा संसार पाठीवर घिऊन गायगुलीगत पोट भरत हिंडणारी! आता हितं खडकीवाड्यावर एक-दोन दिवस राहायचं नि परत समदा संसार पाठीवर घ्यायचा नि गायगुली बनायचं.

गायगुली!! मी आनंदलो. माज्या मनात दर्या उफाळला. आणि मी... जोर खाऊन धूम पळत सुटलो त्या गायगुलीच्या दिशेनं!

– 'मनोहर' मासिक, एप्रिल, १९६६.

■

चेहऱ्यामागचे चेहरे

तळागाळातील माणसाच्या मनाचं सूक्ष्मतेने ग्रामीण भाषेत केलेलं चित्रण

महादेव मोरे

ग्रामीण कथा-कादंबरीकार श्री. महादेव मोरे यांनी रेखाटलेल्या काही व्यक्तिचित्रांचा हा संग्रह. ही बहुतांशी समाजातील तळागाळाच्या वर्गातल्या, नगण्य ठरणाऱ्या, परंतु वैशिष्ट्यपूर्ण अशा व्यक्तींची शब्दचित्रं आहेत. लेखकाच्या सिद्धहस्त लेखणीनं, जगाला दिसणाऱ्या यांच्या चेहऱ्यामागील चेहऱ्यांचं दर्शन यात घडवलं आहे. मोजक्या घटना-प्रसंगांच्या व व्यक्तिनुरूप भाषिक अभिव्यक्तीच्या फटकाऱ्यांनी रेखाटलेली ही व्यक्तिचित्रं वाचकाच्या मनाचा ठाव घेतात.

यात जसं माणसांचं दुःख, वेदना, त्यांची जगण्याची धडपड, परिस्थितीनं होणारी होरपळ यांच्या विविध छटांचं दर्शन घडतं, तसाच माणसांचा बेरकीपणा, इरसालपणा, परिस्थितीपोटी आलेला खोटेपणा यांचाही प्रत्यय येतो.

लेखकाच्या, सहानुभूतिपूर्ण दृष्टिकोणामुळे, पुस्तक वाचून संपलं, तरी ही माणसं वाचकाच्या मनात रेंगाळत राहतात...

www.ingramcontent.com/pod-product-compliance
Lightning Source LLC
Chambersburg PA
CBHW030335030726
47499CB00003B/788

* 9 7 8 8 1 9 0 7 7 9 1 2 8 *